വിജ്ഞാനവർഷം

പുസ്തകം 63

നാട്ടറിവ്

ഭാഗം I

Nattarivu
Bhagam I

Editor
Dr. K M Anil

CHINTHA PUBLISHERS
Thiruvananthapuram

First Edition
December 2009

Second Impression
January 2021

Third Impression
February 2022

Published & Typesetting
Chintha Publishers, Thiruvananthapuram

Printed at
Repro India Ltd. Mumbai

Cover Design
Shahul Aliyar

ISBN - 978-81-26204-01-4

CO - VV 63 - 1412 / 5878

₹ 170

Email: chinthapublishers@gmail.com
Website: www.chinthapublishers.com

A version is available at National Libraries
Kolkata, Mumbai, Chennai and Delhi

Distribution
DESHABHIMANI BOOKHOUSE
H O Thiruvananthapuram 695035

Branch
Head Office Kunnukuzhi • Statue Thiruvananthapuram
KSRTC Bus Terminal Thampanoor • Saphalyam Complex Thiruvananthapuram
KSRTC Bus Station Alappuzha • KSRTC Bus Station Ernakulam
Machingal Lane Thrissur • IG Road Kozhikode
Mavoor Road Kozhikode • NGO Union Building Kannur
Central Bus Terminal Complex Thavakkara Kannur

നാട്ടറിവ്
ഭാഗം I

എഡിറ്റർ

ഡോ. കെ എം അനിൽ

ചിന്ത പബ്ലിഷേഴ്സ്
തിരുവനന്തപുരം-695 035
വില: ₹ 170

ഡോ. കെ എം അനിൽ

മലപ്പുറം ജില്ലയിലെ ചേലേമ്പ്ര സ്വദേശി. ഇപ്പോൾ തുഞ്ചത്തെഴുത്തച്ഛൻ മലയാള സർവ്വകലാശാലയിൽ എഴുത്തച്ഛൻ പഠനകേന്ദ്രത്തിലെ പ്രോജക്ട് ഡയറക്ടറായി ജോലി ചെയ്യുന്നു. *ഫോക്‌ലോർ: ജനുസ്സ്, സിദ്ധാന്തം, രാഷ്ട്രീയം, കടങ്കഥ: സൗന്ദര്യം, സംസ്കാരം, നാട്ടറിവ്- വാല്യം ഒന്ന്, രണ്ട്* (എഡി.), *മതേതരം* (ഉമർ തറമേലുമായി ചേർന്ന് എഡിറ്റ് ചെയ്തത്), *പഴഞ്ചൊല്ലിൽ പതിരുണ്ട്* (കെ. ഇ. എന്നുമായി ചേർന്ന് എഡിറ്റു ചെയ്തത്), *അക്ഷരത്തിലെ അന്തരീക്ഷം* (സീതാറാമുമായി ചേർന്ന് വിവർത്തനം ചെയ്തത്), *പാശ്ചാത്യ സൗന്ദര്യശാസ്ത്രത്തിന്റെ പരിണാമം* (കെ മഞ്ജുവുമായി ചേർന്ന് വിവർത്തനം ചെയ്തത്), *നാടോടിക്കഥ ഉടലും ഉയിരും, പാന്ഥരും വഴിയമ്പലങ്ങളും, സംസ്ക്കാര നിർമ്മിതി* (എഡി.) എന്നിവയാണ് പ്രധാന പുസ്തകങ്ങൾ.

ജീവിതസഖി : സോണിയ ഇ പ

മകൻ : ആബേൽ സാരംഗ്

വിലാസം : സബർമതി,
തേഞ്ഞിപ്പാലം, 673636

E-mail : ayansarang@gmail.com

ഉള്ളടക്കം

ആമുഖം 6

നാട്ടറിവ്: സിദ്ധാന്തവും ചരിത്രവും

നാട്ടറിവിന്റെ ദർശനം 9

അറിവും അധ്വാനവും - ഇന്ത്യൻ പശ്ചാത്തലത്തിൽ ഒരന്വേഷണം 20

അടിമയുഗത്തിലെ അധികാരബന്ധങ്ങൾ 47

സസ്യജ്ഞാനം

നെൽകൃഷിപാരമ്പര്യം: ചില അറിവടയാളങ്ങൾ 58

വൃക്ഷവിജ്ഞാനീയത്തിന്റെ നാടോടിവഴക്കങ്ങൾ 79

നാട്ടുവൈദ്യം 92

കേരളത്തിലെ ആദിവാസി വൈദ്യം 98

ദശപുഷ്പങ്ങൾ 104

കളരി മർമചികിത്സ 108

വാസ്തുവിദ്യ

വാസ്തുശാസ്ത്രം എന്നാൽ 114

വാസ്തുശാസ്ത്രത്തിലെ സമസ്യകൾ 120

വാസ്തുവിദ്യയും പരിസ്ഥിതിയും 129

വാസ്തുവിദ്യാഗ്രന്ഥങ്ങൾ 132

ആമുഖം

ചിന്തയുടെ വിജ്ഞാനവർഷം പരമ്പരയിൽപ്പെട്ട, രണ്ടു ഭാഗങ്ങളായി പ്രസിദ്ധീകരിക്കുന്ന, *നാട്ടറിവ്* എന്ന ഈ കൃതി 'ഫോക്‌ലോർ' എന്ന വിജ്ഞാനശാഖയുടെ ഒരു ഉപവിഷയം എന്ന നിലയിലാണ് നാട്ടറിവിനെ (Local knowledge) പരിചരിച്ചിട്ടുള്ളത്. മനുഷ്യനും പ്രകൃതിയും തമ്മിലുള്ള വൈരുധ്യാത്മകബന്ധം സുസാധ്യമാക്കിയത് അവന്റെ ഉപകരണ വ്യവസ്ഥയും അതിനെ കേന്ദ്രീകരിച്ച് വികസിച്ചുവന്ന അറിവിന്റെ വിശാലമണ്ഡലവുമാണ്. ഒരർഥത്തിൽ മനുഷ്യനാഗരികതയെ അനന്യമാക്കുന്നതുതന്നെ അവന്റെ നാട്ടറിവാണ്. മുതലാളിത്ത ഉൽപ്പാദനവ്യവസ്ഥയാണ് സാർവലൗകികമായ ഉൽപ്പാദനക്രമത്തിന് തുടക്കമിട്ടത്. അതിനു മുമ്പുവരെയുള്ള ഉൽപ്പാദനവ്യവസ്ഥ ദേശ്യഭേദങ്ങളോടെയാണ് നിലനിന്നത്. പ്രാദേശികഭേദങ്ങളോടുകൂടിയ ഈ ഭൗതികസംസ്കൃതിയെയാണ് ഈ പുസ്തകത്തിൽ നാട്ടറിവ് എന്ന് വിളിച്ചിരിക്കുന്നത്.

നാട്ടറിവിനെ മുൻനിർത്തി നിരവധി പഠനങ്ങൾ ഇതിനകം മലയാളത്തിൽ പ്രസിദ്ധീകരിച്ചിട്ടുണ്ട്. തൊഴിൽക്കൂട്ടായ്മകൾ, പ്രാദേശിക - ഗോത്ര - ജാതിക്കൂട്ടായ്മകൾ എന്നിവയെയെല്ലാം ആധാരമാക്കി വിവരങ്ങൾ ശേഖരിച്ച് പ്രസിദ്ധീകരിക്കുന്ന രീതിയാണ് സാമാന്യമായി ഇവയിൽ കാണുന്നത്. പ്രസിദ്ധീകൃതമായ നാട്ടറിവിനെ മുഴുവൻ ക്രോഡീകരിക്കാൻ ഇവിടെ ശ്രമിച്ചിട്ടില്ല. പകരം ഏതാനും മാതൃകകൾ പരിചയപ്പെടുത്താൻ മാത്രമേ മുതിർന്നിട്ടുള്ളൂ. എന്നാൽ നാട്ടറിവിനെ വേറിട്ട വഴിയിൽ സമീപിക്കുന്ന ചില കുറിപ്പുകൾ ഇതിൽ ഉൾപ്പെടുത്താൻ ശ്രമിച്ചിട്ടുണ്ട്. ചരിത്രപരമായി വികസിക്കുന്ന അധ്വാനരൂപങ്ങളായി നാട്ടറിവിനെ കാണാനും അതുവഴി സൃഷ്ടിക്കപ്പെടുന്ന സാമൂഹ്യബന്ധങ്ങളെ സമഗ്രമായൊരു ചിഹ്നവ്യവസ്ഥയായി വിലയിരുത്താനും ചില ലേഖനങ്ങളിൽ ശ്രമമുണ്ട്. ഈ മാതൃക കുറെക്കൂടി വിപുലപ്പെടുത്തേണ്ടതാണ്. ഭാവിയിൽ അതിനാരെങ്കിലും മുതിരുമെന്ന് കരുതാം.

നിരവധി സുഹൃത്തുക്കൾ സഹായിച്ചതുകൊണ്ടാണ് ഈ പുസ്തകം പൂർത്തിയാക്കാൻ കഴിഞ്ഞത്. അവരുടെ ആത്മാർഥതയും ഉത്സാഹവും കേരളത്തിന്റെ വൈജ്ഞാനികമണ്ഡലത്തിന് എന്നും മുതൽക്കൂട്ടായിരിക്കും. ലേഖനം തന്ന് സഹായിച്ച സുഹൃത്തുക്കളോടും പുസ്തകം പ്രസിദ്ധീകരിക്കുന്ന ചിന്ത പബ്ലിഷേഴ്സിനോടും ഞാൻ കടപ്പെട്ടിരിക്കുന്നു.

അനിൽ കെ എം

നാട്ടറിവ്
സിദ്ധാന്തവും ചരിത്രവും

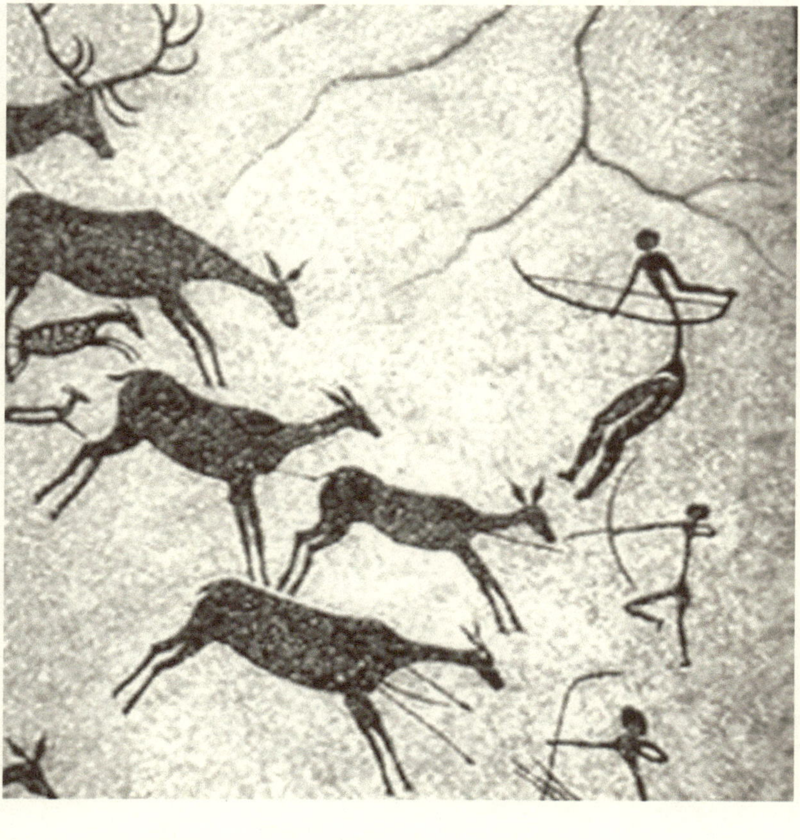

1

നാട്ടറിവിന്റെ ദർശനം

കെ എം അനിൽ

പാരമ്പര്യത്തിന്റെ ഭാഗമായി ഓരോ സമൂഹവും അവരുടെ ജീവിതത്തിലുടനീളം നിലനിർത്തിപ്പോരുന്നതോ പരിഷ്കരിക്കുന്നതോ ആയ സാംസ്കാരികരൂപങ്ങളുടെ ആകത്തുകയാണ് 'ഫോക്‌ലോർ.' കൃത്യമായ അർഥസൂചന നൽകുന്നതല്ലെങ്കിലും 'നാടോടിജീവിതം' എന്ന പദം ഫോക്‌ലോറിന് സമാനമായി മലയാളത്തിൽ ഉപയോഗിക്കാറുണ്ട്. 'നാട്ടുവഴക്കം', 'നാടൻകലകൾ', 'ജനകല' എന്നിങ്ങനെ പലപദങ്ങളും 'ഫോക്‌ലോർ' എന്ന അർഥത്തിൽ ഉപയോഗിച്ചു കാണാറുണ്ട്. എന്നാൽ, ഇക്കാര്യത്തിൽ പണ്ഡിതന്മാർ ഒരു സമവായത്തിലെത്തിയിട്ടില്ല. 'ഫോക്‌ലോർ' എന്ന പദം മലയാളത്തിൽ ഇപ്പോൾ ഏതാണ്ട് വ്യവസ്ഥാപിതമായിരിക്കുന്നു. കേരളത്തിൽ ഫോക്‌ലോറിന്റെ വികസനത്തിനും സംരക്ഷണത്തിനും വേണ്ടി, ഒരു അക്കാദമി സ്ഥാപിച്ചപ്പോൾ, 'കേരള നാടൻ കലാ അക്കാദമി' എന്ന പേര് നിർദേശിക്കപ്പെട്ടെങ്കിലും 'കേരള' ഫോക്‌ലോർ അക്കാദമി എന്ന പേരിലാണ് അതിപ്പോൾ പ്രവർത്തിച്ചുവരുന്നത്.

സ്ഥിരതാമസമില്ലാത്ത സമൂഹത്തെ(ജിപ്സികളെ)യാണ് 'നാടോടി' എന്ന പദം വാച്യമായി സൂചിപ്പിക്കുന്നത്. എന്നാൽ 'ഫോക്' എന്ന പദം കൊണ്ട് അർഥമാക്കുന്ന 'കൂട്ടായ്മ'യുടെ പ്രധാന സവിശേഷത അനേക വർഷം പഴക്കമുള്ള അവരുടെ സ്ഥിരവാസവും അതിനുവേണ്ടി ആർജിച്ച അറിവുമാണ്. അതുകൊണ്ടുതന്നെ 'നാടോടി' എന്ന പദം നൽകുന്ന വാച്യാർഥത്തിന് വിപരീതമാണ് 'ഫോക്' എന്ന പദത്തിന്റെ വിവക്ഷ. ഇക്കാരണത്താൽ നാടോടി എന്ന പദം 'ഫോക്' എന്നതിന് സമാനമായി ഉപയോഗിക്കുന്നതിനെ പലരും എതിർക്കുന്നു. 'ലോർ' എന്ന പദത്തിന് അറിവ്

എന്നാണ് സമാന്യമായ അർഥം. 'കല' എന്ന വാക്ക് ഇതിനു പകരമായി ഉപയോഗിക്കുന്നതിലും പൊരുത്തക്കുറവുണ്ട്. ജീവിതത്തിൽനിന്ന് അകന്നുനിൽക്കുന്നതും വ്യക്തിപരമായി ആസ്വദിക്കാനുള്ളതുമായ ഒന്നാണ് 'കല' എന്ന അർഥത്തിൽ പാരമ്പര്യജീവിതത്തിലൊരിടത്തും 'കലയ്ക്കു' വേണ്ടിയുള്ള കല' നിലനിൽക്കുന്നില്ല. 'കല'യെന്ന് പുറത്തുള്ളവർ വ്യാഖ്യാനിക്കുന്ന പ്രകടനങ്ങളെല്ലാം യഥാർഥത്തിൽ പാരമ്പര്യ ജീവിതത്തിന്റെ അവിഭാജ്യഘടകങ്ങളാണ്. കലയും ജീവിതവും അവർക്ക് രണ്ടല്ല. ആസ്വദിക്കാൻമാത്രമുള്ള കല അത്തരം സമൂഹത്തിൽ ഏറെ കുറവാണ്. ഇപ്രകാരം സൂക്ഷ്മമായി വിശകലനം ചെയ്താൽ 'ഫോക് ലോർ' എന്നതിന് സമാനമായ മലയാളപദങ്ങളിലെല്ലാം, അർഥത്തിന്റെ അവ്യാപ്തിയോ അതിവ്യാപ്തിയോ കാണാൻ കഴിയും. ഈ പരിമിതി കണക്കിലെടുത്ത് പാരമ്പര്യജീവിതത്തെ സൂചിപ്പിക്കേണ്ട സന്ദർഭങ്ങളിലെല്ലാം 'ഫോക്‌ലോർ' എന്ന പദം തന്നെയാണ് ഈ പുസ്തകത്തിൽ ഉപയോഗിച്ചിട്ടുള്ളത്.

1949 ൽ മരിയലീച്ച് പ്രസിദ്ധീകരിച്ച *ദി ഡിക്ഷണറി ഓഫ് ഫോക് ലോർ മിത്തോളജി ആന്റ് ലെജൻഡിൽ* ഇരുപത്തിയൊന്നു പേർ ഫോക് ലോറിന് നൽകിയ നിർവചനങ്ങൾ ഉദ്ധരിച്ചിട്ടുണ്ട്. എന്നാൽ ഈ നിർവചനങ്ങളിലേറെയും ഫോക്‌ലോറിനെ വാമൊഴിവഴക്കം മാത്രമായി പരിഗണിക്കുന്നവയാണ്. തലമുറയിൽനിന്ന് തലമുറയിലേക്ക് വാമൊഴിയിലൂടെ പകരുന്ന കഥകളും പാട്ടുകളും മറ്റു രൂപങ്ങളും മാത്രമാണ് ഫോക്‌ലോർ എന്നായിരുന്നു ആദ്യകാല പണ്ഡിതന്മാരിൽ പലരുടെയും അഭിപ്രായം. മാത്രമല്ല, മനുഷ്യസംസ്കാരത്തിന്റെയും സംവിധാനങ്ങളുടെയും വികാസത്തോടെ നഷ്ടപ്പെട്ടുപോകുന്നതും, പലപ്പോഴും ഒരു ജീവാശ്മ(fossil)മായി അവശേഷിക്കുന്നതുമായ സാംസ്കാരികഘടകങ്ങളായാണ് അവർ ഫോക്‌ലോറിനെ കണ്ടിരുന്നത്. മനുഷ്യന്റെ നാഗരികത മുന്നേറുന്തോറും ഫോക്‌ലോർ മറവിയിലേക്ക് തള്ളപ്പെടുമെന്ന് അവർ ഭയന്നു. അതുകൊണ്ടു തന്നെ ഫോക്‌ലോറിന്റെ ശേഖരണത്തിലും പ്രസിദ്ധീകരണത്തിലുമാണ് ആദ്യകാല ഫോക്‌ലോറിസ്റ്റുകൾ ശ്രദ്ധിച്ചത്.

അധ്വാനവും സാമൂഹികപരിണാമവും മനുഷ്യന്റെ ജീവപരിണാമത്തിലെ അവസാനഘട്ടത്തെക്കുറിക്കുന്നു. ശരീരത്തിലെ അവയവങ്ങൾക്ക് ഏതെങ്കിലും തരത്തിലുള്ള പരിണാമം സംഭവിച്ച്, മനുഷ്യന് ഇനി മറ്റൊരു ജീവിയായിത്തീരാൻ കഴിയുകയില്ല. എന്നാൽ പരിണാമം എന്ന പ്രക്രിയ അലംഘനീയമായ ഒന്നാണ്. അതുകൊണ്ട് പരിണാമം സംഭവിച്ചേ പറ്റൂ. എന്നാൽ ഈ പരിണാമം ശരീരത്തിലല്ല അവർ ജീവിക്കുന്ന സമൂഹത്തിലാണ് (സാമൂഹ്യബന്ധങ്ങളിലാണ്) പ്രധാനമായും സംഭവിക്കുന്നത്. അതായത് പ്രാകൃതികപരിണാമം (natural evolution) സാമൂഹികപരിണാമ(social evolution)ത്തിന് വഴിമാറിക്കൊടുത്തിരിക്കുന്നു എന്ന് സാരം.

സാമൂഹ്യപരിണാമത്തിന്റെ ഘട്ടങ്ങളെക്കുറിച്ചും പ്രക്രിയയെക്കുറിച്ചും വ്യത്യസ്തങ്ങളായ അഭിപ്രായങ്ങൾ നിലവിലുണ്ട്. ഇവയെ മുഴുവൻ ക്രോഡീകരിക്കുക സാധ്യമല്ല. എന്നാലും പൊതുവിൽ അംഗീകരിക്കപ്പെട്ടതും മാർക്സും എംഗൽസും മുന്നോട്ടുവെച്ചതുമായ സാമൂഹ്യപരിണാമസിദ്ധാന്തം, ഇക്കാര്യം ഏറെക്കുറെ ലളിതമായിത്തന്നെ വ്യാഖ്യാനിക്കുന്നുണ്ട്. ഉൽപ്പാദന ഉപകരണങ്ങളുടെ വികാസം, ഉൽപ്പാദനബന്ധങ്ങളിലുണ്ടാകുന്ന പരിണാമം എന്നിവയുടെ അടിസ്ഥാനത്തിലാണ് മാർക്സിസം ഇക്കാര്യം വിശദീകരിക്കുന്നത്.

വേട്ടയാടിയും പെറുക്കിത്തിന്നും ജീവിച്ചിരുന്ന മനുഷ്യൻ പുനംകൃഷി (shifting cultivation) നടത്തി ജീവിക്കാനാരംഭിച്ചതും തുടർന്ന് കാർഷികവൃത്തിയിലേക്കും വ്യവസായവൽക്കരണത്തിലേക്കും കുതിച്ചുയർന്നതും ഉൽപ്പാദന ഉപകരണങ്ങളിലുണ്ടായ വികാസംകൊണ്ടാണ്. പ്രകൃതിനിയമങ്ങൾക്ക് കീഴ്പ്പെട്ട്, പ്രകൃതിയുടെ തെരഞ്ഞെടുപ്പിനും അനുകൂലനത്തിനും വിധേയമായി ജീവിക്കുന്ന ഒരു ജന്തുവിഭാഗമല്ല മനുഷ്യൻ. അതുകൊണ്ടാണ് പ്രാകൃതികപരിണാമം മനുഷ്യനോടുകൂടി അവസാനിച്ചത്. പ്രകൃതി നടത്തുന്ന തെരഞ്ഞെടുപ്പിന് പകരം, മനുഷ്യൻ തന്റെ അതിജീവനത്തിനായി, പ്രകൃതിയിൽ ഇടപെടുകയും അതിനെ മാറ്റിത്തീർക്കുകയും ചെയ്യുന്നു. ഇതിന് അവനെ സഹായിക്കുന്ന ഭൗതിക ഉപാധികളെയാണ് നാം സാമാന്യമായി ഉപകരണങ്ങൾ എന്ന് പറയാറുള്ളത്. ഓരോ ഉപകരണത്തിന്റെയും സഹായത്തോടെ പ്രകൃതിയിൽ ഇടപെടുമ്പോൾ പ്രകൃതിമാത്രമല്ല, പ്രകൃതിയുടെ ഭാഗമായി മനുഷ്യനും മാറുന്നു. ഇപ്രകാരം മനുഷ്യൻ ഉപകരണവ്യവസ്ഥയിലൂടെ പ്രകൃതിയെ മാറ്റിത്തീർക്കുകയും അതിലൂടെ സ്വയം മാറുകയും ചെയ്യുന്നു.

ജീവിവിഭാഗത്തിന്റെ (സ്പീഷിസ്) പരിണാമവും മനുഷ്യസമൂഹത്തിന്റെ പരിണാമവും തമ്മിലുള്ള സമാനത, എമിലി ദർഖീം എന്ന സാമൂഹ്യശാസ്ത്രജ്ഞൻ ചൂണ്ടിക്കാണിക്കുന്നുണ്ട്. തൊഴിൽവിഭജനത്തിൽ വരുന്ന സങ്കീർണതകളാണ് സാമൂഹ്യപരിണാമത്തിന് മുഖ്യഹേതു എന്ന് അദ്ദേഹം നിരീക്ഷിക്കുന്നു. അതായത് സാമൂഹ്യപരിണാമത്തിന് ഒരു ഭൗതികതയുണ്ട്. ഓരോ ചരിത്രസന്ദർഭത്തിലും രൂപപ്പെട്ടുവരുന്ന ആശയങ്ങൾ, സമൂഹത്തിന്റെ ഭൗതികതയെ പുന:സൃഷ്ടിക്കുന്നതെങ്ങനെയെന്ന് ദർഖീം വിശദീകരിക്കുന്നു. സാമൂഹ്യമായ വസ്തുതകളെ/ആശയങ്ങളെ കേവലം വൈയക്തികമായ മാനസികചോദനകളായി അദ്ദേഹം വിലയിരുത്തുന്നില്ല.

സ്വന്തം ഭൗതികാസ്തിത്വത്തിനുവേണ്ടി പ്രകൃതിയെ മാറ്റിത്തീർക്കാൻ ശ്രമിക്കുന്ന മനുഷ്യൻ, സാമൂഹ്യാധ്വാനത്തിലൂടെയാണ് അത് സാധിക്കുന്നത്. ഈ സാമൂഹ്യാധ്വാനമാകട്ടെ, ഉപകരണാധിഷ്ഠിതമായ പ്രവൃത്തിയുടെ നിയമങ്ങളെ (laws of instrumental action) ആശ്രയിച്ചിരിക്കുന്നു.

മനുഷ്യൻ മാറുന്നു എന്നതിനർഥം അവന്റെ ബോധത്തിൽ മാറ്റം വരുന്നു എന്നാണ്. സാമൂഹ്യപരിണാമത്തിലൂടെ മനുഷ്യൻ സമാർജി ക്കുന്ന ആശയങ്ങളുടെ ആകത്തുകയാണ് 'ബോധം'. സാമൂഹ്യപരിണാ മത്തിന്റെ ഓരോ ഘട്ടത്തിലും മനുഷ്യന്റെ 'ബോധ'ത്തിൽ മാറ്റം വരുന്നു. ഭൗതികലോകത്തുണ്ടാകുന്ന ഓരോ മാറ്റവും മനുഷ്യന്റെ ബോധത്തെ മാറ്റിത്തീർക്കുകയും, ബോധത്തിലുണ്ടാകുന്ന പരിണാമം വീണ്ടും ഭൗതി കലോകത്തെ മാറ്റിത്തീർക്കാൻ യത്നിക്കുകയും ചെയ്യുന്നു. അതായത് ബോധം ഭൗതികതയായും ഭൗതികബോധമായും നിരന്തരം പ്രത്യക്ഷ പ്പെട്ടുകൊണ്ടിരിക്കുന്നു എന്ന് ചുരുക്കം.

ഉപകരണങ്ങളുടെ സൃഷ്ടിയും അതിന്റെ ഉപയോഗവും മനുഷ്യനെ സാമൂഹികജീവിയായി പരിവർത്തിപ്പിച്ചു. മനുഷ്യന്റെ കൂട്ടായ ജീവിത ത്തെയാണ് സാമാന്യമായി സാമൂഹികജീവിതമായി നാം കണക്കാക്കു ന്നത്. ഈ കൂട്ടായ ജീവിതത്തിന് പ്രധാനമായും രണ്ട് ഗുണങ്ങളുണ്ടാ യിരുന്നു. ഒറ്റപ്പെട്ട വ്യക്തികളുടെ കഴിവിനപ്പുറമുള്ള സംഗതികൾ കൂടി സാധ്യമാക്കാൻ ഇതുവഴി മനുഷ്യന് സാധിച്ചു. മറ്റൊന്ന് കൂട്ടായ ജീവിത ത്തിന് അനിവാര്യമായ ഭാഷ വികസിപ്പിച്ചെടുക്കാൻ സാധിച്ചു എന്നതാണ്. ഭാഷയ്ക്ക് ബോധത്തിന്റെ അത്രതന്നെ പഴക്കമുണ്ട് എന്ന *ജർമൻ പ്രത്യ യശാസ്ത്ര*ത്തിലെ പ്രസ്താവന ഇതാണ് സൂചിപ്പിക്കുന്നത്.

സാമൂഹ്യാധ്വാനത്തെ നിയന്ത്രിക്കുന്ന നിയമങ്ങൾ രണ്ടാണെന്ന് ഹെബർമാസ് ചൂണ്ടിക്കാണിക്കുന്നു:

(i) ഉപകരണാധിഷ്ഠിത പ്രവൃത്തിയുടെ നിയമങ്ങൾ.

(ii) സംവേദനാത്മകമായ പ്രവൃത്തിയുടെ നിയമങ്ങൾ.

ഇവയിൽ ആദ്യത്തേത് ഉപകരണങ്ങളുടെ വികാസത്തെയും രണ്ടാ മത്തേത് ഭാഷാവികാസത്തെയും സൂചിപ്പിക്കുന്നു. ഉപകരണാത്മകനിയ മങ്ങൾ ഉൽപ്പാദനത്തെയും സംവേദനാത്മകനിയമങ്ങൾ വിതരണ ത്തെയും നിർണയിക്കുന്നു.

സാമൂഹ്യജീവിതത്തിലും മനുഷ്യന്റെ ബോധവികാസത്തിലും ഭാഷ വഹിക്കുന്ന പങ്ക് വിശദമാക്കാൻ താഴെക്കാണുന്ന ഉദാഹരണത്തിലൂടെ സാധിക്കും.

> ഏറ്റവും വളർച്ച പ്രാപിച്ച ആൾക്കുരങ്ങിനു (ആന്ത്രോപ്പോയിഡ്) പോലും ധാരണകൾ സാധ്യമല്ലെന്ന് വ്യക്തമാക്കുന്ന ഉദാഹരണ മാണിത്. ഒരിടത്ത് കുറേ വാഴപ്പഴം വെച്ചിട്ടുണ്ട് . അതിന് ചുറ്റും മെഴുകുതിരികൾ കത്തിച്ചുവെച്ചിരിക്കുകയാണ്. ആ മെഴുകുതി രികൾ കെടുത്തിയിട്ട് വാഴപ്പഴം എങ്ങനെ എടുക്കാൻ പറ്റുമെന്ന് ആളുകൾ ചെയ്യുന്നതുകണ്ട് ഒരു ചിമ്പാൻസി പഠിച്ചു. പാത്രമെ ടുത്ത് പൈപ്പുതുറന്ന് അതിൽ വെള്ളം നിറച്ചിട്ട് ആ വെള്ളമൊഴി ച്ചാണ് അവൻ മെഴുകുതിരികൾ കെടുത്തിയത്. ഒരു ചങ്ങാടവും

കഴുക്കോലും ഉപയോഗിച്ച് ഒരു കുളത്തിന്റെ മറുകര എത്താനും അവൻ പഠിച്ചിരുന്നു. ഒരു ദിവസം അവനെ കുളക്കരയിൽ കൊണ്ടുവന്നപ്പോൾ കരയോട് തൊട്ട് ഒരു ചങ്ങാടവും അതിലൊരു കഴുക്കോലും ഉണ്ടായിരുന്നു. കുളത്തിന്റെ നടുക്ക് മറ്റൊരു ചങ്ങാടത്തിൽ കുറേ വാഴപ്പഴവും വച്ചിരുന്നു. പഴത്തിന് ചുറ്റും മെഴുകുതിരികൾ കത്തിച്ച് വച്ചിരുന്നു. തൊട്ടടുത്ത് വെള്ളമെടുക്കാനുള്ള പാത്രവും. ആ ചിമ്പാൻസി ആദ്യത്തെ ചങ്ങാടത്തിൽ കയറി കുളത്തിന്റെ നടുക്കുള്ള മറ്റേ ചങ്ങാടത്തിൽ എത്തി. അതിൽനിന്ന് വെള്ളം എടുക്കാനുള്ള പാത്രവുംകൊണ്ട് അവൻ ഇക്കരയിലേക്ക് മടങ്ങി. തൊട്ടടുത്തുള്ള ഒരു പൈപ്പിൽച്ചെന്ന് പാത്രത്തിൽ വെള്ളവും എടുത്തുകൊണ്ട് അവൻ ആ വെള്ളം ഒഴിച്ച് മെഴുകുതിരികൾ കെടുത്താനായി കുളത്തിന്റെ നടുക്കുള്ള ചങ്ങാടത്തിലേക്ക് പാഞ്ഞു. പൈപ്പിൽനിന്ന് വരുന്ന വെള്ളവും കുളത്തിലെ വെള്ളവും ഒന്നാണെന്ന് കാണാൻ, വെള്ളത്തെപ്പറ്റി പൊതുവിൽ ഒരു പ്രതിച്ഛായ മനസിൽ പതിക്കാൻ, അവന് കഴിവില്ലെന്ന് ഇതിൽനിന്ന് തെളിയുന്നുണ്ടല്ലോ. എന്നാൽ, പൈപ്പിൽനിന്ന് വരുന്നതും കുളത്തിലുള്ളതും മാനത്തുനിന്ന് മഴയായിപ്പെയ്യുന്നതും എല്ലാം വെള്ളമാണെന്ന് തിരിച്ചറിയാൻ ഒരു മനുഷ്യശിശുവിന് സാധിക്കുന്നു. അവനിത് സാധിക്കുന്നത് 'വെള്ളം' എന്ന ആശയത്തെ ബോധത്തിൽ സൃഷ്ടിക്കാൻ സാധിക്കുന്നതു കൊണ്ടാണ്. ഈ ആശയരൂപീകരണത്തിന്റെ പ്രഥമ ഉപാധിയാണ് ഭാഷ.

അധ്വാനവും ഭാഷയും

മനുഷ്യന്റെ ബോധത്തെയും മൃഗങ്ങളുടെ മാനസികഭാവത്തെയും (mentality) വേർതിരിച്ചുനിർത്തുന്ന പ്രധാന ഉപാധി ഭാഷയാണ്. ഭാഷ എന്നതിനെ കേവലം ആശയസംവേദനത്തിനുള്ള ഒരു മാധ്യമമായി ഇന്ന് നാം വിലയിരുത്തുന്നില്ല. മറിച്ച്, ഭാഷ എന്നത് മനുഷ്യന്റെ ബോധംതന്നെയാണ്. അതിന് മൂർത്തമായ ഭൗതികതയുണ്ട്. സാമൂഹികഘടനയെയും പ്രക്രിയയെയും മനസിലാക്കിക്കൊണ്ട് മാത്രമേ ഭാഷയുടെ 'ഭൗതികത വിശദീകരിക്കാനാവൂ. ഈ സാമൂഹികഘടനയുടെ സമഗ്രതയെ നാം സാധാരണയായി സംസ്കാരം എന്ന് വിളിക്കുന്നു. സാംസ്കാരത്തെ സാമ്പത്തികോൽപ്പാദനത്തിന്റെ അനുബന്ധമായി ഇന്ന് ആരും വിലയിരുത്തുന്നില്ല. കാരണം സാമ്പത്തികോൽപ്പാദനത്തിന് അതിന്റേതായ ചലനനിയമങ്ങളുള്ളതുപോലെ സംസ്കാരത്തിനും തനതായ ബലതന്ത്രങ്ങളുണ്ട്. ഒന്ന് മറ്റൊന്നിന് കേവലമായി കീഴ്പ്പെട്ടുകൊണ്ടുള്ള ബന്ധമല്ല അവയ്ക്കിടയിലുള്ളത്.

അധ്വാനം>ബോധം>ഭാഷ>സംസ്കാരം എന്നിവ തമ്മിലുള്ള സങ്കീർണബന്ധങ്ങളെ സസൂക്ഷ്മം വിശകലനം ചെയ്യാതെ സംസ്കാര

ത്തെക്കുറിച്ചുള്ള ഒരു പഠനവും പൂർണമാവുകയില്ല. നേരത്തെ സൂചിപ്പിച്ചതുപോലെ സാമൂഹികഘടനയുടെ സാകല്യമാണ് സംസ്കാരം. എന്നാൽ ഈ സമഗ്രതയിൽ എന്തെല്ലാം പെടും എന്ന് പട്ടികപ്പെടുത്തുക എളുപ്പമല്ല. കാരണം സംസ്കാരം എന്നത് ഒരു ചിഹനനപ്രക്രിയയാണ് (signification). ഇതിൽ ആവിഷ്കാരത്തിന്റെയും(performance) അവബോധത്തിന്റെയും(competence) രണ്ട് തലങ്ങൾ പ്രവർത്തിക്കുന്നുണ്ട്. വസ്ത്രം, പാർപ്പിടം, ഭക്ഷണം, വിശ്വാസങ്ങൾ, അനുഷ്ഠാനങ്ങൾ, മതം, രാഷ്ട്രീയം, കുടുംബം എന്നിവയെല്ലാം സാംസ്കാരികമായ ആവിഷ്കാരങ്ങളാണ്. എന്നാൽ ഈ ആവിഷ്കാരങ്ങൾ ഭൗതികമായ ആവശ്യങ്ങൾ നിറവേറ്റുക മാത്രമല്ല ചെയ്യുന്നത്. അവ സാമൂഹ്യബന്ധങ്ങളെയും സാമൂഹ്യഘടനയെയും പുനരുൽപ്പാദിപ്പിക്കുകയും ചെയ്യുന്നു. ഭക്ഷണം വിശപ്പടക്കാനുള്ള ഒരുപാധി മാത്രമല്ല. അതൊരു സാംസ്കാരിക ഉൽപ്പന്നം കൂടിയാണ്. മനുഷ്യനും പ്രകൃതിയും തമ്മിലുള്ള ബന്ധത്തെയും മനുഷ്യർക്കിടയിലുള്ള ബന്ധത്തെയും സൂചിപ്പിക്കാൻ ഭക്ഷണത്തിന് കഴിയും. ഇതുപോലെ വസ്ത്രം, പാർപ്പിടം എന്നിവയും ഭൗതികധർമത്തെ കവിഞ്ഞുനിൽക്കുന്ന സാംസ്കാരികസൂചകങ്ങളാണ്. ലോകത്തിലെ ഏതു സമൂഹത്തെ സംബന്ധിച്ചും ഇത് ശരിയാണ്. അതേ സമയം ഈ സൂചകങ്ങൾ, സാർവലൗകികമല്ലെന്ന വസ്തുതയും ശ്രദ്ധേയമാണ്. ഓരോ സമൂഹവും വികസിച്ചുവന്ന ഭൗതികലോകത്തിൽനിന്നാണ് അവരുടെ സംസ്കാരങ്ങൾ ഉണ്ടാവുന്നത് എന്നതുകൊണ്ട്, ഈ സൂചകങ്ങൾ ആവിഷ്കാരത്തിലും അവബോധത്തിലും വ്യത്യാസപ്പെട്ടിരിക്കുന്നു. ഇതാണ് 'സാംസ്കാരികവൈവിധ്യം' എന്നതുകൊണ്ടുദ്ദേശിക്കുന്നത്.

ആധുനിക മുതലാളിത്തത്തിന്റെയും കൊളോണിയലിസത്തിന്റെയും ആദ്യഘട്ടത്തിൽ സമൂഹങ്ങളും സംസ്കാരങ്ങളും തമ്മിലുള്ള താരതമ്യപഠനം വ്യാപകമായി. സംസ്കാരത്തിന്റെ സാർവലൗകികത കണ്ടെത്തുന്നതിലായിരുന്നു ഈ പഠനങ്ങൾ ഊന്നൽ നൽകിയത്. സംസ്കാരിക വൈവിധ്യത്തെ തിരസ്കരിച്ച് സാർവലൗകികതയിലേക്ക് നയിക്കുന്ന ഇത്തരം പഠനങ്ങൾ പിൽക്കാലത്ത് സൂക്ഷ്മവിമർശനത്തിന് വിധേയമായി.

അധ്വാനവും സംസ്കാരവും

ഒരു സമൂഹത്തിന്റെ സമഗ്രമായ ജീവിതശൈലിയെയാണ് സാമാന്യമായി സംസ്കാരം എന്ന് വിളിക്കുന്നത്. ഭൗതികജീവിതത്തിനാവശ്യമായ സാങ്കേതികവിദ്യകളെയും ഉൽപ്പന്നങ്ങളെയും ചേർത്ത് നാഗരികത (civilization) എന്നും ഒരു പ്രത്യേക കാലഘട്ടത്തിൽ രൂപപ്പെടുന്ന സാമൂഹ്യബന്ധങ്ങളെയും അവ ഉൽപ്പാദിപ്പിക്കുന്ന മൂല്യവ്യവസ്ഥയെയും ചേർത്ത് സംസ്കാരം(culture)എന്നും വിശേഷിപ്പിക്കാറുണ്ട്. എന്നാൽ ഈ മൊഴിമാറ്റം പൂർണമായും ശരിയാകണമെന്നില്ല. ഭൗതികജീവിതവും

അതിന്റെ അടിപ്പടവായ മൂല്യവ്യവസ്ഥയും പരസ്പരം വേറിട്ട് നിൽക്കുന്നവയല്ല. സംസ്കാരത്തിന്റെ അവിഭാജ്യഘടകമായ ഈ ഭൗതികജീവിതത്തെ സാമാന്യമായി ഭൗതികസംസ്കാരം (material culture) എന്ന് വിളിക്കാം.

റെയ്മണ്ട് വില്യംസ് സംസ്കാരത്തിന് മൂന്ന് അർഥങ്ങൾ കൽപ്പിക്കുന്നുണ്ട്:

(i) 'ഉൽപ്പാദനവും വളർച്ചയും' എന്ന അർഥത്തിൽ ഉപയോഗിക്കുന്നതും പൊതുവായ ഒരു പ്രക്രിയയെ സൂചിപ്പിക്കുന്നതുമായ സ്വതന്ത്രനാമം.

(ii) 'ജീവിതചര്യ അഥവാ അർഥോൽപ്പാദനരീതി' എന്ന അർഥത്തോടെ ഏതെങ്കിലും ഒരു ജനസമൂഹത്തെ മുൻനിർത്തി സവിശേഷമായി ഉപയോഗിക്കുന്ന സ്വതന്ത്രനാമം.

(iii) സർഗാത്മകസൃഷ്ടികളെ കുറിക്കുന്ന നാമം.

എന്നാൽ ഇവയൊന്നും പരസ്പരം വേറിട്ടുനിൽക്കുന്നില്ല. ഒരു സർഗാത്മകസൃഷ്ടി അർഥോൽപ്പാദനം നടത്തുന്നുണ്ട്. ഈ അർഥോൽപ്പാദനം ഒരു സമൂഹത്തിന്റെ ഉൽപ്പാദനവ്യവസ്ഥയെയും അതിൽ വരുന്ന പരിണാമങ്ങളേയും ആശ്രിയിച്ചിരിക്കുന്നു. ചുരുക്കത്തിൽ സംസ്കാരത്തിന് കൽപ്പിച്ച അർഥധ്വനികൾ ഒരു സമഗ്രതയെയാണ് പ്രതിനിധാനം ചെയ്യുന്നത്.

'Colere' എന്ന മൂലരൂപത്തിൽനിന്നുത്ഭവിച്ച cultura എന്ന ലാറ്റിൻ പദത്തിൽനിന്നാണ് 'സംസ്കാരം' എന്നതിനെ സൂചിപ്പിക്കുന്ന 'culture' എന്ന പദം ഉണ്ടായത്. കുടിപാർക്കുക, കൃഷിചെയ്യുക, സംരക്ഷിക്കുക, പ്രാർഥനയിലൂടെ ആദരിക്കുക' എന്നൊക്കെയാണ് 'colere' എന്ന മൂലരൂപം ഉൽപ്പാദിപ്പിക്കുന്ന അർഥ ധ്വനികൾ.

'Colere > colonus > colony (കുടിപാർക്കുക എന്ന അർഥസൂചന നൽകുന്ന colony എന്ന പദത്തിന്റെയും നിരുക്തിപരമായ മൂലം colere തന്നെ.) താഴെത്തരുന്ന ഉദാഹരണങ്ങളും ഇതേ മൂലരൂപത്തിൽനിന്നുണ്ടാകുന്നവയാണ്. colere > cultus > cult (പ്രാർഥയിലൂടെ ആദരിക്കുക എന്ന അർഥസൂചന). 'cultura' എന്ന ഫ്രഞ്ച് പദം പതിനഞ്ചാം നൂറ്റാണ്ടോടെ ഇംഗ്ലീഷ് ഭാഷയിലേക്ക് പ്രവേശിക്കുകയും 'കന്നുകാലികളെ പരിചരിക്കുക' എന്ന അർഥത്തോടെ പ്രയോഗിക്കുകയും ചെയ്തിരുന്നു. അതായത് കൃഷി, കന്നുകാലിപരിചരണം എന്നിങ്ങനെയുള്ള ഭൗതിക വ്യാപാരങ്ങളെ ഉദ്ദേശിച്ചാണ് സംസ്കാരം' എന്ന പദം ഉപയോഗിച്ചിരുന്നതുതന്നെ. ഉൽപ്പാദനപ്രക്രിയയിലേക്കിറങ്ങിനിൽക്കുന്ന സംസ്കാരത്തിന്റെ വേരുകളെ വിസ്മരിച്ചുകൊണ്ട് ഒരു സാംസ്കാരികവിശകലനവും പൂർണമാക്കാനാവില്ലെന്നാണ് ഇത് നൽകുന്ന സൂചന.

അമൂർത്തമായ ഒരു പ്രക്രിയയെയും അതിന്റെ ഉൽപ്പന്നങ്ങളേയും 'സംസ്കാരം' എന്ന് വിളിക്കാനാരംഭിച്ചത് 19-ാം നൂറ്റാണ്ടിന്റെ രണ്ടാം

പകുതിയിലാണ്. അതുവരെ, കൃഷിയുമായി ബന്ധപ്പെട്ടുനിൽക്കുന്ന ഒരു പദമെന്ന നിലയിൽ 'സംസ്കാര'ത്തിന് വർഗപരമായ ഉള്ളടക്കം സാമാന്യമായിത്തന്നെ ഉണ്ടായിരുന്നു. പതിനെട്ടാം നൂറ്റാണ്ടുവരെ ഫ്രാൻസിലും കൃഷിയുമായി ബന്ധപ്പെട്ടാണ് 'സംസ്കാരം' എന്ന പദം ഉപയോഗിച്ചിരുന്നത്.

ജർമനിയിൽ കാൾവൺ ഹെർഡർ 18-ാം നൂറ്റാണ്ടിൽത്തന്നെ 'സംസ്കാരം' എന്നതിനെ അമൂർത്തമായ അർഥകൽപ്പനയോടെ ഉപയോഗിക്കുകയുണ്ടായി. ലോകത്തെ ഓരോ സമൂഹവും മറ്റൊന്നിൽനിന്ന് വിഭിന്നമാണെന്നും യുറോപ്യൻ സംസ്കാരമാണ് ഏറ്റവും മികച്ചതെന്നും കരുതുന്നത്, പ്രകൃതിയുടെ വിധാതാവിനെ അപമാനിക്കുന്നതിന് തുല്യമാണെന്നും ഹെർഡർ സൂചിപ്പിക്കുന്നുണ്ട്. ഹെർഡറുടെ ഈ 'സംസ്കാര' സങ്കൽപ്പം പിൽക്കാലത്ത് ഹിറ്റ്ലറെ ഏറെ സ്വാധീനിക്കുകയുണ്ടായി എന്നതും മറക്കാനാവാത്ത ചരിത്രസത്യമാണ്.

'നാഗരികത' എന്ന ആശയത്തിന്റെ മേൽക്കോയ്മയെ ചോദ്യം ചെയ്തുകൊണ്ട് 'സാംസ്കാരികവൈവിധ്യം' എന്ന ആശയം ഉപയോഗിച്ചു തുടങ്ങിയത് ഹെർഡറിന് ശേഷമുള്ള 'കാൽപ്പനിക ദേശീയത' (Romantic Nationalism)യുടെ ഘട്ടത്തിലാണ്. "നാടോടിസംസ്കാരം" എന്ന സങ്കൽപ്പനം ഉണ്ടാകുന്നതും ഇതേ സന്ദർഭത്തിൽത്തന്നെ. വ്യാവസായികവികസനവും യന്ത്രവൽക്കരണവും മനുഷ്യത്വഹീനമാണെന്നും, അതിനു വിരുദ്ധമായതാണ് നാടോടിസംസ്കാരമെന്നുമുള്ള കാഴ്ചപ്പാട് ഇതേ ചരിത്രസന്ദർഭത്തിൽ രൂപപ്പെട്ടതാണ്.

പ്രാചീനസമൂഹം(Primitive society) കാർഷികസമൂഹം (Barbaric society), പരിഷ്കൃതസമൂഹം(civilised society) എന്നീ ഘട്ടങ്ങളിലൂടെ കടന്നുപോകുന്ന മനുഷ്യസമൂഹത്തിന്റെ വികാസഗതിയെ ബന്ധിച്ചുള്ള ആദ്യകാല നരവംശശാസ്ത്രജ്ഞരുടെ (മോർഗൻ, ടെയ്‌ലർ എന്നിവരുടെ) നിരീക്ഷണവും സാംസ്കാരികവികാസത്തെ മുൻനിർത്തിയുള്ളതാണ്. 'സംസ്കാരം' എന്ന പദത്തിന് റെയ്മണ്ട് വില്യംസ് കൽപ്പിച്ച മൂന്ന് അർഥധ്വനികളിൽ രണ്ടാമത്തേതിനെയാണ് നരവംശശാസ്ത്രം പിൻപറ്റുന്നത്.

ചുരുക്കത്തിൽ, സംസ്കാരത്തെക്കുറിച്ചുള്ള പഠനങ്ങൾ രണ്ടുതരം നിർണയനവാദങ്ങളിൽ പെട്ടുപോകാറുണ്ട്. മനുഷ്യന്റെ ദൈനംദിനജീവിതത്തിനാവശ്യമായ ഭൗതികലോകത്തെ മാത്രം സംസ്കാരമായെണ്ണുകയെന്നതാണ് ഇതിൽ ആദ്യത്തേത്. മനുഷ്യസമൂഹം ഉൽപ്പാദിപ്പിക്കുന്ന പ്രതീകവ്യവസ്ഥയെ മാത്രം സംസ്കാരമായി മനസിലാക്കുകയെന്നതാണ് രണ്ടാമത്തേത്. എന്നാൽ ഇവ രണ്ടിനെയും കണക്കിലെടുത്തുകൊണ്ടു മാത്രമേ സാംസ്കാരികപഠനം പൂർണമാക്കാനാകൂ. 'ഭൗതികലോകവും പ്രതീകാത്മകലോകവും എന്ന ഈ വൈരുധ്യത്തെ സമീകരിക്കാനാണ് 'സംസ്കാരികഭൗതികവാദം' എന്ന സംജ്ഞയ്ക്ക് താൻ രൂപം നൽകിയതെന്ന് റെയ്മണ്ട് വില്യംസ് സൂചിപ്പിക്കുന്നുണ്ട്.

വർഗവിഭജിതമായ ഒരു സമൂഹത്തിൽ, ഉൽപ്പാദന ഉപാധികളുടെ ഉടമകളായിത്തീരുന്നവരാണ് ഉൽപ്പാദനത്തെ നിയന്ത്രിക്കുന്നത് എന്നതു പോലെ, പ്രതീകാത്മകമായ വിനിമയപ്രക്രിയയും അതേ വർഗത്താലാണ് നിയന്ത്രിക്കപ്പെടുന്നത്. കാരണം വിനിമയപ്രക്രിയയിൽ, ഉപകരണവ്യവസ്ഥ നിർണായകമായ പങ്കു വഹിക്കുന്നുണ്ട്. ഈ ഉപകരണവ്യവസ്ഥയുടെ നിയന്ത്രണം സ്വാഭാവികമായും ഉടമവർഗത്തിൽ നിക്ഷിപ്തമായിരിക്കും.

സാമാന്യമായ അർഥത്തിൽ 'നാട്ടറിവ്' എന്നത് ഒരു പരമ്പരാഗത സമൂഹത്തിന്റെ ഉൽപ്പാദനവ്യവസ്ഥയുമായി ബന്ധപ്പെട്ടതാണ്. അതായത് ഭൗതികലോകത്തിന്റെ ഉൽപ്പാദനവും പുനരുൽപ്പാദനവുമാണ് നാട്ടറിവിലൂടെ സാധ്യമാകുന്നത്. എന്നാൽ അതേ സമയം 'നാട്ടറിവ്' എന്നത് കേവലം 'അറിവു'മാത്രമല്ല. പരമ്പരാഗത സമൂഹത്തിന്റെ പ്രതീകാത്മകവ്യവസ്ഥയിൽനിന്ന് വേർപെടുത്തി നാട്ടറിവിനെ വിലയിരുത്താനാവില്ല. വാമൊഴിയിലും വിശ്വാസങ്ങളിലും അനുഷ്ഠാനങ്ങളിലുമായാണ് നാട്ടറിവ് ചിഹ്നനം ചെയ്യപ്പെട്ടിരിക്കുന്നത്. ഇവയിലൂടെതന്നെയാണ് ഇതിന്റെ കൈമാറ്റം നടക്കുന്നതും. എന്നാൽ സാമാന്യജനതയുടെ ദീർഘകാലത്തെ അനുഭവങ്ങളിലൂടെ സ്വാംശീകരിക്കപ്പെട്ട 'നാട്ടറിവ്' ഒരിക്കലും വരമൊഴിയിൽ ക്രോഡീകരിക്കപ്പെടുകയുണ്ടായില്ല. കാരണം 'എഴുത്ത്' എന്ന പ്രതീകാത്മകവ്യവസ്ഥ (മനുഷ്യൻ തനിക്കുചുറ്റുമുള്ള പ്രകൃതിയെ വിനിമയവ്യവസ്ഥയായി പരിവർത്തിപ്പിക്കുന്നു. ഈ പരിവർത്തനം മൂന്ന് തരത്തിലാണ് നടക്കുന്നതെന്ന് റെയ്മണ്ട് വില്യംസ് സൂചിപ്പിക്കുന്നു. (i) amplificatory, (ii) durative, (iii) alternative എന്നിവയാണവ. (ഇവയിൽ alternative എന്ന വിഭാഗത്തിലാണ് അദ്ദേഹം എഴുത്തിനെ ഉൾപ്പെടുത്തിയിരിക്കുന്നത്). സമൂഹത്തിലെ ഭരണവർഗത്തിന്റെ കൈപ്പിടിയിലായിരുന്നു അവയോരോന്നും, എന്നാൽ, 'വരമൊഴി'യിൽ രേഖപ്പെടുത്തപ്പെട്ട നാട്ടറിവ് 'വാമൊഴി'യിൽ ലഭ്യമാവുന്ന നാട്ടറിവിൽനിന്ന് ഉള്ളടക്കപരമായി ഏറെയൊന്നും ഭിന്നമല്ല. എന്നാൽ സ്വന്തം വർഗതാൽപ്പര്യം സംരക്ഷിക്കാനുള്ള ഒരുപാധിയായി വരമൊഴിയെ ഉപയോഗപ്പെടുത്താൻ അന്നത്തെ അധീശ വർഗത്തിന് കഴിഞ്ഞു. മറ്റൊരർഥത്തിൽ ഒരു പരമ്പരാഗതസമൂഹത്തിലെ അധ്വാനിക്കുന്ന വർഗം, തലമുറകളിലൂടെ സമാർജിച്ച ജ്ഞാനത്തെ, തങ്ങളുടെ മേൽക്കോയ്മ നിലനിർത്താനാകുംവിധം ഒരു പ്രതീകാത്മകവ്യവസ്ഥയിലൂടെ പുനഃസൃഷ്ടിക്കുകയാണ് അധികാരിവർഗം ചെയ്തത്. 'വരമൊഴി'യിലൂടെ ലഭ്യമാകുന്ന നാട്ടറിവിന്റെ ഈ പ്രതീകാത്മക(വിനിമയ)മൂല്യത്തെ നാട്ടറിവു പഠനം അവഗണിക്കുകയാണ് പതിവ്. സംസ്കൃതത്തിലും മറ്റും ലഭ്യമായ പ്രാചീനകൃതികളിലെ അറിവിനെക്കൂടി നാട്ടറിവായി പരിഗണിക്കുന്ന സമീപനമാണ് ഈ കൃതിയിൽ സ്വീകരിച്ചിട്ടുള്ളത്.

വാമൊഴിക്കുമേൽ വരമൊഴി സ്ഥാപിച്ച ആധിപത്യം വാമൊഴിയിലൂടെ ലഭ്യമായിരുന്ന നിരവധി നാട്ടറിവുകളെ മറവിയിലേക്ക് ചവിട്ടി

ത്താഴ്ത്തി. തുടർന്നുവന്ന വിനിമയവ്യവസ്ഥകൾ (ഇലക്ട്രോണിക് മാധ്യമങ്ങളുൾപ്പെടെ) ഈ അധീശത്വത്തെ കുടുതൽ പ്രബലമാക്കുകയാണ് ചെയ്തത്. വിനിമയോപാധികളിൽ മേൽക്കോയ്മയുള്ളവർ നാട്ടറിവിന്റെ ഉടമസ്ഥത കൈക്കലാക്കി.

ജീവിതത്തെ പുനരുൽപ്പാദിപ്പിക്കുന്ന സാമ്പത്തികവ്യവസ്ഥയുടെ ഉൽപ്പത്തി, ആയുധങ്ങളുടെ (ഉപകരണങ്ങളുടെ) കണ്ടെത്തലുമായി ബന്ധപ്പെട്ടിരിക്കുന്നു. വേട്ടയാടിനടന്നിരുന്നവരിൽ പുരുഷന്മാർ ഒരു സംഘമായി രൂപപ്പെട്ടു. ഈ സംഘം ആയുധങ്ങളും ഉപകരണങ്ങളും ഉപയോഗിക്കാൻ തുടങ്ങി. പരിമിതമായ തോതിൽ തൊഴിൽവിഭജനം നിലവിൽ വന്നു. വേട്ടയാടിക്കിട്ടിയ മൃഗത്തെ അവർ തങ്ങൾക്കിടയിൽ വിതരണം ചെയ്തു. ഉൽപ്പാദനോപാധികൾ വികസിപ്പിക്കുന്നതിലൂടെയും തൊഴിലധിഷ്ഠിതമായ ഒരു സാമൂഹികഘടന രൂപപ്പെടുത്തുന്നതിലൂടെയും അവയുടെ സാമൂഹ്യവിതരണത്തിലൂടെയും മനുഷ്യൻ തന്റെ ജീവിതത്തെ പുനരുൽപ്പാദിപ്പിക്കാൻ കഴിയുന്ന ഒരു സാമ്പത്തികഘടന വികസിപ്പിച്ചെടുത്തു. ഈ സാമ്പത്തികഘടന പിൽക്കാലത്ത് വളരുകയും പരിണമിക്കുകയും ചെയ്തിട്ടുണ്ട്. ഈ വളർച്ചയുടെയും പരിണാമത്തിന്റെയും ചരിത്രമാണ് മനുഷ്യചരിത്രം.

ഉപകരണവ്യവസ്ഥ, അധ്വാനം, ഭാഷ, സംസ്കാരം എന്നിവയെ വെവ്വേറെ പരിശോധിച്ചുകൊണ്ട് ഒരു ചരിത്രരചന സാധ്യമല്ല. ഇവിടെ ചർച്ചചെയ്യുന്ന 'നാട്ടറിവി'ന്റെ ഉള്ളടക്കമായി മേൽപ്പറഞ്ഞ മൂന്നും പരസ്പരബന്ധിയായി കടന്നുവരും.

നാട്ടറിവും വാമൊഴിയും

നാട്ടറിവ് കേവലമായ ജ്ഞാനമല്ലെന്നും അത് ജീവിതത്തിലുടനീളം ലയിച്ചുകിടക്കുന്ന അവബോധമാണെന്നും നാം തിരിച്ചറിയണം. ഭൗതികമായ എല്ലാറ്റിനെയും അതിഭൗതികതയുടെ ആവരണത്തോടെയാണ് നാട്ടറിവ് അവതരിപ്പിക്കുക. വൈദ്യം മന്ത്രവാദത്തോടൊപ്പവും സംഗീതം അനുഷ്ഠാനങ്ങളുടെ അകമ്പടിയോടെയും വാസ്തുവിദ്യ വിശ്വാസങ്ങളുടെ പിൻബലത്തോടെയുമാണ് പ്രത്യക്ഷപ്പെടുക. ഈ സമാഹാരത്തിലെ ലേഖനങ്ങൾതന്നെ ഇതിന് തെളിവാണ്. അറിവിന്റെ പശ്ചാത്തലമായി നിൽക്കുന്ന വിശ്വാസത്തിന്റെ ലോകം യഥാർഥത്തിൽ സാമൂഹ്യബന്ധങ്ങളെ പുനരുൽപ്പാദിപ്പിക്കുന്ന പ്രത്യയശാസ്ത്രധർമമാണ് നിർവഹിക്കുന്നത്. മനുഷ്യൻ എന്ന കർതൃത്വത്തിന്റെ ഇടപെടലില്ലാത്ത ഒരു വ്യവഹാരവും നാട്ടറിവിലില്ല. അതായത് സാമൂഹ്യബന്ധങ്ങളുടെ വലയിൽത്തന്നെയാണ് നാട്ടറിവിന്റെ വ്യവഹാരം. മതാത്മകമായ ഒരു പരിസരം ഈ പ്രത്യയശാസ്ത്രവ്യവഹാരങ്ങൾക്ക് അനിവാര്യമാണ്.

ആധുനികകാലത്ത് ശാസ്ത്രവും സാങ്കേതികവിദ്യയും നാട്ടറിവിനെ ആദേശം ചെയ്തിട്ടുണ്ട്. എന്നാൽ മനുഷ്യബന്ധങ്ങളേയും അവയെ

നിർണയിക്കുന്ന പ്രത്യയശാസ്ത്രപരിസരത്തേയും മറികടക്കാൻ ഈ പുതിയ ജ്ഞാനരൂപങ്ങൾക്കും കഴിഞ്ഞിട്ടില്ല. കമ്പോളനിയമങ്ങളാണ് ആധുനികമായ ഉൽപ്പാദനവ്യവസ്ഥയെ നിർണയിക്കുന്നത്. പരസ്യങ്ങളുടെയും തത്തുല്യമായ മിത്തുകളുടെയും വലിയൊരു ശൃംഖലതന്നെ ആധുനികമായ ഭൗതികസംസ്കാരത്തെ പൊതിഞ്ഞുനിൽക്കുന്നുണ്ട്. നാട്ടുപാരമ്പര്യത്തിൽ വാമൊഴിയും വിശ്വാസങ്ങളും സൃഷ്ടിച്ച മതാത്മക പരിസരം ആധുനികകമ്പോളത്തിൽ സൃഷ്ടിക്കുന്നത് പരസ്യങ്ങളും അവയ്ക്കനുബന്ധമായ മിത്തുകളുമാണ്. ഇവ രണ്ടും നിർവഹിക്കുന്ന ധർമമാകട്ടെ പ്രത്യയശാസ്ത്രപരമാണു താനും.

2

അറിവും അധ്വാനവും ഇന്ത്യൻ പശ്ചാത്തലത്തിൽ ഒരന്വേഷണം

തദ്ദേശീയമായ അറിവ് (Indigenous knowledge), തദ്ദേശീയമായ സാങ്കേതികജ്ഞാനം (Indigenous technical knowledge), ഗ്രാമീണജനതയുടെ അറിവ് (rural people's knowledge), പാരമ്പര്യമായിക്കിട്ടിയ അറിവ് (traditional knowledge) എന്നിങ്ങനെ 'നാട്ടറിവി'നെ സൂചിപ്പിക്കാൻ പല പേരുകൾ ഉപയോഗിച്ചു കാണാറുണ്ട്.

നാട്ടറിവിന്റെ ചില നിർവചനങ്ങൾ ഇവയാണ്:

a) വ്യവസ്ഥാപിതവും തലമുറകളിലൂടെ കൈമാറ്റം ചെയ്യപ്പെടുന്നതുമായ തദ്ദേശീയജ്ഞാനമാണ് നാട്ടറിവ്.

b) അനന്യമായ സാമൂഹ്യ-ഭൗതിക സാഹചര്യങ്ങൾക്കകത്ത് രൂപപ്പെട്ടതും നിയതമായ സവിശേഷതകളോടുകൂടിയതുമായ അധ്വാനരൂപങ്ങളാണ് നാട്ടറിവ്. ഒരു പ്രത്യേക പ്രദേശത്ത് ഏറെക്കാലം തുടർച്ചയായി ജീവിക്കുക വഴി ഒരു ജനത സ്വന്തം അനുഭവപരിസരത്തുനിന്ന് വികസിപ്പിച്ചെടുക്കുന്നതാണിത്.

c) ഒരു നിശ്ചിത പാരിസ്ഥിതികഘടനയ്ക്കകത്ത് അതിജീവനാർഥം ഒരു സാംസ്കാരിക(വംശീയ)ജനവിഭാഗം വികസിപ്പിച്ചെടുക്കുന്നതും കൃഷിയുമായി ബന്ധപ്പെട്ടതുമായ അറിവാണ് നാട്ടറിവ്.

d) ഗ്രാമീണജനതയുടെ പ്രയോഗത്തിലൂടെ വികസിപ്പിക്കപ്പെട്ട അറിവാണ് നാട്ടറിവ്.

ഈ നിർവചനങ്ങളെല്ലാം സാമാന്യമായി പുലർത്തിപ്പോരുന്ന ചില വീക്ഷണങ്ങളുണ്ട്:

i) നാട്ടറിവ് 'ശാസ്ത്രീയവും ആധുനികവുമായ ഇന്നത്തെ അറിവിൽ നിന്ന് വിഭിന്നമാണ്. ആധുനികശാസ്ത്രവിജ്ഞാനവുമായി തട്ടിച്ചു നോക്കുമ്പോൾ നാട്ടറിവ് അപര്യാപ്തവും അപകൃഷ്ടവുമാണ്. ആധുനികജ്ഞാനവ്യവഹാരത്തിൽ ശാസ്ത്രത്തിൽനിന്ന് സാങ്കേതികവിദ്യയിലെത്തിച്ചേരുന്ന ഏകരേഖീയമായ ജ്ഞാനസങ്കൽപ്പമാണുള്ളത്. എന്നാൽ അത്തരമൊരു സങ്കൽപ്പം നാട്ടറിവിൽ കാണുന്നില്ല.

ii) നാട്ടറിവ് പ്രകൃതിയുമായി ഇണങ്ങിച്ചേരുന്നതും സുസ്ഥിരമായ നിലനിൽപ്പ് ഉറപ്പുവരുത്തുന്നതുമാണ്. സ്വന്തം അതിജീവനത്തിന് ഒരു ജനതയെ പ്രാപ്തമാക്കുന്നതിൽ നാട്ടറിവിന് വലിയ പങ്കുണ്ട്.

iii) സാമൂഹ്യവും രാഷ്ട്രീയവുമായ ജ്ഞാനപദ്ധതിയുമായി ചേർത്തു നിർത്തി നാട്ടറിവിനെ നോക്കിക്കാണുന്നതാണ് മൂന്നാമത്തെ വീക്ഷണം. അത് കൂടുതൽ സമഗ്രവും വിശകലനാത്മകവുമാണ്.

ഇപ്പറഞ്ഞവയിൽ ആദ്യത്തെ വീക്ഷണം യാന്ത്രികഭൗതികവാദത്തിന്റെയും യൂറോകേന്ദ്രിതമായ മുതലാളിത്തത്തിന്റെയും നിലപാടുകൾ പങ്കുവെക്കുന്നതാണ്. രണ്ടാമത്തേതാകട്ടെ കാൽപ്പനികവും പലപ്പോഴും പുനരുത്ഥാനവാദത്തിലേക്ക് നയിക്കുന്നതുമാണ്. ഇവയിൽനിന്നെല്ലാം വ്യത്യസ്തമാണ് മൂന്നാമത്തേത്. അത് കൂടുതൽ ചരിത്രപരവും വസ്തുതകളുടെ യഥാർഥസ്ഥിതി വെളിപ്പെടുത്തുന്നതുമാണ്.

മുതലാളിത്തവികസനം വലിയൊരു പ്രതിസന്ധിയെ അഭിമുഖീകരിക്കാനാരംഭിച്ചതോടെയാണ് ശാസ്ത്രത്തെക്കുറിച്ചും ആധുനികമായ ജ്ഞാനപദ്ധതിയെക്കുറിച്ചും ചില വീണ്ടുവിചാരങ്ങൾ ഉണ്ടായത്. ശാസ്ത്രം എന്ന ബൃഹദാഖ്യാനത്തെ 'നാട്ടറിവ്' എന്ന ലഘു ആഖ്യാനം കൊണ്ട് പകരംവെക്കാനാവുമെന്ന ധാരണ പ്രബലമാവുകയും പ്രകൃതിയുമായി ഇണങ്ങിക്കഴിയാൻ മനുഷ്യനെ സഹായിക്കുന്ന അറിവും സാങ്കേതികവിദ്യയുമെന്ന അർഥത്തിൽ നാട്ടറിവിനെ സമീപിക്കാനാരംഭിക്കുകയും ചെയ്തത് രണ്ടാംലോകമഹായുദ്ധത്തിന് ശേഷമാണ്. ശാസ്ത്രത്തെ മനുഷ്യന്റെ സർവനാശത്തിനുപയോഗിക്കുന്ന മുതലാളിത്തതാൽപ്പര്യത്തെ വിമർശിക്കുന്നതിനുപകരം ശാസ്ത്രത്തിന്റെ യുക്തിയെത്തന്നെ നിരാകരിക്കുന്ന ഉത്തരാധുനിക സന്ദർഭത്തിലാണ് നാട്ടറിവിനെക്കുറിച്ചുള്ള ചർച്ച വീണ്ടും സജീവമായത്.

സമഗ്രവും സന്ദർഭനിഷ്ഠവും അനുകൂലനത്തെ സഹായിക്കുന്നതും അനൗപചാരികമായി കൈമാറുന്നതുമായ അറിവാണ് നാട്ടറിവ്. എന്നാൽ അമൂർത്തവും സാർവലൗകികവും ഔപചാരികമായി മാത്രം കൈമാറാൻ കഴിയുന്നതുമായ അറിവാണ് ശാസ്ത്രം.

എന്നാൽ നാട്ടറിവിനെക്കുറിച്ച് കാൽപ്പനികവും ഗൃഹാതുരവുമായ ഇത്തരം സമീപനങ്ങൾ സൃഷ്ടിച്ചെടുക്കുന്നതിനിടയിൽ നാം മറന്നു

പോകുന്നത് നാട്ടറിവുമായി ബന്ധപ്പെട്ട മനുഷ്യൻ എന്ന ഘടകത്തിന്റെ പരമപ്രാധാന്യമാണ്. സാമൂഹ്യബന്ധങ്ങളുടെ സൃഷ്ടിയിൽ അതിനിർണായകമായ പങ്കു വഹിക്കുന്ന ഒന്നാണ് നാട്ടറിവ്. ആരിലൂടെയാണോ അറിവ് കൈമാറ്റം ചെയ്യപ്പെടുന്നത് അയാളുടെ സാമൂഹ്യകർതൃത്വം, കൈമാറ്റം ചെയ്യപ്പെടുന്ന അറിവിനെ സ്വാധീനിക്കുകതന്നെ ചെയ്യും. കാരണം അറിവ് എന്നത് കേവലം വിവരം മാത്രമല്ല. അതൊരു വ്യവഹാരമാണ്. അതുകൊണ്ടാണ് നാട്ടറിവ് വൈവിധ്യപൂർണമായിരിക്കുന്നത്.

ഇക്കാര്യം വിശദീകരിക്കാനായി ഉദ്ധരിക്കപ്പെട്ട ഒരു ദൃഷ്ടാന്തം നോക്കുക: മഹാരാഷ്ട്രയിലും ആന്ധ്രാപ്രദേശിലും കന്നുകാലികളെ പരിചരിക്കുന്നത് ഏറെയും സ്ത്രീകളാണ്. എന്നാൽ ഇവയ്ക്ക് രോഗം വന്നാൽ തങ്ങളുടെ ഭർത്താക്കന്മാരെ ആശ്രയിക്കാതെ, സ്ത്രീകൾക്ക് പ്രശ്നം പരിഹരിക്കാനാവില്ല. കാരണം കന്നുകാലിപരിചരണത്തെ മുൻനിർത്തിയുള്ള നാട്ടറിവ് പ്രസ്തുത സമൂഹങ്ങളിൽ പുരുഷനിൽനിന്ന് പുരുഷനിലേക്കാണ് കൈമാറ്റം ചെയ്യപ്പെടുന്നത്. അതുകൊണ്ടുതന്നെ സ്ത്രീകൾക്ക് ഒന്നുകിൽ ഭർത്താക്കന്മാരെയോ അല്ലെങ്കിൽ മൃഗങ്ങളെ ചികിത്സിക്കുന്ന നാടോടിവൈദ്യനെയോ (ഇത് എല്ലായ്പ്പോഴും പുരുഷനായിരിക്കും) ആശ്രയിക്കേണ്ടിവരും. ഈ നാട്ടറിവിൽനിന്ന് ലിംഗപദവി മൂലം സ്ത്രീകൾ പുറത്താക്കപ്പെട്ടിരിക്കുന്നു. സാമൂഹ്യഘടനയ്ക്ക് പുറത്തുവച്ചു പരിശോധിക്കുമ്പോഴാണ് നാട്ടറിവ് നിഷ്കളങ്കവും എളുപ്പത്തിൽ സ്വീകരിക്കാവുന്നതുമാണ് എന്ന് തോന്നുന്നത്. എന്നാൽ നാട്ടറിവ് സാമൂഹ്യഘടനയുമായി ബന്ധിതമായതുകൊണ്ട് അവയെ കേവലമായി പുനരുദ്ധരിക്കാനാവില്ലെന്ന് ഈ ദൃഷ്ടാന്തം വെളിപ്പെടുത്തുന്നു.

നാട്ടറിവിനെ സാമൂഹ്യഘടനയുമായി ബന്ധിപ്പിച്ച് ചരിത്രവൽക്കരിക്കാനുള്ള ശ്രമമാണ് തുടർന്ന് നടത്തുന്നത്. ഏതൊരു സമൂഹത്തിന്റെയും നാഗരികത, ആ സമൂഹത്തിന്റെ സാങ്കേതികജ്ഞാനത്തെ ആശ്രയിച്ചിരിക്കുന്നു. ഒരർഥത്തിൽ മനുഷ്യാധ്വാനത്തിന്റെ മൂർത്തമായ ആവിഷ്കാരമാണ് സാങ്കേതികജ്ഞാനം. മനുഷ്യനാഗരികതയുടെ വികാസത്തിൽ നിർണായകമായ പങ്കുവഹിച്ച അധ്വാനരൂപങ്ങളുടെ സമഗ്രതയെയാണ് നാം സാമാന്യമായി 'നാട്ടറിവ്' എന്ന് വ്യവഹരിക്കുന്നത്.

സാമൂഹ്യഘടനയും അധ്വാനവും പ്രാചീന ഇന്ത്യയിൽ

കൃഷിയും കന്നുകാലിവളർത്തലുമായിരുന്നു ഋഗ്വേദകാലത്ത് ഇന്ത്യയിൽ നിലനിന്ന പ്രധാനപ്പെട്ട തൊഴിൽരൂപങ്ങൾ. കൃഷിക്കായി ധാരാളം നിലവും കന്നുകാലികളുമുണ്ടാവണമെന്നതായിരുന്നു അക്കാലത്തെ ജനങ്ങളുടെ മുഖ്യമായ അഭിലാഷം. കൃഷി കൂടാതെ മരപ്പണി, ലോഹപ്പണി, വൈദ്യം, പൗരോഹിത്യം, കവിതാരചന, സ്വർണപ്പണി, കള്ളുചെത്ത്,

ക്ഷൗരം എന്നിവയും അക്കാലത്തെ അധ്വാനരൂപങ്ങളായി ഋഗ്വേദത്തിൽ പരാമർശിക്കുന്നുണ്ട്. എന്നാൽ തൊഴിലിനെ സംബന്ധിച്ചുള്ള ഉൽക്കർഷ-അപകർഷബോധം അക്കാലത്തെ ജനങ്ങൾ വെച്ചു പുലർത്തിയിരുന്നില്ലെന്നാണ് ഋഗ്വേദസൂക്തങ്ങൾ തെളിയിക്കുന്നത്.

പ്രാചീന ശിൽപ്പകല

ഐങ്കുടിക്കമ്മാളർ എന്നറിയപ്പെടുന്ന കൈപ്പണിക്കാർക്ക് സമൂഹത്തിൽ ഉന്നതസ്ഥാനമുണ്ടായിരുന്നതിന് ഋഗ്വേദത്തിൽ തെളിവുണ്ട്. രഥകാരന്മാരെ (രഥം നിർമിക്കുന്നവർ) വാഴ്ത്തുന്ന നിരവധി സന്ദർഭങ്ങൾ ഋഗ്വേദത്തിലുണ്ട്. കാവ്യരചനപോലെ ശ്രമകരമായ ജോലിയാണ് രഥനിർമാണമെന്ന് ഒരു സന്ദർഭത്തിൽ സൂചിപ്പിക്കുന്നുണ്ട്.

എന്നാൽ വൈദികകാലത്തിന്റെ അവസാനമാവുമ്പോഴേക്കും ജാതിയും തൊഴിലും തമ്മിലുള്ള ബന്ധം ഏറെക്കുറെ സ്ഥാപിതമാവുന്നുണ്ട്. *തൈത്തിരീയ*സംഹിതയിലും *പഞ്ചവിംശ*, *ശതപത* ബ്രാഹ്മണങ്ങളിലും വൈദ്യനും ശൂദ്രനും നീചജന്മങ്ങളാണെന്ന് അർഥശങ്കയ്ക്കിടയില്ലാത്തവിധം പറഞ്ഞുവെക്കുന്നുണ്ട്. വേദത്തേയും ബ്രാഹ്മണങ്ങളേയും തുടർന്നുവന്ന സൂത്രങ്ങളുടെ ഘട്ടത്തിലും ജാതിയെക്കുറിച്ചുള്ള പരാമർശത്തിൽ വലിയ മാറ്റങ്ങളൊന്നും കാണാനില്ല.

ഋഗ്വേദകാലത്ത് കാണുന്നതുപോലെ സ്വന്തം താൽപ്പര്യത്തിനനുസരിച്ച് തൊഴിൽ തെരഞ്ഞെടുക്കാൻ തുടർന്നുവന്ന കാലത്തിൽ ജനങ്ങൾക്ക് സ്വാതന്ത്ര്യമുണ്ടായിരുന്നില്ല.

ജാതിപോലെതന്നെ തൊഴിലും ജന്മംകൊണ്ട് തീർച്ചപ്പെടുത്തുന്ന ഒന്നായി അപ്പോഴേക്കും മാറിയിരുന്നു. എന്നാൽ മറ്റു പോംവഴികളില്ലാതെ വരുമ്പോൾ ജാതിക്കുപുറത്തുള്ള തൊഴിൽ ചെയ്യാൻ നിർബന്ധിതരായിത്തീരുന്നതിനെക്കുറിച്ച് സംഹിതകളിൽ പരാമർശമുണ്ട്. എന്നാൽ ജാതീയമായ ചില അനുഷ്ഠാനങ്ങളിൽനിന്ന് അത്തരക്കാരെ മാറ്റിനിർത്തിയതായും സൂചിപ്പിക്കുന്നു.

വൈശ്യ-ശൂദ്ര ജാതികൾക്കിടയിലെ അന്തരം കുറഞ്ഞുവരുന്നതും ബ്രാഹ്മണങ്ങളുടെ കാലത്താണ്. ഒരു കാലത്ത് സമൂഹത്തിൽ ഉന്നത പദവിയുണ്ടായിരുന്ന രഥകാരന്മാർ പിന്നീട് ശൂദ്രജാതിയിലേക്ക് തരം താഴ്ത്തപ്പെട്ടത് ഇതിന് തെളിവാണ്. *അർഥശാസ്ത്ര*ത്തിൽ കൗടില്യൻ രഥകാരന്മാരുടെ ജാതിയെക്കുറിച്ച് പരാമർശിക്കുന്നുണ്ട്. ചുരുക്കത്തിൽ വേദങ്ങളുടെ കാലം കഴിഞ്ഞ് ബ്രാഹ്മണങ്ങളുടെയും സൂത്രങ്ങളുടെയും ഘട്ടം വന്നപ്പോഴേക്കും, സമൂഹത്തിലെ അധ്വാനിക്കുന്ന ജനവർഗം സാംസ്കാരികഘടനയിലെ ഏറ്റവും താഴേത്തട്ടിലേക്ക് വലിച്ചിറക്കപ്പെട്ടു കഴിഞ്ഞിരുന്നു. അതോടുകൂടി വൈദികമന്ത്രം തീർത്തും വരണ്ടതും മനുഷ്യത്വഹീനവുമായിത്തീർന്നു. സമൂഹത്തിലെ ആധിപത്യത്തിനായി ബ്രാഹ്മണ, ക്ഷത്രിയ വിഭാഗങ്ങൾക്കിടയിൽ തർക്കങ്ങൾ രൂപപ്പെട്ടുവരുന്നതും ഇതേ സന്ദർഭത്തിലാണ്. രാജാവിന്റെ അനുചരന്മാരായിരുന്ന ചെട്ടികൾ, ഗഹപതികൾ എന്നിവർ വണിക്കുകളും സമ്പന്നരുമായിരുന്നെങ്കിലും അവർക്കൊന്നും സമൂഹത്തിൽ ഉന്നതപദവി ഉണ്ടായിരുന്നില്ല. ഇത്തരത്തിലുള്ള അസ്വസ്ഥതകൾ ബ്രാഹ്മണമേധാവിത്വത്തിനെതിരെ തിരിയാൻ അവരെ പ്രേരിപ്പിച്ചു. വണിക്കുകളും ക്ഷത്രിയരും തമ്മിലുള്ള ഐക്യം രൂപപ്പെട്ടുവരുന്നതും ഈ സന്ദർഭത്തിലാണ്.

ബ്രാഹ്മണമതത്തിനെതിരെയുള്ള ഒരു മുന്നേറ്റമായാണ് ബുദ്ധമതം ആവിർഭവിക്കുന്നത്. കച്ചവടം തൊഴിലാക്കിയിരുന്ന വണിക്കുകളാണ് ബുദ്ധമതത്തെ ഏറ്റവുമേറെ പ്രോത്സാഹിപ്പിച്ചത്. അവരുടെ സാമൂഹ്യനില ഉയർത്തുന്നതിൽ ബുദ്ധമതം ഗണനീയമായ പങ്കുവഹിച്ചു. ചൈത്യങ്ങളും സ്തൂപങ്ങളും നിർമിക്കുന്നതിലേക്കായി വണിക്കുകൾ വളരെയേറെ പണം ചെലവഴിച്ചു. കച്ചവടം കുലത്തൊഴിലായ ജാതികളുടെ സാമൂഹ്യ ഉന്നമനം ഒരു പരിധിവരെ നടന്നെങ്കിലും ബുദ്ധൻ സങ്കൽപ്പിച്ചതുപോലെ എല്ലാവരും തുല്യതയോടെ ജീവിക്കുന്ന ഒരു സമൂഹം സൃഷ്ടിക്കാൻ അദ്ദേഹത്തിന്റെ മതത്തിനും സാധിച്ചില്ല. കാരണം 'ശൂദ്രർ' എന്ന് മുദ്രകുത്തപ്പെട്ടവരുടെ ജീവിതത്തിൽ വലിയ മാറ്റമുണ്ടാക്കാൻ ബുദ്ധമതത്തിന് കഴിഞ്ഞില്ല. കർമമാണ് ഒരാളുടെ

ബുദ്ധ ശിൽപ്പം

ജാതി നിർണയിക്കേണ്ടത് എന്നത് തത്വത്തിൽ അംഗീകരിക്കപ്പെട്ടെങ്കിലും അത് പ്രയോഗത്തിൽ വരുത്തുന്നതിൽ ബുദ്ധമതവും പരാജയപ്പെട്ടു.

ചണ്ഡാളന്മാർ, വേണന്മാർ, നിഷാദന്മാർ തുടങ്ങിയവരുടെ നില ബുദ്ധമതത്തിന്റെ സന്ദർഭത്തിലും ഏറെ ദയനീയമായിരുന്നു എന്നു വേണം കരുതാൻ. ഈ ജനവിഭാഗങ്ങൾ അസ്പൃശ്യരായിത്തന്നെ തുടർന്നതിന് ബൗദ്ധസാഹിത്യം തെളിവ് നൽകുന്നു. അഹിംസ തുടങ്ങിയ ആദർശങ്ങൾ പിന്തുടരാൻ ഈ ജനവിഭാഗത്തിന് കഴിയാതിരുന്ന സാഹചര്യവും ഇതിനൊരു കാരണമാവാം.

അധ്വാനിക്കുന്ന ജനവിഭാഗത്തിന്റെ സാമൂഹ്യപദവിയിൽ ബുദ്ധമതത്തിന്റെ കാലം മുതൽ നേരിയ, മാറ്റം കണ്ടുതുടങ്ങിയെങ്കിലും പ്രകടമായ വ്യത്യാസം വരുന്നത് അശോകന്റെ കാലത്താണ്. സ്ഥിതിസമത്വം ലക്ഷ്യമാക്കിയാണ് മൗര്യരാജാക്കന്മാർ ഭരിച്ചിരുന്നത്. കൗടില്യന്റെ *അർഥശാസ്ത്രം*തന്നെ ഇതിന് മികച്ച തെളിവാണ്.

നിയമത്തിന്റെ മുന്നിൽ എല്ലാവരും തുല്യരാണെന്ന കാര്യത്തിൽ കൗടില്യന് സംശയമുണ്ടായിരുന്നില്ല. അതിന് മുമ്പ് ശൂദ്രജാതിയിൽപ്പിറന്നവർക്ക്, തങ്ങളുടെ പരാതി പറയാൻപോലും രാജാവിന്റെ കോടതിയിൽ പ്രവേശിക്കാൻ അർഹതയുണ്ടായിരുന്നില്ല. എന്നാൽ കൗടില്യൻ ഇതിനെ അനീതിയായി ഗണിച്ചു. മാത്രമല്ല, സമൂഹത്തെ നിലനിർത്തുന്നതിൽ പ്രധാന പങ്കുവഹിക്കുന്നത് ശൂദ്രരുടെ അധ്വാനമാണെന്നും അതുകൊണ്ട് അവരെ അടിമകളായി കാണരുതെന്നും കൗടില്യൻ പറയുന്നു. തൊഴിലെടുക്കുന്നവർക്ക് ആഴ്ചയിലൊരിക്കൽ അവധി, ആവശ്യപ്പെടുന്ന കൂലി, രോഗം തുടങ്ങിയ കാരണങ്ങളാൽ ജോലി ചെയ്യാൻ കഴിയാതെ വരുന്ന ദിവസങ്ങളിലെ വേതനം, ജോലിക്കിടയിൽ തൊഴിലാളി മരിച്ചുപോയാൽ കുടുംബത്തിന്റെ നിലനിൽപ്പിനാവശ്യമായ സഹായം എന്നീ കാര്യങ്ങളെല്ലാം അർഥശാസ്ത്രത്തിൽ പ്രതിപാദിക്കപ്പെടുന്നുണ്ട്. ശൂദ്രജാതിയെ താഴ്ത്തിക്കാണിക്കുന്ന ചില പരാമർശങ്ങളും *അർഥശാസ്ത്ര*ത്തിലുണ്ട്. ഇത് കൗടില്യന് വൈദികമതത്തോട് വ്യക്തിപരമായുണ്ടായിരുന്ന ആഭിമുഖ്യം കൊണ്ടാണെന്ന് ചിലർ അഭിപ്രായപ്പെട്ടിട്ടുണ്ട്. എന്നാൽ അവ പിൽക്കാലത്ത് കൂട്ടിച്ചേർക്കപ്പെട്ടവയാണെന്ന് കരുതുന്നവരുമുണ്ട്. എന്തുതന്നെയായിരുന്നാലും *അർഥശാസ്ത്ര*ത്തെ സമഗ്രമായി വിലയിരുത്തുമ്പോൾ, രാജ്യത്തിന്റെ സമ്പദ്സ്ഥിതി നിർണിയിക്കുന്നതിൽ പ്രധാനപങ്കുവഹിച്ചിരുന്ന 'ശൂദ്ര'ജനതയുടെ അധ്വാനത്തെ അർഹിക്കുന്ന പരിഗണനയോടെയാണ് അതിൽ പരിചരിച്ചിരിക്കുന്നത് എന്ന് കാണാൻ പ്രയാസമില്ല. അധ്വാനത്തിന്റെ സാമൂഹ്യവും സാമ്പത്തികവുമായ മൂല്യത്തിന് *അർഥശാസ്ത്രം* അടിവരയിടുന്നു. പിൽക്കാലത്ത് ശൂദ്രജനവിഭാഗങ്ങൾക്ക് ഏറെക്കുറെ നീതി ലഭ്യമാക്കിയ അശോകന്റെ ഭരണനയത്തിന് അടി

ത്തറയിട്ടത് *അർഥശാസ്ത്ര*മാണെന്ന് പറയാം.

*മഹാഭാരത*ത്തിന്റെയും *മനുസ്മൃതി*യുടെയും കാലത്ത് ഇന്ത്യയിലേക്ക് നിരവധി ജനവിഭാഗങ്ങൾ കടന്നുവന്നതായും അവർ പതിയെ ഇന്ത്യൻ വർണാശ്രമഘടനയിലേക്ക് ലയിച്ചുചേർന്നതായും അനുമാനിക്കപ്പെടുന്നു. ഈ വിഭാഗങ്ങളധികവും ക്ഷത്രിയകുലത്തിലേക്കാണ് സ്വാംശീകരിക്കപ്പെട്ടത്. ശാകന്മാർ, പല്ലവന്മാർ, കുശാനന്മാർ എന്നിവരെല്ലാം ഇത്തരത്തിൽ ഇന്ത്യയിലേക്ക് കുടിയേറിയവരാണ്. വ്യത്യസ്ത സംസ്കാരത്തോടുകൂടിയ ഈ ജനവിഭാഗങ്ങളുമായുള്ള സമ്പർക്കം ഇന്ത്യയിലെ വർണവ്യവസ്ഥയിലും ചില മാറ്റങ്ങളുണ്ടാക്കിയിരിക്കണം. ശൂദ്രൻമാർ അവരുടെ കുലത്തൊഴിലിന് പുറമെ, കച്ചവടം, പശുപരിപാലനം, ചെറിയ വ്യവസായങ്ങൾ എന്നിവയും നടത്തിക്കൊണ്ടുപോയിരുന്നതായി അനുമാനിക്കാം.

മനുഷ്യന്റെ ഉപലബ്ധികളിൽ ഏറ്റവും പ്രധാനം കൈകളാണെന്നും കൈകളുള്ള മനുഷ്യന് ഏത് തൊഴിലും ചെയ്തു ജീവിക്കാനാവുമെന്നും അർഥം വരുന്ന ഒരു പരാമർശം *മഹാഭാരത*ത്തിലുണ്ട്. ശൂദ്രന് വേദം നിഷേധിച്ച മനു, വേദപഠനമൊഴികെയുള്ള അനുഷ്ഠാനങ്ങളെല്ലാം അവർക്ക് വിധിക്കുന്നുണ്ട്. ശൂദ്രന്മാരെ അടിമകളായി കണ്ടിരുന്ന മനുപോലും അധ്വാനത്തിൽ അവർ വഹിച്ചിരുന്ന പങ്കിനെ കുറച്ചു കാണുന്നില്ല. ബ്രാഹ്മണിസത്തെ പുനരുദ്ധരിക്കാൻ മനു നടത്തിയ ശ്രമങ്ങൾ ഒടുവിൽ മൗര്യസാമ്രാജ്യത്തിന്റെ തകർച്ചയിലേക്കാണ് നയിച്ചത്. രാമായണത്തിലെ ജാതിപരാമർശവും ഏറെയൊന്നും വ്യത്യസ്തമല്ല. ജാതിക്കനുസരിച്ചുള്ള കുലധർമങ്ങളിലാണ് എല്ലാവരും ഏർപ്പെട്ടിരുന്നത്. പ്രാചീന ഇന്ത്യയിൽ അധ്വാനത്തെ, സംയോജിപ്പിക്കാൻ ശേഷിയുള്ള മുഖ്യഘടകമായി വർത്തിച്ചത് വർണാശ്രമവ്യവസ്ഥയായിരുന്നു. ദശരഥന്റെ അശ്വമേധയാഗത്തിൽ പങ്കെടുത്ത ജനാവലിയിൽ നാല് വർണത്തിലുംപെട്ടവരുണ്ടായിരുന്നത്രേ! കമ്മാളർ ഒരു തരത്തിലും അപമാനിതരാകരുതെന്ന് ദശരഥൻ തന്റെ കൊട്ടാരപാലകനോട് കൽപ്പിച്ചിരുന്നു. എന്നാൽ ശംബൂകൻ എന്ന ശൂദ്രനെ രാമൻ കൊന്നതും *രാമായണ*ത്തിന്റെ ഭാഗമാണ്. ബ്രാഹ്മണിസം മേൽക്കോയ്മ പുലർത്തിയിരുന്നപ്പോഴും ജാതീയമായ ഉച്ചനീചത്വങ്ങൾ സമൂഹത്തിൽ സൃഷ്ടിച്ച പിരിമുറുക്കങ്ങൾ പലതരത്തിൽ ഇതിഹാസങ്ങളിൽ നിഴലിക്കുന്നുണ്ട്.

ജാതിസമൂഹങ്ങൾ കുലധർമത്തിനപ്പുറവും ചില തൊഴിലുകളിൽ ഏർപ്പെട്ടിരുന്നതിന് ഗുപ്തരാജാക്കന്മാരുടെ കാലത്തെ രേഖകൾ തെളിവു നൽകുന്നുണ്ട്. ചില ബ്രാഹ്മണന്മാർ ബ്രാഹ്മണേതര സമൂഹങ്ങളുടെ കുലത്തൊഴിലുകൾ ചെയ്തിരുന്നതായും ക്ഷത്രിയന്മാർ വ്യാപാരം, വ്യവസായം എന്നിവയിലേർപ്പെട്ടിരുന്നതായും പറയുന്നു. വ്യാപാരികൾ, കന്നു

കാലിപരിപാലകർ, കമ്മാളർ, എണ്ണയാട്ടുന്നവർ, നെയ്ത്തുകാർ തുടങ്ങി നാനാവിധ തൊഴിലുകൾ ചെയ്തിരുന്നവർ 'വൈശ്യർ' എന്ന ഗണത്തേക്കാൾ തങ്ങളുടെ ഉപഗണത്തിനാണ് പ്രാമുഖ്യം നൽകിയിരുന്നത്.

തുകൽപ്പണിയും ക്ഷുരകവൃത്തിയും കുലത്തൊഴിലാക്കിയവർ ഗുപ്തഭരണകാലത്ത് സൈനികസേവനം അനുഷ്ഠിച്ചിരുന്നതായി പറ

സിന്ധു നദീതട സംസ്കാരം

യുന്നു. ജാതിയും തൊഴിലും തമ്മിലുള്ള ബന്ധം അത്രമേൽ ദൃഢമല്ലാതിരുന്നതുകൊണ്ടാവണം ഇങ്ങനെ സംഭവിച്ചത്. കലകളിലും കരകൗശല വിദ്യകളിലും പ്രാവീണ്യം നേടിയ ശൂദ്രവിഭാഗം അക്കാലത്തുണ്ടായിരുന്നത്രേ. മാലകെട്ടുന്നവർ, അലക്കുകാർ, മൺപാത്രം നിർമിക്കുന്നവർ, ഇഷ്ടിക ചുട്ടെടുക്കുന്നവർ, നെയ്ത്തുകാർ, തുന്നൽക്കാർ, വെള്ളപൂശുന്നവർ, കമ്മാളന്മാർ എന്നിങ്ങനെ വൈവിധ്യമാർന്ന തൊഴിലുകൾ ചെയ്തിരുന്നവരെ മുഴുവൻ ശൂദ്രജനവിഭാഗമെന്ന് സാമാന്യമായി വിളിക്കുകയാണ് അമരകോശത്തിൽ ചെയ്തിട്ടുള്ളത്. പല്ലവന്മാരുടെ കാലത്ത് ദക്ഷിണേന്ത്യയിൽ, മേൽപ്പറഞ്ഞ തൊഴിലുകളിൽ ഏർപ്പെട്ടിരുന്ന പലരും നികുതി കെട്ടിയിരുന്നതായി പറയുന്നു. ചുരുക്കത്തിൽ അധ്വാനിക്കുന്ന ജനവിഭാഗത്തെ സാമാന്യമായി ശൂദ്രർ എന്ന് വിളിച്ചിരുന്നതായി ഗണിക്കാം. സാംസ്കാരികമണ്ഡലത്തിൽ അവർ കീഴൊതുക്കപ്പെട്ടെങ്കിലും ഭൗതികജീവിതത്തിൽ

അവരുടെ അധ്വാനത്തിനുള്ള പങ്കിനെ കുറച്ചുകാണാൻ ഭരണാധികാരികൾക്കുപോലും കഴിഞ്ഞില്ല എന്നുവേണം വിശ്വസിക്കാൻ.

കൃഷിത്തൊഴിലുകൾ

സിന്ധുനദീതടജനത, ഗോതമ്പ്, ബാർളി എന്നിവ കൃഷി ചെയ്തിരുന്നു. കൃഷിയും കന്നുകാലിപരിപാലനവുമായിരുന്നു അവരുടെ പ്രധാന ഉപജീവനമാർഗങ്ങൾ എന്നനുമാനിക്കാം. ദാത്ര, ശ്രിണി എന്നീ ആയുധങ്ങളാണ് ധാന്യം കൊയ്തെടുക്കാൻ ഉപയോഗിച്ചിരുന്നത്. അരിവാളിന് സമാനമായ ആയുധങ്ങളായിരുന്നു ഇവയെന്ന് കരുതാം. 'സ്തിമിസ്' എന്ന പദം ധാന്യപ്പുരയെ കുറിക്കുന്നു. ധാന്യം ചേറാനുപയോഗിച്ചിരുന്ന മുറത്തെക്കുറിച്ചും വേദങ്ങളിൽ പരാമർശം കാണുന്നു. 'ഊർദര' എന്ന അളവുപാത്രം കൊണ്ടാണ് ധാന്യങ്ങൾ അളന്നിരുന്നത് എന്ന് അനുമാനിക്കാം.

കാർഷിക വൃത്തിയിലേർപ്പെട്ടിരുന്നവരെ കുറിക്കാൻ വേദങ്ങളിലുപയോഗിച്ചിരുന്ന പദങ്ങൾ നോക്കുക.

കീനാസ/കൃഷീവല:	= ഉഴുന്നവൻ
പശുപ/ഗോപ/ഗോപാല	= പശുപരിപാലകൻ
അവിപാല / അജപാല	= ആടിനെ പോറ്റുന്നവൻ
ധാന്യകൃത്	= ധാന്യത്തിൽനിന്ന് ഉമി കളയുന്നവൻ
ഉപലപ്രക്ഷ്ണി	= ധാന്യമാവ് ഉണ്ടാക്കുന്നവൾ
വപ	= ധാന്യം വിതയ്ക്കുന്നവൻ.

കൃഷിക്കുവേണ്ട ആയുധങ്ങളുണ്ടാക്കിയിരുന്ന വ്യത്യസ്ത വിഭാഗങ്ങളെപ്പറ്റിയും വേദങ്ങളിൽ സൂചന കാണാം.

കർമാര(കമ്മാളർ)ധ്മാതൃ= ലോഹം ഉരുക്കുന്നവൻ, കുലാല, കൗലാല, മൃത്പച = കുശവൻ, ഇഷ്ഠകാര - അസ്ത്രമുണ്ടാക്കുന്നവൻ, ധനുഷ്കാര, ജ്യാകാര - വില്ലുണ്ടാക്കുന്നവൻ, തക്ഷൻ = ആശാരി, പ്രകരിതൃ- കല്ലിൽ ശിൽപ്പമുണ്ടാക്കുന്നവൻ, വിദലകാരി- കൊട്ടയുണ്ടാക്കുന്നവൻ, മണികാര, ഹിരണ്യകാര- ആഭരണമുണ്ടാക്കുന്നവൻ, രജയിതൃ= തുണിയിൽ ചായം മുക്കുന്നവൻ, വയ= നെയ്ത്തുകാരൻ, വയിതൃ = നെയ്ത്തുകാരി. പെശസ്കാരി = കിന്നരപ്പണിചെയ്യുന്നവൾ. രഥകാര = രഥമുണ്ടാക്കുന്നവൻ. രജ്ജുകാര = കയറുണ്ടാക്കുന്നവൻ.

ഇത്തരത്തിലുള്ള ചില പദങ്ങളല്ലാതെ, കൃഷിയെക്കുറിച്ച് മറ്റെന്തെങ്കിലും വിവരങ്ങൾ വേദങ്ങളിൽനിന്ന് ലഭ്യമല്ല. *ഋഗ്വേദ*ത്തിൽ അടിമ സമ്പ്രദായത്തെക്കുറിച്ച് പരാമർശമൊന്നുമില്ലെങ്കിലും *അഥർവവേദ*ത്തിൽ അത്തരം സൂചനകൾ കാണുന്നുണ്ട്. പത്തും പന്ത്രണ്ടും കാളകൾ ഒന്നിച്ച് കലപ്പ വലിക്കുന്നതിനെക്കുറിച്ച് *അഥർവവേദ*ത്തിൽ പരാമർശം കാണുന്നു.

വിത്തുവിതയ്ക്കാനും വിളവെടുക്കാനും ഉചിതമായ കാലത്തെക്കുറിച്ച് *തൈത്തിരീയസംഹിത* സൂചന നൽകുന്നുണ്ട്. ബാർളി ശരത്കാലത്ത് വിതച്ചാൽ വേനലിൽ മൂപ്പെത്തുമെന്നും നെല്ല് വസന്തകാലമാകുമ്പോഴേക്കും വിളവെടുപ്പിനു പാകമാകുമെന്നും മറ്റുമുള്ള സൂചനകൾ കൃഷിയെക്കുറിച്ചുള്ള അറിവിൽ വന്ന വികാസത്തെ മനസിലാക്കാൻ സഹായിക്കുന്നവയാണ്. *ഋഗ്വേദ*കാലത്തെ പ്രധാന ധാന്യം ബാർലി(പ്രീഹിയവസ്)യായിരുന്നെന്ന് കരുതാവുന്നതാണ്. എന്നാൽ *അഥർവവേദ*ത്തിന്റെ കാലമായപ്പോഴേക്കും മറ്റ് നിരവധി ധാന്യങ്ങൾ കൂടി കൃഷിചെയ്യാനാരംഭിച്ചു.

കന്നുകാലികളെ വളർത്തുക എന്നത് കാർഷികജീവിതത്തിന്റെ അവിഭാജ്യഘടകമാണ്. അതുകൊണ്ടുതന്നെ ഇടയവൃത്തി പ്രധാനപ്പെട്ട ഒരു തൊഴിലായി കണക്കാക്കപ്പെട്ടു. കാലികൾ മോഷ്ടിക്കപ്പെടുകയോ അവയ്ക്ക് എന്തെങ്കിലും നാശനഷ്ടങ്ങൾ സംഭവിക്കുകയോ ചെയ്താൽ ഇടയൻ ശിക്ഷ ഏറ്റുവാങ്ങേണ്ടതുണ്ട്. 'മറ്റുള്ളവർക്കുവേണ്ടി പശുവിനെപ്പോറ്റുന്ന ഇടയനെപ്പോലെയാണ് താങ്കൾ' എന്ന് നാഗസേനനെ കളിയാക്കുന്ന ഒരു ഭാഗം *ജാതകകഥ*യിലുണ്ട്. അതികഠിനമായ ജോലിചെയ്തിട്ടും വ്യക്തിപരമായി ഒരു നേട്ടവുമില്ലാത്ത ഒരു തൊഴിലായിരുന്നു കന്നുപരിപാലനം എന്ന് കരുതാം.

ബൗദ്ധസാഹിത്യത്തിൽ ഒരിടയനുണ്ടായിരിക്കേണ്ട ഗുണങ്ങൾ ഇപ്രകാരമാണ് സൂചിപ്പിച്ചിട്ടുള്ളത്. കാലിയുടെ രൂപത്തെക്കുറിച്ച് അറിവുവേണം. ചുട്ടികളെക്കുറിച്ച് ധാരണ വേണം. കാലിയുടെ ശരീരത്തിൽനിന്ന് ചെള്ളിനെ അകറ്റാനറിയണം. മുറിവ് കെട്ടാനറിയണം. കാട്ടിലെ വന്യജീവികളെ പുകച്ച് പുറത്തുചാടിക്കാൻ കഴിയണം, നീർക്കയങ്ങളുടെ ആഴമറിയണം, വെള്ളം കിട്ടുന്ന സ്ഥലം, വഴികൾ, പുൽമേട് എന്നിവയെക്കുറിച്ചെല്ലാം അറിഞ്ഞിരിക്കണം. പശുവിനെ കറക്കാനും ഇണചേർക്കാനും അറിയണം. ഒരു കന്നുകാലി പിറന്നാൽ, അതിനെ മുൻനിർത്തിയുള്ള ആഘോഷത്തിന് നേതൃത്വം കൊടുക്കേണ്ടതും ഇടയനാണ്.

പശു, പോത്ത്, ആട്, ചെമ്മരിയാട്, എന്നിവയെ പാലിനും മാംസത്തിനും വേണ്ടി വളർത്തിയിരുന്നു. പന്നികളെയും കോഴികളേയും ആഹാരത്തിനുവേണ്ടിയാണ് പോറ്റിയിരുന്നത്. കാള, മൂരി, ഒട്ടകം, കഴുത, കോവർകഴുത എന്നിവയെ ഭാരം വലിക്കാനായി ഉപയോഗിച്ചിരുന്നു. കുതിരകളെയും ആനകളെയും യുദ്ധാവശ്യത്തിന് പ്രയോജനപ്പെടുത്തിയിരുന്നു. നായ്ക്കൾ മനുഷ്യനെ വേട്ടയാടാൻ സഹായിച്ചു. *ജാതകകഥ*കളുടെ സൂക്ഷ്മമായ പഠനം ഇത്തരത്തിൽ പ്രാചീനകാലത്തെ തൊഴിൽഘടനയെക്കുറിച്ച് ഏതാനും വിവരങ്ങൾ തരും. ആദ്യകാലത്ത് ഏതെങ്കിലും ഒരു പ്രത്യേക വർണക്കാർ മാത്രമേ കൃഷിയിലേർപ്പെട്ടിരുന്നുള്ളൂ

എന്ന് പറയാനാവില്ല. ബ്രാഹ്മണരും ക്ഷത്രിയരും കൃഷിപ്പണി ചെയ്തിരുന്നതായി ബൗദ്ധസാഹിത്യം വെളിപ്പെടുത്തുന്നു. വലിയ തോതിൽ ഭൂമി കൈവശം വെച്ചവരായിരുന്നു ഗഹപതികൾ. കുടുംബികളും ഇക്കൂട്ടത്തിൽ പെടും. അതേസമയം ദരിദ്രരായ കൃഷിക്കാരുമുണ്ടായിരുന്നു. ബുദ്ധന്റെ കാലത്ത് കാർഷികവേലയിൽ, വർഗവ്യത്യാസമല്ലാതെ വർണവ്യത്യാസം നിലനിന്നിരുന്നതായി കരുതാനാവില്ല.

നിലമുഴുക, വിത്തിറിക്കുക, വിളവെടുക്കുക, മെതിക്കുക, അളന്ന് പത്തായത്തിൽ നിറയ്ക്കുക എന്നിങ്ങനെ കാർഷികവൃത്തിയുമായി ബന്ധപ്പെട്ട തൊഴിലുകളുടെയെല്ലാം സൂചനകൾ *ജാതക*കഥകളിൽ കാണാം. കിട്ടിയ വിളവിന്റെ ഒരംശം രാജാവിന് നികുതിയായി നൽകിയിരുന്നു. അപൂർവമായി, മൂപ്പെത്താത്ത നെല്ല്, ഉമികളഞ്ഞ് പാലിൽ തിളപ്പിച്ച് ഭക്ഷിച്ചിരുന്നതായി പറയുന്നു.

വയലിൽനിന്ന് പക്ഷികളെ ആട്ടിപ്പായിക്കാനായി ചത്ത കാക്കകളെ തൂക്കിയിട്ടിരുന്നതായി പറയുന്നു(ഈ സമ്പ്രദായം ഇന്നും തുടരുന്നതായി കാണാം). വിള നിശിപ്പിക്കാൻ വരുന്ന ജന്തുക്കളെ കെണിയിലകപ്പെടുത്തി വകവരുത്തിയിരുന്നു. കൃഷിയിലേർപ്പെട്ടിരുന്ന അടിമസ്ത്രീകളെക്കുറിച്ച് *ജാതക*കഥകളിൽ പരാമർശം കാണാം. വെള്ളപ്പൊക്കത്തിൽ വിള നശിച്ച കർഷകരുടെ വിലാപങ്ങൾ *ജാതക*കഥകളിൽ വർണിക്കുന്നുണ്ട്. സ്ത്രീധനമായി വരന് ഒരു കാളവണ്ടി നിറയെ കാർഷികോപകരണങ്ങൾ നൽകിയതായി ഒരിടത്ത് പറയുന്നു. ഇവയെല്ലാം പ്രസ്തുത സമൂഹം ബുദ്ധന്റെ കാലത്ത് കൃഷിക്ക് നൽകിയ പ്രാധാന്യത്തെ എടുത്തുകാട്ടുന്നതാണ്. നിലമൊരുക്കലും വിത്തു വിതയ്ക്കലും വേലികെട്ടലും കളപറിക്കലും കൊയ്യലും മെതിക്കലുമായി കർഷകരുടെ ജീവിതം വളരെ തിരക്കുപിടിച്ചതായിരുന്നു എന്നാൽ അന്തിയാവോളം പണിയെടുത്താലും അഷ്ടിക്ക് വകയില്ലാത്ത ദരിദ്രകർഷകരെക്കുറിച്ച് ചില പാലിഗ്രന്ഥങ്ങളിൽ പരാമർശിക്കുന്നുണ്ട്. അധ്വാനത്തെ ചൂഷണം ചെയ്യുന്ന ഒരു വ്യവസ്ഥ അക്കാലത്ത് ഉണ്ടായിരുന്നതായി ഇതിൽനിന്ന് മനസിലാകും.

കച്ചവടത്തിന്റെ വ്യാപനം കൃഷിരീതികളെയും സ്വാധീനിച്ചിരിക്കണം. കച്ചവടാവശ്യത്തിനുള്ള കൃഷി എന്ന സമീപനം സമൂഹത്തിൽ സമ്പന്നരേയും ദരിദ്രരേയും സൃഷ്ടിച്ചു. ഈ ദരിദ്രരേറെയും അടിമപ്പണി ചെയ്യുന്നവരായിരുന്നു. അനേകം അടിമകൾ ജോലിചെയ്യുന്ന വിശാലമായ തോട്ടങ്ങളെക്കുറിച്ച് *ജാതക*കഥകളിൽ പരാമർശം കാണാം. ഭൂവുടമകൾ, ദരിദ്രകർഷകർ, കർഷകത്തൊഴിലാളികൾ, അടിമകൾ എന്നിവരാണ് കൃഷിയുമായി ബന്ധപ്പെട്ടിരുന്ന വിഭാഗങ്ങൾ.

പാണിനി തന്റെ *അഷ്ടാധ്യായി*യിൽ കൃഷീവലന്മാരെ മൂന്നായി തിരിക്കുന്നുണ്ട്. i) അഹലി (സ്വന്തമായി കലപ്പയില്ലാത്തവർ), ii) സുഹല (ഉത്ത

മമായ കലപ്പയുള്ളവൻ), iii) ദുർഹല (ചീത്ത കലപ്പ ഉപയോഗിക്കുന്ന വൻ). കാളകളെ ഒരുമിച്ചു നിർത്താനുള്ള നുകം, ചാട്ട, നുകത്തോട് ചേർത്ത് മൃഗത്തെ കെട്ടാനുള്ള നാര് എന്നിവയെക്കുറിച്ചെല്ലാമുള്ള സൂചന *പാണിനീയ*ത്തിൽ കാണാം. ദാത്ര എന്ന വൈദികശബ്ദം അരിവാളിന് സമാനമായ ഉപകരണത്തെ സൂചിപ്പിക്കുന്നതാണ്. 'ലാവകൻ' എന്നാണ് കൊയ്യുന്നവനെ വിളിക്കുന്നത്. കൃഷിക്കുപയുക്തമായ ഭൂമിയെ 'ഹല്യ' എന്നാണ് പാണിനി വിളിക്കുന്നത്. ഭൂമിയുടെ ഫലപുഷ്ടി നോക്കിയാണ് വയൽ ഉഴുതുമറിക്കേണ്ടതെന്നും ചിലപ്പോൾ രണ്ടോ മൂന്നോ തവണ ഉഴുതതിനുശേഷമേ വിത്തിറക്കാനാവൂ എന്നും പതഞ്ജലി സൂചിപ്പിക്കുന്നുണ്ട്. ഉഴുന്നതിന് മുമ്പ് കളനീക്കുന്നതിനായി ഉപയോഗിക്കുന്ന കൊഴുവാണ് 'സ്തംബഘ്ന'. ശൂർപ്പമെന്നത് ചേറാനും കൊഴിക്കാനുമെടുക്കുന്ന മുറംതന്നെ. അടിമകളെയും തടവുകാരെയും തൊഴിലാളികളെയും കൃഷിപ്പണിക്കായി ഉപയോഗിക്കാമെന്ന് കൗടില്യൻ സൂചിപ്പിക്കുന്നുണ്ട്. കൃഷിക്കനുബന്ധമായ കമ്മാളന്മാരുടെ പ്രവൃത്തികളെക്കുറിച്ചും *അർഥശാസ്ത്ര*ത്തിൽ പരാമർശമുണ്ട്. എല്ലാ പ്രവൃത്തികൾക്കും ശേഷം ധാന്യം അറയിൽ നിറയ്ക്കുന്നതാണ് 'കുംഭീധാന്യം'

രണ്ടുതരം വിളകളുണ്ട്: i) കൃഷ്ടപച്യ, ii) അകൃഷ്ടപച്യ. ഇതിൽ ആദ്യത്തേത് മനുഷ്യൻ വിളയിച്ചെടുക്കുന്നതും രണ്ടാമത്തേത് പ്രകൃതിയിൽ താനെ വിളയുന്നതുമാണ്. വിതയ്ക്കുന്ന കാലത്തെ മുൻനിർത്തി വിളവുകളെ 'ആശ്വയുജ്'(ആശ്വിനമാസത്തിൽ വിതയ്ക്കുന്നത്), 'ഗ്രൈഷ്മക'(ഗ്രീഷ്മത്തിൽ വിതക്കുന്നത്), 'വസന്തക' (വസന്തകാലത്തിൽ വിതയ്ക്കുന്നത്) എന്ന് മൂന്നായി തരംതിരിച്ചു കാണുന്നു. വ്രജ, ഗോശാല എന്നീ പദങ്ങൾ പതഞ്ജലി പ്രയോഗിച്ചു കാണാം. പശുത്തൊഴുത്തിനെ കുറിക്കുന്നവയാണവ. ആടുകളെ കെട്ടുന്ന ആലയെ 'അവിഗോഷ്ടം' എന്ന് വിളിക്കുന്നു.

കൃഷിയാരംഭിക്കുന്നതിന് മുമ്പ് ദേവതമാരെ പ്രീതിപ്പെടുത്തണമെന്ന് കൗടില്യൻ *അർഥശാസ്ത്ര*ത്തിൽ സൂചിപ്പിക്കുന്നുണ്ട്. കശ്യപനെയും സീതയെയും സ്തുതിക്കുന്ന മന്ത്രങ്ങളാണ് അദ്ദേഹം കർഷകർക്കായി നിർദേശിക്കുന്നത്. കൃഷിഭൂമി തരിശിടുന്നവരെ ശിക്ഷിക്കണമെന്നും അർഥശാസ്ത്രത്തിൽ നിർദേശമുണ്ട്. ആരാണോ ഭൂമി കൃഷിക്കായി ഒരുക്കുന്നത്, ആ നിലം അയാളുടേതായിരിക്കും. *മനുസ്മൃതി*യിലും ഇതേ സൂചന കാണുന്നു. ഗവൺമെന്റിന്റെ നിയന്ത്രണത്തിൽ 'സീതാധ്യക്ഷന്റെ മേൽനോട്ടത്തിൽ കൃഷി നടക്കുന്നയിടം, 'സ്വകാര്യവ്യക്തികളുടെ കുടിയിടം' (ഇതിന് നികുതി ചുമത്തിയിരുന്നു) എന്നിങ്ങനെ കൃഷിഭൂമിയെ കൗടില്യൻ രണ്ടായിത്തിരിക്കുന്നുണ്ട്. കൃഷിക്കാരെയും കൃഷിയെയും ആപത്തുകളിൽനിന്ന് രക്ഷിക്കേണ്ടതാണെന്ന് *അർഥശാസ്ത്ര*ത്തിൽ പറ

യുന്നു. കൃഷി നശിപ്പിക്കുന്നവരെ, ചുട്ടുകൊല്ലണമെന്നാണ് കൗടില്യന്റെ പക്ഷം. കന്നുകാലികളുടെ പരിപാലനം ഉറപ്പുവരുത്തുന്നതിനായി ഒരു ഗവൺമെന്റുദ്യോഗസ്ഥനെ നിയമിക്കണമെന്നും അവയുടെ സ്ഥിതിവിവരക്കണക്കുകൾ ഗവൺമെന്റിന്റെ പക്കലുണ്ടാകണമെന്നും കൗടില്യൻ നിർദേശിക്കുന്നു.

*മഹാഭാരത*ത്തിന്റെയും *മനുസ്മൃതി*യുടേയും കാലമായപ്പോഴേക്കും കൃഷിപ്പണി പൂർണമായും ഒരു വൈശ്യവൃത്തിയായി സ്ഥാപിക്കപ്പെട്ടു കഴിഞ്ഞിരുന്നു. എന്നാൽ *രാമായണം* നൽകുന്ന തെളിവുകൾ ഇതിനോട് യോജിക്കുന്നില്ല. ബ്രാഹ്മണരും ക്ഷത്രിയരും അക്കാലത്ത് കൃഷിപ്പണി ചെയ്തിരുന്നതായി കരുതാം. നിലമുഴുമ്പോഴാണ് തനിക്ക് സീതയെക്കിട്ടിയതെന്ന് ജനകൻ വിശ്വാമിത്രനോട് പറയുന്നുണ്ട്. അതുപോലെ ത്രിജാതൻ എന്നൊരു ബ്രാഹ്മണൻ കൃഷിചെയ്ത് ജീവിച്ചിരുന്നതായി പരാമർശിക്കുന്നു. ക്രിസ്തുവിന് മുമ്പ് 3-ാം നൂറ്റാണ്ടുമുതൽ ക്രിസ്തുവിന് ശേഷം 4-ാം നൂറ്റാണ്ടുവരെയുള്ള കാലത്തെ ലിഖിതങ്ങൾ പരിശോധിച്ചാൽ ഭൂമിയും കാലിസമ്പത്തും ദാനം ചെയ്തതായി രേഖപ്പെടുത്തി കാണാം. ഗുപ്ത രാജാക്കന്മാരുടെ കാലത്ത് (A D 300- A D 650) മറ്റ് ജനവിഭാഗങ്ങൾക്ക് കൃഷി നിഷേധിച്ചിരുന്നില്ലെങ്കിലും മുഖ്യമായും കൃഷി ഉപജീവനമാക്കിയത് വൈശ്യവിഭാഗത്തിൽപ്പെട്ടവരായിരുന്നു. കർഷകരെ സംരക്ഷിക്കുക എന്നത് ഗുപ്തസാമ്രാജ്യത്തിന്റെ പ്രഖ്യാപിതനയമായിരുന്നെങ്കിലും, ഫലം മറിച്ചായിരുന്നു. ഗവൺമെന്റിന്റെ നികുതിഭാരം മുഴുവൻ കർഷകരിലാണ് ചുമത്തിയിരുന്നതെന്നാണ് അനുമാനിക്കപ്പെടുന്നത്. 'സദ്ഭാഗം' (വിളവിന്റെ 1/6, നിർബന്ധമായി ഒടുക്കേണ്ടത്), 'കരം' (ആവശ്യപ്പെടുന്ന സന്ദർഭങ്ങളിൽ നൽകേണ്ടത്, 'ബലി' (രാജാവിന് സമർപ്പിക്കുന്നത്), ഉപരികരം (പ്രത്യേകസെസ്സ്), ഉദ്രങ്കം (വെള്ളക്കരം) ഹലിരാകരം (കലപ്പക്കരം) എന്നിവയെല്ലാം കർഷകരിൽ ചുമത്തിയിരുന്ന കരങ്ങളാണ്. ശൂദ്രജനത അടിച്ചമർത്തപ്പെടുമ്പോഴും, രാജ്യത്തിന്റെ സമ്പദ്ഘടന ഭദ്രമാക്കി നിർത്തുന്നതിൽ കാർഷികമേഖലയിലെ അധ്വാനം വഹിച്ച പങ്ക് വളരെ വലുതാണെന്ന് ഈ നികുതിസംവിധാനം വെളിപ്പെടുത്തുന്നു. നഗരവാസികളോട് പൊതുവെ മൃദുസമീപനം സ്വീകരിച്ച ഗവൺമെന്റ്, കർഷകജനതയോട് വളരെ ക്രൂരമായാണ് പെരുമാറിയിരുന്നതെന്ന് കരുതാം. യാത്രയ്ക്കിടയിൽ ഗ്രാമത്തിലെവിടെയെങ്കിലും രാജാവും പരിവാരങ്ങളും ഒരു നേരം തങ്ങിയാൽ അവർക്കാവശ്യമായ ധാന്യങ്ങൾ എത്തിക്കേണ്ടതും മറ്റും ഗ്രാമത്തിലെ കർഷകരുടെ കടമയായാണ് ഗണിച്ചിരുന്നത്. 'വിഷ്ടി' എന്നറിയപ്പെട്ടിരുന്ന അടിമ ജോലിയിലേർപ്പെട്ടിരുന്നവരേറെയും കർഷകരായിരുന്നു.

കൃഷി ചെയ്യുന്ന സമ്പ്രദായത്തിന് ഗുപ്തകാലത്ത് പ്രത്യേകിച്ച് മാറ്റ

മെന്തെങ്കിലും ഉണ്ടായതായി കാണുന്നില്ല. ഇരുമ്പുകൊണ്ടുള്ള കലപ്പക്കൊഴു ഉണ്ടാക്കേണ്ടതെങ്ങനെയെന്ന് ബൃഹസ്പദി വിശദീകരിക്കുന്നുണ്ട്. '12 പലം ഇരുമ്പുകൊണ്ട് 8 അംഗുലം നീളവും നാലംഗുലം വീതിയുമുള്ള കൊഴു നിർമിക്കണം.' എന്നാണ് അദ്ദേഹം പറയുന്നത്. എട്ട് കാളകളെക്കൊണ്ട് കന്നുപൂട്ടുന്നതാണ് ഉത്തമമെന്നും അദ്ദേഹം പറയുന്നു. ഞാറുകൾക്കിടയിലുള്ള മണ്ണ് ചെറിയ കൈക്കോട്ടുകൊണ്ട് ഇളക്കിക്കൊടുക്കേണ്ടതിന്റെ ആവശ്യവും മറ്റും ബൃഹസ്പദി വിശദീകരിക്കുന്നു. വരാഹമിഹിരന്റെ *ബൃഹത്സംഹിത*യിൽ പശുവിന്റെ ചാണകവും ആട്ടിൻകാട്ടവും ഉണക്കിപ്പൊടിച്ചത് വളമായി പ്രയോഗിക്കുന്നതിനെക്കുറിച്ച് പറയുന്നുണ്ട്. 'ആഢകം', 'പ്രസ്ത', 'ദ്രോണ', 'തുലാ' എന്നീ അളവുകൾ *ബൃഹത്സംഹിത*യിൽ പരാമർശിക്കപ്പെടുന്നു. ഇത്തരം അളവുകളിലാണ് കൃഷിക്കാവശ്യമായ വെള്ളവും വളവും മറ്റും നൽകേണ്ടത്.

മുൻകാലങ്ങളിലെന്നപോലെ പശുക്കളെയും കാളകളെയും സംരക്ഷിക്കേണ്ടതിന്റെ ആവശ്യം അക്കാലത്തെ പല കൃതികളിൽ ചർച്ച ചെയ്ത് കാണാം. "എട്ട് കാളകളെവെച്ച് പൂട്ടുന്നവൻ പുണ്യാത്മാവും ആറെണ്ണത്തെ വെച്ച് പൂട്ടുന്നവൻ കച്ചവടമനഃസ്ഥിതിക്കാരനും നാലെണ്ണത്തെ ഉപയോഗിച്ച് നിലമുഴുന്നവൻ ക്രൂരനും രണ്ടെണ്ണത്തെക്കൊണ്ട് കന്നുപൂട്ടുന്നവൻ കാളയെത്തിന്നുന്നവന് സമനുമാണെന്ന്" അത്രി സൂചിപ്പിക്കുന്നു. ഗർഭിണികളോ രോഗികളോ ആ പശുക്കളെ കറക്കരുതെന്നും അത്രി പറയുന്നുണ്ട്. കന്നുകാലികളെ മേയ്ക്കുന്നവൻ വളരെയേറെ ശ്രദ്ധയുള്ളവനായിരിക്കണമെന്നും, നോട്ടപ്പിഴമൂലം ആരുടെയെങ്കിലും വിളവു നഷ്ടപ്പെട്ടാൽ, ഇടയനിൽനിന്ന് പിഴ ഈടാക്കാനും ആവശ്യമെങ്കിൽ മറ്റ് ക്രൂരമായ ശിക്ഷകൾ ഏർപ്പെടുത്താനും യാജ്ഞവൽക്യനും ബൃഹസ്പദിയും തങ്ങളുടെ കൃതികളിൽ സൂചിപ്പിക്കുന്നുണ്ട്.

ഫ്യൂഡലിസത്തിന്റെ സംസ്ഥാപനം

നാട്ടറിവിന്റെ ചരിത്രം ഇന്ത്യയിലെ ഫ്യൂഡലിസത്തിന്റെ ചരിത്രമാണ്. അധ്വാനത്തെ ചൂഷണം ചെയ്താണ് ഫ്യൂഡലിസം അതിന്റെ സാമൂഹ്യഘടന കെട്ടിയുയർത്തിയത്. ഭൂമിയോടൊപ്പം അടിമകളെയും കൈമാറിയിരുന്നതായി ഗുപ്തകാലത്തെ രേഖകൾ തെളിയിക്കുന്നു. 4-ാം നൂറ്റാണ്ടു മുതൽ 8-ാം നൂറ്റാണ്ടിന്റെ പകുതിവരെയുള്ള കാലമാണ് ഇന്ത്യൻ ഫ്യൂഡലിസത്തിന്റെ ഒന്നാം ഘട്ടമായി ചരിത്രകാരന്മാർ കരുതുന്നത്. കാർഷികവൃത്തിയിലേർപ്പെട്ടിരുന്നവരെപ്പോലെതന്നെ കൈത്തൊഴിലുകളിൽ ഏർപ്പെട്ടിരുന്നവരും ചൂഷണത്തിന് വിധേയരായിരുന്നു. രാജാക്കന്മാർക്കുവേണ്ടി മാസത്തിലൊരു ദിവസം കൈത്തൊഴിലാളികൾ ജോലി ചെയ്യണമെന്ന് കൗടില്യൻ നിർദേശിക്കുന്നുണ്ട്. ഇത് നികുതിയായാണ് പരിഗ

ണിച്ചിരുന്നത്. എന്നാൽ എ ഡി ആറാം നൂറ്റാണ്ടായപ്പോഴേക്കും രാജാവിന് വേണ്ടി മാത്രമല്ല കച്ചവടക്കാർക്കുവേണ്ടിയും ഇവ്വിധം നിർബന്ധിത സേവനം ഉറപ്പുവരുത്തി. കച്ചവടാവശ്യത്തിനുള്ള വസ്തുക്കളുടെ ഉൽപ്പാദനത്തിനും മറ്റും ആവശ്യമായ മനുഷ്യാധ്വാനത്തിന്റെ ലഭ്യത ഉറപ്പുവരുത്തുകയാണ് ഇത്തരമൊരു നിയമനിർമാണത്തിന്റെ ഉദ്ദേശ്യം. മധ്യകാലത്തെ അടഞ്ഞ സമ്പദ്വ്യവസ്ഥയുടെ ഒരു നിദർശനമായി ഇതിനെ മനസിലാക്കാം. കളപ്പുരകളിലെ അളവ്-തൂക്ക ജോലികളിൽ ഏർപ്പെട്ടിരുന്നവരിലാണ് അടിമത്തം - അടിച്ചേൽപ്പിച്ചതെന്നും, മറ്റ് തൊഴിലുകളിലേക്ക് അത് പിൽക്കാലത്ത് വ്യാപിച്ചതാണെന്നും കരുതാം. കൗടില്യന്റെ കാലത്ത് കാർഷികവൃത്തിയെ ഒരടിമജോലിയായി കണക്കാക്കിയിരുന്നതിന് തെളിവില്ല. അടിമജോലിയെ 'വിഷ്ടി' എന്നാണ് വിളിച്ചിരുന്നത്. വാൽസ്യായൻ തന്റെ *കാമസൂത്ര*ത്തിൽ, വിഷ്ടിയെക്കുറിച്ച് പറയുന്നുണ്ട്. അക്കാലമായപ്പോഴേക്കും തൊഴിലാളികളുടെ അധ്വാനത്തെ സ്വന്തം താൽപ്പര്യാനുസരണം പരുവപ്പെടുത്താനുള്ള അധികാരം നാടുവാഴികൾക്ക് ലഭിച്ചുകഴിഞ്ഞിരുന്നു. നാടുവാഴിയുടെ തറവാട്ടിൽ കൂലിയില്ലാത്ത നിരവധി ജോലികളിൽ സ്ത്രീകൾ ഏർപ്പെട്ടിരുന്നതിനെപ്പറ്റി ആർ എസ് ശർമ സൂചിപ്പിക്കുന്നുണ്ട്. അടിമകളുടെ അധ്വാനത്തെ ചൂഷണം ചെയ്യാനുള്ള അവകാശം ഭൂമിയോടൊപ്പം നാടുവാഴികൾക്ക് കൈമാറിയതാണ് ഫ്യൂഡൽ സമ്പദ്വ്യവസ്ഥയ്ക്ക് സാമ്പത്തികാടിത്തറയൊരുക്കിയത്. തരിശുകിടന്നിരുന്ന ഭൂമിയെ ഫലഭൂയിഷ്ടമാക്കി കൃഷി വ്യാപിപ്പിക്കുന്നതിൽ അടിമകളുടെ അധ്വാനം വഹിച്ച പങ്ക് വളരെ വലുതാണ്.

വനഭൂമികൾ ബ്രാഹ്മണർക്ക് ഏൽപ്പിച്ചു കൊടുക്കുന്നതും, അത് പിന്നീട് കൃഷിഭൂമിയാക്കുന്നതും 6-ാം നൂറ്റാണ്ടു മുതൽ വ്യാപകമായിരുന്നു എന്നതിന് തെളിവുണ്ട്. അതായത് ക്ഷേത്രങ്ങൾക്കും ബ്രാഹ്മണർക്കും വനഭൂമി പതിച്ചു നൽകുന്നതോടെ, ആ പ്രദേശം പതിയെ ഒരു അധിവാസകേന്ദ്രമായിത്തീരുകയും, കാർഷികമായി പുരോഗമിക്കുകയും ചെയ്തതായി കരുതണം. ഇത്തരം വനാന്തരഅധിവാസകേന്ദ്രങ്ങളിൽ ബ്രാഹ്മണർതന്നെ കൃഷിയിലും കാലിവളർത്തലിലും മറ്റും ഏർപ്പെട്ടിരുന്നുവെന്ന് കരുതണം. ഇതോടെ പുനംകൃഷിയിൽനിന്ന് മാറി, ആധുനികമായ കാർഷികവൃത്തിയിലേക്ക് ഈ പ്രദേശത്തെ ജനത പ്രവേശിച്ചു. ബ്രാഹ്മണർക്ക് ഭൂമിയോടൊപ്പം അടിമകളെക്കൂടി കൈമാറിയിരുന്നു.

ഭൂമിയോടൊപ്പം, അതിലധ്വാനിക്കുന്നവരെക്കൂടി കൈമാറുന്ന സമ്പ്രദായത്തിന് ഏറ്റവും പഴക്കമേറിയ തെളിവുകൾ ലഭിക്കുന്നത് ദക്ഷിണേന്ത്യയിൽനിന്നാണ്. 3-4 നൂറ്റാണ്ടുകളിൽ ഒരു പല്ലവരാജാവ് ഇപ്രകാരം ഭൂമിയേയും അടിമകളേയും കൈമാറിയതിന് തെളിവുണ്ട്. വിന്ധ്യന് വടക്ക് ഈ സമ്പ്രദായം രേഖപ്പെടുത്തിക്കാണുന്നത് ആറാം നൂറ്റാണ്ടിനുശേഷ

മാണ്. ജനവാസം കുറഞ്ഞ പ്രദേശങ്ങളും വനപ്രദേശങ്ങളും മറ്റും ദാനമായി നൽകുമ്പോൾ, അതിനോടൊപ്പം ആ പ്രദേശത്തെ തൊഴിലാളികളെക്കൂടി കൈമാറുന്ന സമ്പ്രദായമായിരിക്കണം ആദ്യം നിലവിൽവന്നതെന്ന് ആർ എസ് ശർമ കരുതുന്നു. ഈ സമ്പ്രദായം പിൽക്കാലത്ത് മറ്റ് പ്രദേശങ്ങളിലേക്കു കൂടി വ്യാപിച്ചതായിരിക്കണം.

റോമാസാമ്രാജ്യത്തിന്റെ പതനവും അറബ്സാമ്രാജ്യത്തിന്റെ വ്യാപനവും ഗുപ്തകാലമായപ്പോഴേക്കും ഇന്ത്യയുടെ വിദേശവ്യാപാരത്തെ തളർത്തി. ആദ്യകാലത്ത് ഇന്ത്യൻ പട്ടിന് റോമിൽ വലിയ തോതിൽ മാർക്കറ്റുണ്ടായിരുന്നു. എന്നാൽ രാജ്യത്തിന്റെ സമ്പത്ത് മുഴുവൻ പട്ടുവസ്ത്രങ്ങൾക്കായി ചെലവിടുന്നതു മൂലം വലിയ തോതിൽ ധനശോഷണം നടക്കുന്നതായി റോമാ സാമ്രാജ്യം വിലയിരുത്തി. സാമ്പത്തികവും രാഷ്ട്രീയവുമായ പ്രതിസന്ധിയിലൂടെ കടന്നുപോകുന്ന റോമിന്, ഈ ധനശോഷണം തടയേണ്ടത് ആവശ്യമായിരുന്നു. ഇതോടെ പട്ടുവസ്ത്രങ്ങളുടെ ഉപഭോഗം റോമിൽ ഒരു നിയമം വഴി തടഞ്ഞു. മാത്രമല്ല, പട്ടുവസ്ത്രത്തിന്റെ നിർമാണവിദ്യ റോം സ്വായത്തമാക്കുകയും അരനൂറ്റാണ്ട് കാലത്തിനിടയിൽ സ്വന്തമായ സാങ്കേതികവിദ്യ വികസിപ്പിച്ചെടുക്കുകയും ചെയ്തു. ഇത് ഏറ്റവും പ്രതികൂലമായി ബാധിച്ചത് ഇന്ത്യയെയാണ്. പശ്ചിമേഷ്യൻ രാജ്യങ്ങൾ അറബ് സാമ്രാജ്യത്തിന്റെ കീഴിലായപ്പോൾ, ഈ രാജ്യങ്ങളുമായുള്ള വ്യാപാരം അൽപ്പമൊന്ന് മെച്ചപ്പെട്ടെങ്കിലും ഗുപ്തസാമ്രാജ്യത്തിന്റെ അവസാനഘട്ടമായപ്പോഴേക്കും ഇതിലും വൻതോതിൽ ഇടിവുവന്നതായി കാണാനാവും. ഇത്തരമൊരു സന്ദർഭത്തിലാണ് ഇന്ത്യയിലെ കൈത്തൊഴിലുകളെ പുരസ്കരിച്ചുള്ള ആഭ്യന്തരവ്യാപാരം ത്വരിതപ്പെടുന്നത്. വ്യാപാരത്തിന്റെ സുഗമമായ നടത്തിപ്പിനായി 'വണിക്ഗ്രാമങ്ങൾ'ക്ക് വലിയതോതിൽ ഇളവുകൾ അനുവദിച്ചു. കച്ചവടസംഘങ്ങൾക്ക് വേണ്ടി തങ്ങളുടെ അധ്വാനം ചെലവഴിക്കാൻ കമ്മാള സമുദായങ്ങൾ നിർബന്ധിതരായി. ഇത്തരമൊരു സ്ഥിതിവിശേഷം കൈത്തൊഴിലാളികളെ ചൂഷണം ചെയ്യുന്ന ഒരവസ്ഥയിലേക്കെത്തിച്ചു. ഭൂദാനം എപ്രകാരമാണോ കർഷകത്തൊഴിലാളികളെ അടിമകളാക്കിയത്, അതേവിധം വണിക് സംഘങ്ങൾക്ക് നൽകിയ സവിശേഷമായ ആനുകൂല്യങ്ങൾ, കമ്മാളസമുദായങ്ങളെ അടിമകളാക്കി. ബ്രാഹ്മണർക്ക് ഭൂമി ദാനം ചെയ്തതുപോലെ കച്ചവടസംഘങ്ങൾക്ക് ഗ്രാമങ്ങൾ പതിച്ചു നൽകുന്ന പതിവുണ്ടായിരുന്നതായി രേഖകൾ തെളിയിക്കുന്നു. വ്യാപാരരംഗത്തെ മൽസരം ഒഴിവാക്കാനും കച്ചവടം ഓരോ ഗ്രാമത്തേയും പുരസ്കരിച്ച് വികസിപ്പിക്കാനുമുള്ള ഒരു ശ്രമമാണ് ഇക്കാലത്ത് നടന്നത്. അധികാരാവകാശങ്ങൾ ബ്രാഹ്മണർക്കും കച്ചവടസംഘങ്ങൾക്കും പതിച്ചു നൽകുകയും സമൂഹ്യജീവിതത്തിന്റെ കേന്ദ്രങ്ങളായി ക്ഷേത്രങ്ങളും ചന്തകളും മാറുകയും ചെയ്തപ്പോൾ, ഓരോ ഗ്രാമവും

ഒരർഥത്തിൽ സ്വതന്ത്രമായ ഒരു ജീവിത വ്യവഹാരമണ്ഡലമായിത്തീർന്നു. ഇത്തരം ഗ്രാമങ്ങൾക്ക് ഏറെക്കുറെ സ്വതന്ത്രമായ ഒരു നാണയവ്യവസ്ഥയാണുണ്ടായിരുന്നത്. മാത്രമല്ല, ജലസേചനംപോലുള്ള പദ്ധതികളുടെ ഉത്തരവാദിത്വവും ഗ്രാമമുഖ്യന്മാരിൽ നിക്ഷിപ്തമായിരുന്നു. കേന്ദ്രീകരിക്കപ്പെട്ട ഒരു ഭരണവ്യവസ്ഥയെ പ്രാദേശികമായ ഒന്നുകൊണ്ട് പകരം വെച്ചു. ഈ ജീവിതവ്യവസ്ഥയാണ് ഇന്ത്യൻ ഫ്യൂഡലിസത്തിന് അടിത്തറയിട്ടത്. ഈ വ്യവസ്ഥയ്ക്കകത്ത് കർഷകത്തൊഴിലാളികളും കൈത്തൊഴിലാളരും തീർത്തും അടിമകളായി ജീവിക്കാൻ നിർബന്ധിതരായി.

പ്രാചീന ഇന്ത്യയിലെ കാർഷികേതര തൊഴിലുകൾ

വൈദികകാലത്ത് താഴെപ്പറയുന്ന തൊഴിലുകളിൽ ഏർപ്പെട്ടിരുന്ന സമൂഹങ്ങളെക്കുറിച്ച് സൂചനകളുണ്ട്: 1. മരപ്പണി 2. നെയ്ത്ത്. 3. ലോഹപ്പണി 4. മൺപാത്രനിർമാണം. 5. തുകൽപ്പണി.

നേരത്തെ സൂചിപ്പിച്ചതുപോലെ, തേരിന്റെ നിർമാണം ഏറെ ആദരിക്കപ്പെട്ട ഒരു തൊഴിലായിരുന്നു. ഉരുനിർമാണവിദ്യയും അക്കാലത്ത് ഏറെ വികസിച്ച ഒരു സാങ്കേതികവിദ്യയായിരുന്നുവെന്ന് കരുതാം. ആയിരം തുഴകളുള്ള വലിയ വള്ളങ്ങളെക്കുറിച്ചുള്ള സൂചന *ഋഗ്വേദ*ത്തിൽ കാണുന്നു. തെയ്യത്തിലെ 'മരക്കലത്തോറ്റ'ത്തിലും മറ്റും കാണുന്ന കപ്പൽനിർമാണ വിദ്യയെക്കുറിച്ചും, അതിന് ചായം പൂശുന്ന ചിത്രപ്പണികളെക്കുറിച്ചുമുള്ള വർണന, ഈ സാങ്കേതികവിദ്യയുടെ പഴക്കത്തെ സൂചിപ്പിക്കുന്നു. ഇന്ത്യയിലിന്നും സജീവമായി നിൽക്കുന്ന ഒരു സാങ്കേതികവിദ്യയാണ് ഉരുനിർമാണം.

ആഞ്ഞിലി, ബദാം, തെങ്ങ് എന്നീ തടികളാണ് തോണി നിർമിക്കാൻ ഉപയോഗിക്കാറുള്ളത്. തെങ്ങിൻതടി ഒഴികെയുള്ളവ മുറിച്ചെടുത്തശേഷം മണലിൽ കുഴിച്ചിടുന്നു. കീടങ്ങൾ പച്ചത്തടി നശിപ്പിക്കാതിരിക്കാനാണിത്. മാസങ്ങൾക്കുശേഷം ഇവ പുറത്തെടുത്ത് ആവശ്യാനുസരണം പലകകൾ കീറി എടുക്കുന്നു. ഇപ്പോൾ തടി കേടുവരാതിരിക്കാൻ രാസപദാർഥങ്ങൾ ഉപയോഗിക്കുന്ന പതിവ് വ്യാപകമായിട്ടുണ്ട്. തെങ്ങിൻതടിക്ക് ഭാരം കൂടുതലായതിനാൽ മറ്റു പലകകളുടെ ഇടയിൽ മാത്രമേ അത് ഉപയോഗിക്കൂ.

തോണിയുടെ ഏറ്റവും താഴെ നടുവിലത്തെ നീണ്ടതടിയാണ് ആദ്യം ശരിയാക്കിയെടുക്കുന്നത്. തോണിയുടെ ആകൃതിയനുസരിച്ച് കൗണിമരത്തിന്റെ തടിയിൽ ചട്ടക്കൂട് മുകളിലേക്കുയർത്തുന്നു. ഇതിന്മേലാണ് പലകകൾ ഉറപ്പിക്കുന്നത്. ഇതിനായി പിത്തളകൊണ്ടുള്ള ആണികൾ ഉപയോഗിക്കുന്നു. പലകകൾ പരസ്പരം ഉറപ്പിക്കാൻ മരംകൊണ്ടുള്ള ആണിയോ കയറുകളോ ഉപയോഗിക്കുന്നു. പലകകൾക്കിടയിലെ വിടവ്

അടയ്ക്കുന്നത് കയറുപയോഗിച്ചാണ്. കയർ ഈ വിടവിലേക്ക് അടിച്ചുകയറ്റുകയാണ് ചെയ്യുന്നത്. ചുണ്ണാമ്പും ഇനാമലും ചേർന്ന മിശ്രിതമാണ് പെയിന്റായി ഉപയോഗിക്കുന്നത്. ഫെവിക്കോൾ, മരപ്പൊടി എന്നിവയും പെയിന്റിനോട് ചേർക്കാറുണ്ട്. സ്രാവിന്റെ എണ്ണയും മറ്റും തോണികളിൽ പെയിന്റിനുപകരമായി ഉപയോഗിച്ചിരുന്നതായി പറയുന്നു.

വ്യത്യസ്ത വലിപ്പമുള്ള തോണികൾ പ്രചാരത്തിലുണ്ട്. വലിയ തോണികൾക്ക് മുപ്പതടിയോളം നീളവും പത്തടിയോളം വീതിയും ഉണ്ട്. ഇപ്പോൾ എഞ്ചിൻ ഘടിപ്പിച്ച് ആഴക്കടലിൽ മൽസ്യബന്ധനത്തിന് ഉപയോഗിക്കുന്നത് ഇത്തരം തോണികളാണ്. ഇവയെക്കൂടാതെ 10 മുതൽ 12 അടിവരെ നീളവും 5 അടിയോളം വീതിയുമുള്ള ചെറിയ തോണികൾ ഉണ്ട്. യാത്രക്കാരെ കയറ്റാനാണ് ഇത് പ്രധാനമായും ഉപയോഗിക്കുന്നത്. വള്ളംകളിക്കുപയോഗിക്കുന്നത് കൊത്തുപണികളോടുകൂടിയ ചുണ്ടൻ വള്ളങ്ങളാണ്. തോണിയുടെ വലിപ്പമനുസരിച്ചാണ് പങ്കായം നിർമിക്കുന്നത്. ഇതിന് തെങ്ങിന്റെ തടിയാണ് ഉപയോഗിക്കാറുള്ളത്.

ഇത്തരം ചെറിയ നിർമിതികളോടൊപ്പം വീട്ടാവശ്യത്തിനുള്ള പല ഉപകരണങ്ങളും ആശാരിമാർ ഉണ്ടാക്കിയിരുന്നു. ഉദാഹരണമായി കട്ടിൽ, നീണ്ട ബഞ്ച്, (ഇതിലാണ് സ്ത്രീകൾ കിടന്നിരുന്നത്. ഇതിനെ പ്രോഷ്ഠ: എന്നാണ് വിളിച്ചിരുന്നത്.) 'വഹ്യ' എന്നൊരു തരം കട്ടിലിനെക്കുറിച്ചും വൈദികസാഹിത്യത്തിൽ പരാമർശം കാണാം. കൊഴു, നുകം തുടങ്ങിയ കാർഷികോപകരണങ്ങൾ നിർമിച്ചിരുന്നതും ആശാരിമാർ തന്നെ.

വേദകാലത്തുതന്നെ വികസിച്ചു വന്നതെന്ന് കരുതാവുന്ന മറ്റൊരു വ്യവസായമാണ് തുണിവ്യവസായം 'വലിച്ചുനീട്ടുന്നത്' എന്ന അർഥം വരുന്ന തൻ/തന്തി എന്ന സംസ്കൃതപദം നെയ്ത്തുമായി ബന്ധപ്പെട്ട് വളർന്നുവന്നതാണ്. ഗ്രീക്ക്, ലാറ്റിൻ ഭാഷകളിലും ഇതിന് സമാനമായ പദങ്ങളുണ്ട്.

തണ്ട്, ഓടം, വയന്തി, എന്നിവ നെയ്ത്തു യന്ത്രത്തിന്റെ വ്യത്യസ്ത ഭാഗങ്ങളെ കുറിക്കുന്ന പദങ്ങളാണ്. 'വയ' എന്നാൽ നെയ്ത്തുകാരൻ തന്നെ. നെയ്ത്തുപുരയാണ് 'തസര', തരിയെ 'വിമൻ' എന്ന് വിളിക്കുന്നു. 'മയൂഖം' എന്നത് തറിക്കാൽ ആണ്. ഇത്രയും സൂക്ഷ്മമായി ഓരോ യന്ത്രഭാഗത്തിനും പേര് നൽകിയിട്ടുണ്ട്. എന്നതിനർഥം നെയ്ത്തു വ്യവസായം അത്രമേൽ പുരോഗമിച്ചിരുന്നു വെന്നാണ്. പ്രാചീന ഇന്ത്യയിൽ നെയ്ത്ത് സ്ത്രീകളുടെ ഒരു തൊഴിലായാണ് പരിഗണിക്കപ്പെട്ടിരുന്നത് എന്ന് കരുതാനുള്ള തെളിവുകളുണ്ട്.

ചെമ്മരിയാടിന്റെ രോമമാണ് നെയ്ത്തിനായി ഉപയോഗിച്ചിരുന്നത്. 'ഊർണ' എന്ന പദം കമ്പിളിയെ സൂചിപ്പിക്കാനായി *ഋഗ്വേദ*ത്തിൽ പലയിടത്തും ഉപയോഗിക്കുന്നുണ്ട്. നെയ്ത്തു ജോലിയിൽ പരിശീലനം

നൽകുന്ന ചില സ്ഥാപനങ്ങൾ അക്കാലത്തുണ്ടായിരുന്നതായും *ഋഗ്വേദ* സൂക്തങ്ങളിൽ നിന്ന് അനുമാനിക്കാനാവും.

സിന്ധുനദീതട സംസ്കാരത്തിൽപോലും മികച്ച കമ്പിളി ലഭ്യമായിരുന്നുവെന്ന് കരുതാൻ ന്യായമുണ്ട്. നിത്യോപയോഗത്തിനായുള്ള കമ്പിളി വസ്ത്രങ്ങൾ, വിരികൾ എന്നിവയെക്കുറിച്ചെല്ലാം *ഋഗ്വേദ*ത്തിൽ പരാമർശങ്ങളുണ്ട്. മാർദവമാണ് കമ്പിളിയുടെ ഗുണമേന്മയായി ഗണിച്ചിരുന്നത്. അഗ്നിയോട് കമ്പിളിയെപ്പോലെ മൃദുവായിരിക്കേണമേ എന്ന് പ്രാർഥിക്കുന്നുണ്ട്. സൂചിയുടെ ഉപയോഗം അക്കാലത്തു തന്നെ നിലവിൽ വന്നിരുന്നു. കമ്പിളിയിൽ തുന്നിയ ഉടുപ്പുകൾ ധരിച്ച് നൃത്തം ചെയ്തിരുന്ന സുന്ദരിമാരെക്കുറിച്ച് *ഋഗ്വേദ*ത്തിൽ പരാമർശമുണ്ട്. 'പേശ:', എന്ന വാക്ക് കിന്നരിവെച്ച ഉടുപ്പുകളെ സൂചിപ്പിക്കുന്നതാണ്. 'പേശസ്കാരി' ഇത്തരം ഉടുപ്പുകൾ തുന്നിയെടുക്കുന്നവളാണ്. ഇത്തരത്തിലൊരുവളെ ബലികൊടുത്തതായി *യജുർവേദ*ത്തിൽ പറയുന്നു.

ലോഹ വിദ്യയാണ് പ്രാചീന ഇന്ത്യയിൽ വളരെയേറെ വികാസം പ്രാപിച്ച മറ്റൊരു തൊഴിൽ മേഖല. താഴേക്കാണുന്ന ലോഹങ്ങളെക്കുറിച്ച് /ലോഹസങ്കരങ്ങളെക്കുറിച്ച് വേദങ്ങളിൽ പരാമർശമുണ്ട്.

1. അയസ് (ഇരുമ്പ്), ശ്യാമ (ചെമ്പ്), കാർഷ്ണായസ (ഓട്)
2. ഹിരണ്യ, ഹരിത, സുവർണ, ജാതരൂപ (സ്വർണം)
3. രജത ഹിരണ്യ/ രജത (വെള്ളി)
4. ലോഹ (ചെമ്പ്)
5. സീസ (ഈയം)
6. ത്രപു (ടിൻ)

ഇതിൽ അവസാനത്തെ നാലെണ്ണത്തെക്കുറിച്ച് *ഋഗ്വേദ*ത്തിൽ പരാമർശമൊന്നുമില്ല. എന്നാൽ *അഥർവ* വേദത്തിലും സംഹിതകളിലും *ബ്രാഹ്മണ*ങ്ങളിലും വെള്ളി, ചെമ്പ്, ഈയം, ടിൻ എന്നിവയെക്കുറിച്ച് സൂചിപ്പിക്കുന്നു. ലോഹവിദ്യയിൽ മുമ്പന്തിയിൽ നിന്നവർ അസുരന്മാരായിരുന്നു. അയിരിൽ നിന്ന് ഇരുമ്പ് വേർതിരിച്ചെടുക്കുന്ന വിദ്യ അവർക്കറിയാമായിരുന്നു. അഭ്ര (കൈക്കോട്ട്) ഭാത്ര, ശ്രിണി (കൊടുവാൾ) ഫാല: (കൊഴു) തുടങ്ങിയ കാർഷികോപകരണങ്ങളും അസി (വാൾ) , പരശു (മഴു) പവീര, അസ്ത്രങ്ങൾ, കുന്തം, കഠാര എന്നിങ്ങനെ യുദ്ധത്തിന് വേണ്ട ആയുധങ്ങളും ലോഹംകൊണ്ട് നിർമിച്ചിരുന്നു. യുദ്ധത്തിനിടയിൽ ധരിക്കേണ്ട പോർച്ചട്ട, തലപ്പാവ്, ആഭരണങ്ങൾ (മാലകൾ, കാൽത്തള മുതലായവ) രഥത്തിന്റെ ആരക്കാലുകൾ എന്നിവയും മൂശാരിമാരാണ് ഉണ്ടാക്കിയിരുന്നത്.

മൂശാരിമാർക്കുശേഷം കൂടുതൽ പരാമർശിക്കപ്പെടുന്ന തൊഴിലാളി വിഭാഗം തട്ടാന്മാരാണ്. നദിക്കരയിൽ നിന്ന് ശേഖരിച്ചിരുന്ന സ്വർണത്ത

രികൾ കൊണ്ടാണ് അവർ ആഭരണങ്ങളുണ്ടാക്കിയിരുന്നതെന്ന് മനസിലാക്കാം. ലോഹം വേർതിരിക്കുന്നതിനും ശുദ്ധീകരിക്കുന്നതിനുമുള്ള മാർഗങ്ങൾ അവർക്കറിയാമായിരുന്നു. വിവാഹവേളകളിൽ വധുവിന് അവളുടെ മാതാപിതാക്കൾ ആഭരണങ്ങൾ നൽകിയിരുന്നു. നിഷ്ക (കണ്ഠാഭരണം), കുരീരം, കുംബ (ശിരോലങ്കാരം), കർണശോഭന (കർണാഭരണം) എന്നിവയെക്കുറിച്ചെല്ലാം വേദങ്ങളിൽ സൂചനയുണ്ട്.

സ്ത്രീകളുടെ ശരീരം അലങ്കരിക്കാൻ മാത്രല്ല, തേര്, കുതിരകൾ, എന്നിങ്ങനെ രാജാവ് ഉപയോഗിക്കുന്ന വസ്തുക്കളെ/ മൃഗങ്ങളെ അലങ്കരിക്കാനും സ്വർണാഭരണങ്ങൾ വേണമായിരുന്നു. സ്വർണത്തെ അമരത്വത്തിന്റെ അടയാളമായി പരിഗണിച്ചിരുന്നു.

കുശവന്മാരെ കുറിക്കാൻ പ്രത്യേകപദം *ഋഗ്വേദ*ത്തിൽ ഉപയോഗിച്ചു കാണുന്നില്ല. എന്നാൽ യജൂർവേദത്തിൽ ഇവരെ കുലാലന്മാർ എന്നാണ് വിളിക്കുന്നത്. മദ്യം, സ്വർണം, ധാന്യം, എന്നിവ സൂക്ഷിക്കാൻ ആര്യന്മാർ ഉപയോഗിച്ചിരുന്നത് മൺപാത്രങ്ങളായിരുന്നു.

തുകൽ ഊറയ്ക്കിടാനും തുകൽകൊണ്ട് വ്യത്യസ്ത വസ്തുക്കൾ ഉണ്ടാക്കാനുമുള്ള സാങ്കേതിക വിദ്യയും ഇക്കാലമായപ്പോഴേക്കും വികസിച്ചിരുന്നു. ഋഗ്വേദത്തിൽ ഇതേക്കുറിച്ചുള്ള വിശദാംശങ്ങളില്ലെങ്കിലും ശതപതബ്രാഹ്മണത്തിൽ കുറ്റികളുപയോഗിച്ച് തുകൽ ചുരുൾ നിവർത്തിവെക്കുന്നതിനെക്കുറിച്ച് പറയുന്നുണ്ട്. ഈ കുറ്റികൾക്ക് 'ശംഖുഭി:' എന്നാണ് പേര്. തുകലിനെക്കുറിക്കാൻ 'ചർമ' മെന്ന വാക്കാണ് *ഋഗ്വേദം* തുടങ്ങിയുള്ള വൈദികസാഹിത്യത്തിൽ സാമാന്യമായി ഉപയോഗിച്ചു കാണുന്നത്. വില്ലിന്റെ ഞാൺ, ആവനാഴി, രഥത്തിന്റെ ഭാഗങ്ങൾ പരസ്പരം ബന്ധിക്കുന്നതിനാവശ്യമായ നാരുകൾ, കുതിരയുടെ കടിഞ്ഞാൺ, ചാട്ടവാർ, തുടങ്ങിയവയെല്ലാം തുകൽകൊണ്ടാണ് ഉണ്ടാക്കിയിരുന്നത്. സോമരസം, വീഞ്ഞ്, തൈര്, തേൻ എന്നിവ ശേഖരിക്കുന്നതിനായി തുകൽകൊണ്ടുള്ള പാത്രങ്ങൾ നിർമിച്ചിരുന്നു. പടയാളികൾക്കാവശ്യമായ പോർച്ചട്ട, കുതിരകൾക്ക് വെള്ളം കൊടുക്കുന്നതിനുള്ള പരന്ന വലിയ പാത്രങ്ങൾ, പെരുമ്പറ തുടങ്ങിയ വാദ്യങ്ങൾ എന്നിവയെല്ലാം തുകൽകൊണ്ടുണ്ടാക്കിയിരുന്നു. രാജാക്കന്മാരും മറ്റും തുകൽകൊണ്ടുണ്ടാക്കിയ ചെരിപ്പ് ധരിച്ചിരുന്നുവെന്ന് കരുതാം. രാജുസൂയയാഗം നടക്കുമ്പോൾ, കാട്ടുപന്നിയുടെ തുകൽ കൊണ്ടുണ്ടാക്കിയ പാദുകമാണ് രാജാവ് ധരിക്കേണ്ടതെന്ന് നിർദേശിച്ചിരുന്നു. അധ്യയനം നടക്കുമ്പോൾ ബ്രാഹ്മണപുത്രൻ കലമാനിന്റെയും ക്ഷത്രിയൻ പുള്ളിമാനിന്റെയും വൈശ്യൻ പശുവിന്റെയോ ആടിന്റെയോ തൊലികൊണ്ടുള്ളതുമായ മേൽവസ്ത്രം ധരിക്കണമെന്ന് നിർദേശവും ഉണ്ട്. പ്രകരിത്ര (കല്ലാശാരി), ബിദലകാരി (കൊട്ടയുണ്ടാക്കുന്നവൻ) രജയിത്ര (തുണിയിൽ ചായം മുക്കുന്നവൻ), രജ്ജു സർജ (കയ

റുണ്ടാക്കുന്നവൻ), സുരാകാരം മദ്യം വാറ്റുന്നവൻ) എന്നിവയെക്കുറിച്ചുള്ള ചില ആനുഷംഗിക പരാമർശങ്ങളുണ്ടെങ്കിലും അവയുടെ വിശദാംശങ്ങൾ വൈദികസാഹിത്യത്തിൽ നിന്ന് ലഭിക്കുന്നില്ല.

രാജാക്കന്മാരുടെ സേവകർ എന്ന നിലയ്ക്കാണ് ഐങ്കുടിക്കമ്മാളർ പരിചരിക്കപ്പെട്ടിരുന്നത്. യാഗം നടത്തുന്നതിന്റെ ആവശ്യത്തിലേക്കായാണ് ഇവരുടെ സേവനം മുഖ്യമായും പ്രയോജനപ്പെടുത്തിയിരുന്നത്. യാഗം നടത്താനാവശ്യമായ ഇഷ്ടികകളും മൺപാത്രങ്ങളും ഉണ്ടാക്കാനായി, രാജാവ് കുശവന്മാരെ ക്ഷണിച്ചു വരുത്തി എന്നും മറ്റുമുള്ള പരാമർശം വൈദികസാഹിത്യത്തിൽ കാണാം.

ബൗദ്ധകാലമായപ്പോഴേക്കും ഇന്ത്യയിൽ പലയിടത്തും വാണിജ്യ നഗരങ്ങൾ വികസിച്ചു വന്നിരുന്നു. ഈ നഗരങ്ങളിലെല്ലാം പശ്ചിമേഷ്യയുമായുള്ള കച്ചവട ബന്ധങ്ങൾ ശക്തമായി നിലനിന്നു. തൊഴിൽ സംഘങ്ങളുടെ രൂപീകരണവും ലോഹനാണയങ്ങളുടെ പ്രചാരവും ഇക്കാലത്തിന്റെ സവിശേഷതകളാണ്.

ബൗദ്ധകൃതികളിൽ 'ആശാരി' (മരപ്പണിക്കാരൻ)യെ കുറിക്കാനുപയോഗിക്കുന്ന വാക്ക് 'വദ്ധകി' എന്നാണ്. ആശാരിമാരുടെ തൊഴിൽ സാങ്കേതികമായി ഏറ്റവുമധികം വികസിച്ച ഘട്ടത്തെയാണ് ബൗദ്ധകാലം പ്രതിനിധാനം ചെയ്യുന്നത്. അറുപതാളുകൾക്ക് അകത്ത് കയറിയിരിക്കാൻ കഴിയുംവിധം വലിപ്പമുള്ള മരത്തിൽ തീർത്ത ആനയെക്കുറിച്ച് ബൗദ്ധസാഹിത്യത്തിൽ ഒരിടത്ത് പരാമർശിക്കുന്നുണ്ട്. വീടുകളും കൊട്ടാരങ്ങളും അക്കാലത്ത് മരമുപയോഗിച്ചാണ് നിർമിച്ചിരുന്നത്. ബൗദ്ധസാഹിത്യത്തിലെന്ന പോലെ ജൈനസാഹിത്യത്തിലും മരംകൊണ്ടുണ്ടാക്കിയ ഉരുപ്പടികളെക്കുറിച്ച് സൂചിപ്പിക്കുന്നുണ്ട്. ദാരുശിൽപ്പങ്ങളുണ്ടാക്കിയിരുന്നതായും അവയെ ആരാധിച്ചിരുന്നതായും ജൈനസാഹിത്യം പറയുന്നു.

ഇരുമ്പിലും സ്വർണത്തിലും പണിയെടുക്കുന്നവരെക്കുറിച്ചും സ്വർണം, വെള്ളി തുടങ്ങി അക്കാലത്ത് വിവിധ ആവശ്യങ്ങൾക്കുവേണ്ടി ഉപയോഗിച്ചിരുന്ന ലോഹങ്ങളെക്കുറിച്ചും ബൗദ്ധസാഹിത്യം പരാമർശിക്കുന്നുണ്ട്. സ്വർണം കൊണ്ട് പ്രതിമ നിർമിക്കുന്നതിനും രാജാവിന്റെ മകളുടെ വിവാഹത്തിന് ആഭരണം നിർമിക്കുന്നതിനുമായി അഞ്ഞൂറിലേറെ സ്വർണപ്പണിക്കാരെ കൊട്ടാരത്തിലേക്ക് ക്ഷണിച്ചുവരുത്തിയതായി പറയുന്നു. ഒമ്പതുകോടിയോളം വിലമതിക്കുന്ന ആഭരണം നിർമിച്ച സ്വർണപണിക്കാർക്ക് ആയിരം പണം പാരിതോഷികമായി നൽകി എന്നും മറ്റുമുള്ള വിവരണങ്ങൾ വസ്തുനിഷ്ഠമല്ലെങ്കിൽ പോലും അക്കാലത്ത് ആഭരണ നിർമാണ വിദ്യ കൈവരിച്ച ഔന്നത്യത്തെക്കുറിച്ച് മനസിലാക്കാൻ സഹായിക്കുന്ന പരാമർശങ്ങളാണ്.

നെയ്ത്തുവ്യവസായവും ബൗദ്ധകാലത്ത് വലിയ തോതിൽ വളർച്ച

നേടിയിരുന്നു. പഴയ തുണികളിൽ നിന്ന് പുതിയതുണ്ടാക്കുന്ന ഒരു സാങ്കേതിക വിദ്യ അന്നുണ്ടായിരുന്നതായി പറയുന്നു. ഗൊണകൊ (ആടിന്റെ രോമത്തിൽ നിന്നുണ്ടാക്കുന്ന), ചിത്തിക, പടിക (വെളുത്ത കമ്പിളിപ്പുതപ്പ്), പടലിക, തൂലിക (പരുത്തി നിറച്ച കിടക്ക), വികടിക (സിംഹത്തിന്റെ ചിത്രത്തോടുകൂടിയ കമ്പളം), ഉദ്ദലോമി (ഇരുവശത്തും കമ്പിളിയോടുകൂടിയത്) എകണ്ടലം (ഒരു വശത്ത് മാത്രം കമ്പിളിയോടുകൂടിയത്) കൊമ്പെയം (പട്ട് വസ്ത്രം) കുട്ടകം (പരവതാനി) എന്നിങ്ങനെ വ്യത്യസ്ത തരത്തിലുള്ള വസ്ത്രങ്ങളെക്കുറിച്ച് ബൗദ്ധകൃതികളിൽ പരാമർശമുണ്ട്.

ഓരോ തൊഴിൽക്കൂട്ടായ്മയും പ്രത്യേക തെരുവുകളിലാണ് താമസിച്ചിരുന്നത്. നെയ്ത്തുകാരും ദന്തകാരന്മാരും (ആനക്കൊമ്പുകൊണ്ട് കരകൗശലവസ്തുക്കൾ ഉണ്ടാക്കുന്നവർ) മറ്റും താമസിച്ചിരുന്ന തെരുവുകളെ വർണിക്കുന്ന ഭാഗങ്ങൾ ബൗദ്ധസാഹിത്യത്തിലുണ്ട്. കല്ലിൽ ശിൽപ്പവേല ചെയ്യുന്നവരുടെ അത്ഭുതകരമായ കരവിരുതിനുള്ള നിരവധി നിദർശനങ്ങൾ ബൗദ്ധ-ജൈന സാഹിത്യത്തിൽ കാണാനാവും. കൂറ്റൻ സ്തൂപങ്ങളും ഗോവണികളും നിർമിക്കുന്നതിൽ അവർ വിദഗ്ധരായിരുന്നു. 'പാഷാണകുട്ടകന്മാർ' എന്നാണ് ഇവരെ വിളിച്ചിരുന്നത്. സർഗാത്മകമായ ചിത്രരചനയെക്കുറിച്ചുള്ള വിശദാംശങ്ങളും പ്രാചീന ഭാരതീയ സാഹിത്യത്തിൽ നിന്ന് ലഭ്യമാണ്. പ്രസ്തുതഘട്ടത്തിലെ മറ്റൊരു പ്രധാന തൊഴിൽ അലക്കും തുണിയിൽ ചായം മുക്കലുമായിരുന്നു. ക്ഷാരം ചേർത്ത് തുണികൾ തിളപ്പിക്കുന്നതും പിന്നീട് അവ ശുദ്ധമായ വെള്ളത്തിൽ കഴുകുന്നതും സഹസ്രാബ്ദങ്ങളായി നിലനിൽക്കുന്ന ഒരു നാട്ടറിവാണെന്ന് മനസിലാക്കാം.

ഇന്ത്യൻ കരകൗശല വിദ്യകളിൽ ഏറ്റവും പഴക്കമുള്ളത് മൺപാത്ര നിർമാണത്തിനാണ്. സിന്ധുനദീതടത്തിൽ നിന്ന് മൺവിഗ്രഹങ്ങൾ, വിളക്കുകൾ, പാത്രങ്ങൾ, പ്രതിമകൾ എന്നിവ തെരഞ്ഞെടുക്കുകയുണ്ടായി. കുശവചക്രമാണ് മൺപാത്ര നിർമാണത്തിനുള്ള പ്രധാന ഉപകരണം. ചലനശക്തി നിർമാണക്ഷമമായി ഉപയോഗിക്കാനാവുമെന്ന ശാസ്ത്രയുക്തിയാണ് ഈ ഉപകരണത്തിന്റെ പുറകിൽ പ്രവർത്തിക്കുന്നത്. നാല് ആരക്കാലുകളും അവയെ ബന്ധിപ്പിച്ചുകൊണ്ട് മുളകൊണ്ടുണ്ടാക്കിയ വളയവുമാണ് കുശവചക്രം. ഈ ചക്രത്തിന് മീതെ ചൂടികൊണ്ട് വരിഞ്ഞ് കെട്ടിയ വൈക്കോലും കളിമണ്ണും ചേർത്ത് കുഴച്ച മിശ്രിതം തേച്ച് പിടിപ്പിച്ചിരിക്കും. തറയിൽ ഉറപ്പിച്ചു വെച്ചിട്ടുള്ള വെള്ളാരംകല്ലിന്റെ നടുവിൽ മുകൾഭാഗത്ത് മൊട്ടുപോലെ പൊങ്ങിനിൽക്കുന്ന ചെറിയ മുനയിലേക്ക് ചക്രത്തിന്റെ മധ്യഭാഗത്തുള്ള കുഴി വരുന്ന വിധമാണ് ചക്രം വയ്ക്കുന്നത്. കൈകൊണ്ടാണ് ചക്രം തിരിക്കുന്നത്. അതിന്റെ വേഗതയിൽ വ്യത്യാസം വരുത്താൻ ഒരു മുളവടി ഉപയോഗിക്കുന്നു. വെള്ളവും

ചാരവും ചാണകവും ചേർത്ത് കുഴച്ച് കളിമണ്ണാണ് മൺപാത്രനിർമാണത്തിന് ഉപയോഗിച്ചത്. രൂപപ്പെട്ട് വരുന്ന പാത്രം ബാക്കിയുള്ള മണ്ണിൽ നിന്ന് ഒരു ചരടുപയോഗിച്ച് മുറിച്ചുമാറ്റുന്നു. പുറംഭാഗത്ത് ഡിസൈൻ നൽകുന്നതിനായി ചെറിയ പരന്ന മുളക്കഷണവും കൊട്ടിയുറപ്പിക്കുന്നതിന് ഒരു ചെറിയ വടിയും ഉപയോഗിക്കുന്നു.

*കുശജാതക*ത്തിൽ വ്യത്യസ്ത തരത്തിലുള്ള മൺപാത്രങ്ങൾ അവയുടെ നിർമാണരീതി എന്നിവ ദീർഘമായി തന്നെ പ്രതിപാദിക്കുന്നുണ്ട്. മൺപാത്രങ്ങളിലെ അലങ്കാരവേലകൾ രാജാക്കന്മാരെപോലും ആകർഷിച്ചിരുന്നുവത്രേ. അത്തരം പാത്രങ്ങൾ കുശവന്മാർ രാജാക്കന്മാർക്ക് കാഴ്ച വച്ചിരുന്നു.

പാണിനിയുടെ കാലമാകുമ്പോഴേക്കും കൈത്തൊഴിലുകൾ ഏതാണ്ട് നാടുവാഴികളുടെ പരിപൂർണ നിയന്ത്രണത്തിൽ വന്നു കഴിഞ്ഞിരുന്നു. ഏതെങ്കിലും ഒരു പ്രത്യേക നാടുവാഴിക്കുവേണ്ടി മാത്രം ജോലി ചെയ്യണമെന്നും മറ്റുള്ളവരുടെ ജോലികളേറ്റെടുക്കണമെങ്കിൽ, മുൻകൂർ അനുവാദം വാങ്ങണമെന്നുമുള്ള വ്യവസ്ഥ ഏതാണ്ട് അംഗീകരിക്കപ്പെട്ടു. ഈ വ്യവസ്ഥയ്ക്ക് പുറത്ത്, ഏറെക്കുറെ സ്വതന്ത്രമായി വേല ചെയ്തിരുന്നവർ 'കൗടതക്ഷൻ'മാർ എന്നറിയപ്പെട്ടു.

നെയ്ത്തിനെക്കുറിച്ചുള്ള സൂചനകളും പാണിനി നൽകുന്നുണ്ട്. i) പ്രാവര, ii) പാണ്ടു-കമ്പളം iii) പണ്യകമ്പളം എന്നിങ്ങനെ മൂന്നെണ്ണത്തെക്കുറിച്ച് പറയുന്നു. ഇതിൽ പാണ്ടു-കമ്പളം എന്നത്, രാജാക്കന്മാരുടെ കൊട്ടാരത്തിലെ ഇരിപ്പിടങ്ങളിലും മറ്റും ഉപയോഗിച്ചിരുന്നവയാണ്.

ഇരുമ്പുപണിയെക്കുറിച്ചുള്ള വിശദാംശങ്ങൾ പാണിനീയത്തിൽ നിന്ന് ലഭ്യമല്ലെങ്കിലും ചുറ്റിക, മഴു, ചവണ എന്നിങ്ങനെ ഏതാനും ആയുധങ്ങളെക്കുറിച്ചുള്ള പരാമർശമുണ്ട്. കർണിക, ലാലാടിക, ഗ്രൈവേയക, അംഗുലീയക എന്നിവയാണ് പാണിനീയത്തിൽ പരാമർശിക്കുന്ന സ്വർണാഭരണങ്ങൾ. പാണിനീയത്തെക്കുറിച്ച് വിശദമായി പഠിച്ച വി എസ് അംഗർവാൾ ചില സൂത്രങ്ങൾ വ്യാഖ്യാനിച്ച് മൂന്നുതരം സ്വർണപ്പണിയെക്കുറിച്ചാണ് പാണിനി പ്രതിപാദിച്ചിട്ടുള്ളതെന്ന് പറയുന്നു. i) സ്വർണം അഥവാ വെള്ളിയുടെ കട്ടകളിൽ നിന്ന് ആഭരണം ഉണ്ടാക്കുന്നത് ii) പഴയ ആഭരണങ്ങൾ ഉരുക്കി പുതിയത് നിർമിക്കുന്നത് (ഈ രണ്ട് പ്രക്രിയയിലും ലോഹം പല തവണ ചൂടാക്കുകയും അടിച്ചു പരത്തുകയും ചെയ്യും). iii) പഴയ ആഭരണങ്ങൾക്ക് നിറം വെപ്പിക്കുന്നതാണ് മൂന്നാമത്തേത്. ഇതിനായി ലോഹം ഒരിക്കൽ മാത്രമേ ചൂടാക്കാറുള്ളു. അതിനുശേഷം തുടയ്ക്കുകയോ, ചില ലായനികളിൽ മുക്കുകയോ ആണ് ചെയ്തിരുന്നത്. തുകൽപ്പണി, വില്ല് നിർമാണം, തുണിയിൽ ചായം മുക്കൽ എന്നീ തൊഴിലുകളെക്കുറിച്ചും പാണിനി സൂചന നൽകുന്നുണ്ട്.

കൗടിലീയത്തിൽ നിന്ന് കിട്ടുന്ന തെളിവുകൾ.

കൗടിലീയത്തിന്റെ കാലമായപ്പോഴേക്കും ഖനനവും ലോഹവ്യവസായവും കുറേക്കൂടി വികസിച്ചിരുന്നതായി മനസിലാക്കാം. നിരവധി ലോഹങ്ങളും അവയുടെ പ്രത്യേകതകളും ഉൾപ്പെടുത്തി ഒരു നീണ്ട പട്ടികതന്നെ കൗടില്യൻ തയാറാക്കിയിട്ടുണ്ട്. അയിരിനെ ശുദ്ധീകരിക്കാനുള്ള മാർഗങ്ങളും ശുദ്ധീകരിച്ച് ലോഹത്തിൽ നിന്നുണ്ടാക്കാവുന്ന ആയുധങ്ങളുടെ പട്ടികയും *കൗടിലീയ*ത്തിൽ ഉൾപ്പെടുത്തിക്കാണാം.

കൗടില്യന്റെ കാലമായപ്പോഴേക്കും നിരവധി യുദ്ധോപകരണങ്ങൾ വികസിപ്പിച്ചെടുത്തു കഴിഞ്ഞിരുന്നു. ജമദഗ്ന്യ (അമ്പെയ്ത്തിനുള്ള ഒരു കൂറ്റൻ യന്ത്രം), പർജന്യക (വെള്ളമൊഴിച്ച് തീ അണയ്ക്കാനുള്ള യന്ത്രം), ഔദ്ഘാതിമ (കെട്ടിടങ്ങൾ തകർക്കാൻ ശേഷിയുള്ള യന്ത്രം) എന്നിവ ഇക്കൂട്ടത്തിൽപ്പെടുന്നു.

രാജാക്കന്മാരുടെ യുദ്ധവിജയം എന്നത് ഇരുമ്പുപണിക്കാരുടെ സാമർഥ്യത്തെ ആശ്രയിച്ചാണിരുന്നത്. അതുകൊണ്ടുതന്നെ സമൂഹത്തിൽ ഏറെക്കുറെ വിലമതിക്കപ്പെട്ട ഒരു തൊഴിലായിരുന്നു അത്. ഇരുമ്പുപണിക്കാരെ നികുതിയിൽ നിന്ന് ഒഴിവാക്കിയിരുന്നതായി അക്കാലത്ത് ഇന്ത്യ സന്ദർശിച്ച മെഗസ്തനീസ് സൂചിപ്പിക്കുന്നുണ്ട്. സ്വർണ സംസ്കരണത്തെക്കുറിച്ച് *കൗടിലീയം* നൽകുന്ന വിവരങ്ങൾ ഇങ്ങനെ സംഗ്രഹിക്കാം. "ഈയത്തിന്റെ സാന്നിധ്യംമൂലം സ്വർണം പൊടിഞ്ഞു പോകുന്നതായി കണ്ടാൽ, അത് ചാണകവുമായി ചേർത്ത് ചൂടാക്കണം. അത് ചാണകവുമായി ചേർത്ത എണ്ണയിൽ മുക്കണം.

വെള്ളിയിലെ മാലിന്യം നീക്കാൻ, മാലിന്യത്തിന്റെ നാലിലൊന്ന് ഈയം ചേർത്ത് ചൂടാക്കിയാൽ മതിയെന്ന് *കൗടിലീയം* നിർദേശിക്കുന്നു. സ്വർണാഭരണനിർമാണത്തിൽ ക്ഷേപണ, ഗുണ, ക്ഷുദ്ര എന്നിങ്ങനെ മൂന്ന് തരം പണികളെക്കുറിച്ച് കൗടില്യൻ പറയുന്നുണ്ട്. ഇതിൽ കരവിരുത് ഏറ്റവും കുറഞ്ഞതിനെയാണ് ക്ഷുദ്ര എന്ന് വിശേഷിപ്പിക്കുന്നത്. കല്ലും മറ്റും പിടിപ്പിച്ച് ആഭരണങ്ങൾക്ക് ഭംഗി കൂട്ടുന്ന ക്ഷേപണയ്ക്കും ആഭരണ നിർമാണത്തിനായി നേർത്ത സ്വർണ നൂലുണ്ടാക്കുന്ന 'ഗുണ'യ്ക്കും മികച്ച കരവിരുത് ആവശ്യമാണ്.

പ്രാചീന ഇന്ത്യയിലെ ആഭരണനിർമാതാക്കളുടെ മിടുക്കിനെ ചരിത്രകാരന്മാർ ഏറെ പുകഴ്ത്തിയിട്ടുണ്ട്. B C 250 വരെ പഴക്കം രേഖപ്പെടുത്തുന്ന തക്ഷശിലയിൽ നിന്ന് കിട്ടിയ ചില ആഭരണങ്ങൾ തന്നെ ഇതിന് തെളിവായി ചൂണ്ടിക്കാട്ടപ്പെടുന്നു.

വ്യത്യസ്ത ഗുണനിലവാരമുള്ള കമ്പിളിത്തുണികളെക്കുറിച്ചും അവയിലുള്ള അലങ്കാരപ്പണികളെക്കുറിച്ചും കൗടിലീയം വിശദമായി തന്നെ പ്രതിപാദിക്കുന്നുണ്ട്. അലക്കുന്നതിനും തുണികളിൽ ചായം മുക്കുന്ന

തിനും പ്രത്യേക തൊഴിലാളികൾ ഉണ്ടായിരുന്നു. അലക്കാനായി വാങ്ങിയ തുണികൾ കൂടുതൽ സമയം കൈവശം വെക്കുകയോ വാടകയ്ക്ക് കൊടുക്കുകയോ കേടുവരുത്തുകയോ ചെയ്താൽ അലക്കുകാരിൽ നിന്ന് പിഴ ഈടാക്കിയിരുന്നു.

മരപ്പണിയെക്കുറിച്ചും കൗടിലീയത്തിൽ ചില പരാമർശങ്ങളുണ്ട്. കപ്പൽ നിർമാണം അക്കാലത്ത് ഏറെ പുരോഗമിച്ചതായി അനുമാനിക്കാം. ഇത് ഏറെക്കുറെ രാജാവിന്റെ കുത്തകയായിരുന്നു. ചന്ദ്രഗുപ്തന്റെയും അദ്ദേഹത്തിന്റെ പുത്രൻ ബിന്ദുസാരന്റെയും കാലത്ത് കെട്ടിടത്തിന്റെ തറ കെട്ടാൻ മാത്രമേ കല്ലും ഇഷ്ടികകളും ഉപയോഗിച്ചിരുന്നുള്ളു. മറ്റെല്ലാം മരത്തിലാണ് നിർമിച്ചിരുന്നത്. അശോകന്റെ കാലമായപ്പോഴേക്കും ചുമരും മറ്റും കല്ലിൽ തീർക്കാൻ തുടങ്ങി. തീപിടിക്കാൻ സാധ്യതയുള്ളതിനാൽ, വീടിനകത്തു വെച്ച് ഭക്ഷണം പാചകം ചെയ്യരുതെന്ന് കൗടില്യൻ പറയുന്നുണ്ട്. കല്ലിലെ ശിൽപ്പവേലയാണ് അക്കാലത്തെ ശ്രദ്ധേയമായ മറ്റൊരു നാട്ടറിവ്. A D 393-441 കാലത്ത് ഇന്ത്യ സന്ദർശിച്ച ഫാഹിയാൻ ഇതേക്കുറിച്ച് വിപുലമായി തന്നെ വിവരിക്കുന്നുണ്ട്.

ചുരുക്കത്തിൽ, പ്രാചീന ഇന്ത്യയുടെ സാമൂഹിക ചരിത്രം വളരെ വികസിതമായ ഒരു ഉപകരണവ്യവസ്ഥയെയാണ് വെളിപ്പെടുത്തുന്നത്. ഓരോ സാങ്കേതികവിദ്യയും കാലത്തിനനുസരിച്ച് വികസിച്ചുവരുന്നതിന്റെ ലക്ഷണങ്ങളാണ് വേദകാലം തുടങ്ങി ഗുപ്തകാലം വരെയുള്ള ഇന്ത്യാ ചരിത്രത്തിൽ നാം കാണുന്നത്. എന്നാൽ ഈ വികസിതമായ ഉപകരണ വ്യവസ്ഥയ്ക്ക് പിൽക്കാലത്ത് എന്താണ് സംഭവിച്ചത്? നൂറ്റാണ്ടുകൾക്കുശേഷം തിരിഞ്ഞുനോക്കുമ്പോൾ വികസിതമായിരുന്ന നമ്മുടെ നാട്ടറിവ് പാരമ്പര്യം വളർച്ച മുരടിച്ചതായും പിൽക്കാലത്ത് യൂറോപ്യൻ സാങ്കേതിക വിദ്യക്ക് മുമ്പിൽ അതിന് നിലനിൽപ്പ് അസാധ്യമായതും നാം കാണുന്നു. ഇതെങ്ങനെ സംഭവിച്ചു? ഇതിനുള്ള ഉത്തരം ശാസ്ത്രത്തിന്റെയും സാങ്കേതികവിദ്യയുടെയും മണ്ഡലത്തിലല്ല തിരയേണ്ടത്. മറിച്ച് നമ്മുടെ സാമൂഹ്യഘടനയിലാണ്. സാമൂഹ്യഘടനയാണ് ശാസ്ത്രത്തിന്റെയും സാങ്കേതികവിദ്യയുടേയും മണ്ഡലത്തിൽ നടക്കേണ്ട സ്വതന്ത്രചിന്തയ്ക്ക് പശ്ചാത്തലമൊരുക്കേണ്ടത്. എന്നാൽ അധ്വാനത്തെ ചൂഷണം ചെയ്യാനായി സൃഷ്ടിക്കപ്പെടുന്ന ഒരു സാമൂഹിക ഘടനയിൽ സ്വതന്ത്രചിന്തയ്ക്കോ ശാസ്ത്രീയബോധത്തിനോ വികസിക്കാൻ കഴിയില്ല. ഇന്ത്യൻ സമൂഹത്തിൽ സംഭവിച്ചതിതാണ്. സമൂഹത്തിൽ നിലനിന്ന അടിമത്തം ചിന്താപരമായ ധീരതയെ തളർത്തി. അതോടെ നാട്ടറിവുപാരമ്പര്യത്തിന് ഒരു ഘട്ടം കഴിഞ്ഞ് വളരാൻ കഴിഞ്ഞില്ല. എന്നാൽ ഇതിനകം സൈദ്ധാന്തികമായും സാങ്കേതികമായും ഏറെമുന്നേറിയ പാശ്ചാത്യ ശാസ്ത്രവിജ്ഞാനം, നമ്മുടെ നാട്ടറിവുകളെ കീഴ്പ്പെടുത്തു

ന്നതിൽ വിജയിച്ചു. പ്രാചീന ഇന്ത്യൻ സാമൂഹ്യ ഘടനയുടെ വിശകലനം ഈ ഘട്ടത്തിൽ പ്രസക്തമാകുന്നു.

അടിമസമ്പ്രദായം പ്രാചീന ഇന്ത്യയിൽ

നിയമപരവും മറ്റുമായ അവകാശങ്ങൾ പരിപൂർണമായും നിഷേധിക്കപ്പെട്ട അവസ്ഥയാണ് അടിമയുടേത്. ക്രിസ്തുവിന്, മുമ്പ് 4000 കൊല്ലങ്ങൾക്കപ്പുറമുണ്ടായിരുന്ന സുമേറിയൻ സംസ്കാരത്തിൽപ്പോലും അടിമവേല നിലനിന്നിരുന്നതായി പറയുന്നു. ആര്യന്മാരുടെ ശത്രുക്കൾ എന്ന അർഥത്തിലാണ് 'ദാസ' ശബ്ദം സംസ്കൃതത്തിൽ ഉപയോഗിച്ചു കാണുന്നത്. യുദ്ധത്തിൽ തോൽപ്പിക്കപ്പെട്ടിരുന്നവരെ തരംതാണവരായി കരുതിയിരുന്നുവെന്നു തന്നെ ഇതിൽനിന്ന് അനുമാനിക്കാം. എന്നാൽ വേദകാലത്തിന്റെ ആരംഭത്തിൽ അടിമകളെ ഉപയോഗിച്ച് കൃഷി നടത്തിയിരുന്നതായി അനുമാനിക്കാൻ നിർവാഹമില്ല. കാരണം അത്ര വ്യാപകമായ അളവിൽ അക്കാലത്ത് കൃഷി നടന്നിരുന്നതിന് തെളിവില്ല. കുടുംബാംഗങ്ങളുടെ കൂട്ടുത്തരവാദിത്തത്തോടെയുള്ള കൃഷി (ഉപഭോഗത്തിന് മാത്രമുള്ളത്) മാത്രമേ അന്ന് നടന്നിരിക്കാനിടയുള്ളൂ.

എന്നാൽ ബൗദ്ധകാലമായപ്പോഴേക്കും 'ദാസ' ശബ്ദം 'അടിമ' എന്ന അർഥത്തിൽ വ്യാപകമായി ഉപയോഗിക്കുന്നത് കാണാം. യജമാനന് അടിമയെ വാങ്ങാനും വിൽക്കാനും കൊല്ലാൻപോലും അധികാരമുണ്ടായിരുന്നതായി പറയുന്നു. ക്രിസ്തുവിന് മുമ്പ് 6-ാം നൂറ്റാണ്ടിൽ തുടങ്ങി ക്രിസ്തുവിന് ശേഷം 6-ാം നൂറ്റാണ്ടുവരെയുള്ള കാലത്തിനിടയിൽ ഇന്ത്യയിൽ അടിമസമ്പ്രദായം വ്യത്യസ്ത രൂപങ്ങളിലൂടെ വളർന്നുവരുന്നതും സ്ഥാപനവൽക്കരിക്കപ്പെടുന്നതും കാണാനാവും.

വിനയ പിടകൻ 3 തരം അടിമകളെക്കുറിച്ചാണ് (അന്തോ ജാതോ- യജമാനന്റെ വീട്ടിൽ പിറന്നവൻ, ധനക്കിതോ- പണം കൊടുത്ത് വാങ്ങിയ അടിമ, കർമരാനീതോ- യുദ്ധത്തിൽ പിടിക്കപ്പെട്ട അടിമ) പറയുന്നതെങ്കിൽ വിധുര പണ്ഡിത ജാതകത്തിൽ അത് നാല് (അടിമ സ്ത്രീയിൽ ജനിച്ചവൻ, പണം കൊടുത്ത് വാങ്ങിയവൻ, പിടിച്ചുകെട്ടിക്കൊണ്ടുവന്ന് അടിമയാക്കിവൻ, സ്വയം അടിമ ജോലി സ്വീകരിച്ചവൻ) ആണെന്ന് പറയുന്നു.

യുദ്ധത്തിൽ പിടിക്കപ്പെട്ട അടിമ, ദാരിദ്ര്യം മൂലം അടിമവേല സ്വയം സ്വീകരിച്ചവൻ, അടിമ കുലത്തിൽ ജനിച്ചവൻ, പണംകൊടുത്ത് വാങ്ങിയ അടിമ, അച്ഛനമ്മമാർ അടിമയായി നൽകിയവൻ, അച്ഛൻ വഴി അടിമത്തം കിട്ടിയവൻ, പിഴയൊടുക്കാനാവാത്തതുകൊണ്ടോ ശിക്ഷയുടെ ഭാഗമായോ അടിമയായിത്തീർന്നവൻ എന്നിങ്ങനെ ഏഴ്തരം അടിമകളെക്കുറിച്ചാണ് മനു സൂചിപ്പിക്കുന്നത്. കൗടില്യന്റെ കാലമായപ്പോഴേക്കും അടിമ സമ്പ്രദായം കുറേക്കൂടി സ്ഥാപനവൽക്കരിക്കപ്പെട്ടതായിക്കരുതാം. അർഥശാസ്ത്രത്തിൽ ഒമ്പതുതരം അടിമകളെക്കുറിച്ച് പരാമർശിച്ചു കാണുന്നു.

1. യുദ്ധത്തിൽ പിടിക്കപ്പെട്ടവൻ.
2. ദാരിദ്ര്യം മൂലം അടിമവേല സ്വീകരിക്കാൻ നിർബന്ധിക്കപ്പെടുന്നവൻ.
3. അടിമയുടെ കുലത്തിൽ ജനിച്ചവൻ.
4. പണംകൊടുത്ത് വാങ്ങിയ അടിമ.
5. പാരിതോഷികമായി ലഭിച്ച അടിമ.
6. പാരമ്പര്യ വഴിക്ക് ലഭിച്ച അടിമ.
7. രാജനീതി നടപ്പാക്കുന്നതിന്റെ ഭാഗമായി ശിക്ഷിക്കപ്പെട്ട് അടിമയായിത്തീർന്നവൻ.
8. പണയം വെക്കപ്പെട്ട അടിമ.
9. സ്വയം അടിമയായി വിൽക്കപ്പെട്ടവൻ എന്നിവയാണ് കൗടില്യൻ രേഖപ്പെടുത്തുന്ന അടിമ വിഭാഗങ്ങൾ.

നാരദസ്മൃതിയുടെ കാലമായപ്പോഴേക്കും അടിമ വിഭാഗങ്ങളുടെ എണ്ണം പതിനഞ്ചായി ഉയർന്നിരുന്നു. കൗടില്യൻ സൂചിപ്പിച്ചവ കൂടാതെ ആറെണ്ണം കൂടി പരാമർശിക്കപ്പെട്ട് കാണാം. അവ താഴെപ്പറയുന്നവയാണ്.

1. പണെ ജിത (വാതുവെപ്പിലൂടെ കിട്ടിയ അടിമ)
2. തവാഹമിത്യുപഗത ("ഞാൻ താങ്കളുടേതാണ്" എന്ന് പറഞ്ഞ് സ്വയം അടിമത്തം വരിച്ചവൻ)
3. പ്രവ്രജ്യാ അവസിതാ: (സന്ന്യാസം ത്യജിച്ചവൻ)
4. ക്രീട: (ഏതാനും സമയം മാത്രം അടിമയായിരിക്കുന്നവൻ)
5. ഭക്തദാസ: (ഭക്ഷണത്തിനുവേണ്ടി അടിമത്തം സ്വീകരിക്കുന്നവൻ)
6. ബദബാഭ്രത: (അടിമയായ ഒരു പെണ്ണിനോട് പ്രേമം തോന്നി അടിമത്തം സ്വീകരിച്ചവൻ)

3

അടിമയുഗത്തിലെ അധികാരബന്ധങ്ങൾ

പാലിരേഖകളിൽ സ്വന്തം ശരീരത്തിനുമേൽ യാതൊരവകാശവുമില്ലാത്ത ഒരാളെയാണ് 'അടിമ' എന്ന് രേഖപ്പെടുത്തി കാണുന്നത്. യജമാനന്റെ കൈവശമുള്ള വസ്ത്രങ്ങൾ, ആഭരണങ്ങൾ, കതിരുകൾ തുടങ്ങിയ ഉരുപ്പടികളെപ്പോലെ ഒന്നായാണ് അടിമയേയും കണ്ടിരുന്നത്. അടിമയ്ക്ക് സ്വന്തമെന്നവകാശപ്പെടാൻ ഒന്നുമുണ്ടായിരുന്നില്ല. ഭാര്യയ്ക്കും പുത്രനും അടിമയ്ക്കും സ്വത്തവകാശമില്ലെന്ന് മനു കൽപ്പിക്കുന്നുണ്ട്. എന്നാൽ *കൗടിലീയ*ത്തിൽ അടിമകൾക്ക് അൽപ്പം സ്വാതന്ത്ര്യം അനുവദിച്ചു കാണുന്നുണ്ട്. പണവും മറ്റും കൈവശം വെക്കാനും മക്കളിലേക്ക് സ്വത്ത് കൈമാറാനുള്ള അവകാശം അടിമകൾക്കുണ്ടെന്ന് കൗടില്യൻ പറയുന്നു. എന്നാൽ ഒരടിമയ്ക്ക് പിൻമുറക്കാരില്ലാതെ വന്നാൽ, അയാളുടെ സമ്പാദ്യം സ്വാഭാവികമായും യജമാനനിൽ ചെന്ന് ചേരും.

ഏതെങ്കിലും കുറ്റകൃത്യത്തിന്റെ സാക്ഷിയായി അടിമയെ പരിഗണിക്കരുതെന്ന് മനു സൂചിപ്പിക്കുന്നുണ്ട്. ബൗദ്ധകാലം തുടങ്ങി കൗടില്യന്റെ കാലമായപ്പോഴേക്കും അടിമകളുടെ സാമൂഹ്യസ്ഥിതിയിൽ നേരിയ പുരോഗതി കാണാനാവുമെങ്കിലും, പിന്നീടുണ്ടായ ബ്രാഹ്മണാധിപത്യത്തിന്റെ കാലത്ത് ഈ സ്ഥിതിയിൽ പിന്നോട്ടടി സംഭവിക്കുന്നതാണ് നാം കാണുന്നത്.

കാർഷിക മേഖലയിലാണ് അടിമകളുടെ അധ്വാനം പ്രധാനമായും പ്രയോജനപ്പെടുത്തിയിരുന്നത്. സാങ്കേതിക വിദ്യയിലുണ്ടായിരുന്ന അവികസിതാവസ്ഥയെ മറികടക്കാൻ മനുഷ്യാധ്വാനത്തെ പരമാവധി ചൂഷണം ചെയ്യുന്ന സമ്പ്രദായമായാണ് അടിമത്തത്തെ കണ്ടിരുന്നതെന്നൂഹിക്കാം. 'ദാസ ഗ്രാമ'ങ്ങളെക്കുറിച്ചുള്ള പരാമർശം അടിമത്തത്തിന്റെ വൈപു

ല്യത്തെ സൂചിപ്പിക്കുന്നതാണ്. കാടു വെട്ടിത്തെളിക്കാനും കൃഷിനിലം പാകപ്പെടുത്താനും വലിയ അളവിൽ മനുഷ്യാധ്വാനം ആവശ്യമായിരിക്കുന്നു.

വീട്ടടിമ

യജമാനരുടെ എല്ലാ ആവശ്യങ്ങളും തൃപ്തിപ്പെടുത്താനായി വീട്ടടിമകളെ ഉപയോഗിച്ചിരുന്നു. ഏറ്റവും ദുരിത പൂർണമായ ജീവിതം നയിച്ചിരുന്നത് ഇവരായിരുന്നു. *കുനല ജാതകം, ഉർഗ ജാതകം, കാക ജാതകം* എന്നീ ബൗദ്ധ കൃതികളിലെല്ലാം വീട്ടടിമകളുടെ ദുരവസ്ഥ വിവരിക്കുന്നുണ്ട്. വീട്ടിനകത്തുള്ള ജോലികൾ സ്ത്രീകളായ അടിമകൾക്കും വീട്ടിനു പുറത്തുള്ളവ പുരുഷന്മാരായ അടിമകൾക്കും പങ്കു വെച്ച് നൽകിയിരുന്നു. വെള്ളം കൊണ്ടു വരുന്ന ദാസികൾക്ക് 'കുംഭദാസികൾ' എന്നും ധാന്യം കുത്തി ഉമികളയുന്നവരെ 'വീഹി കൊത്തിക' ദാസികൾ എന്നും വിളിച്ചിരുന്നു.

കൊട്ടാരത്തിലെ രാജ്ഞിയുടെ തോഴികളായി വിശേഷിപ്പിക്കപ്പെട്ടവർ യഥാർഥത്തിൽ അടിമകളായിരുന്നു. രാജ്ഞി ഉണർന്നിരുന്നാൽ ഉറങ്ങുന്നതു വരേയുള്ള എല്ലാ കാര്യങ്ങളിലും അവരെ സഹായിക്കുന്നതിനായി നിരവധി തോഴിമാരുണ്ടായിരുന്നതായി പല ബൗദ്ധകൃതികളിലും സൂചിപ്പിച്ചതു കാണാം. രാജ്ഞിക്കു മാത്രമല്ല, രാജാവിനുമുണ്ടായിരുന്നു ഇത്തരം 'ദാസി'കളുടെ സഹായം. ഇവരുടെ അനുവാദമില്ലാതെ പലപ്പോഴും രാജ്ഞിയേയും രാജാവിനേയും കാണുക എളുപ്പമായിരുന്നില്ല. രാജകുമാരിയെ വിവാഹം കഴിച്ചയയ്ക്കുമ്പോൾ 'തോഴി' കളെ സ്ത്രീധനമായി നൽകിയിരുന്നതായി സൂചിപ്പിക്കപ്പെട്ടിട്ടുണ്ട്. *ഭദ്രശാല ജാതക*ത്തിൽ 'വിശാഖ' എന്ന രാജകുമാരിയുടെ വിവാഹ സന്ദർഭത്തിൽ 500 'തോഴി'മാരെ (അടിമകളായ ദാസികൾ) സ്ത്രീധനമായി നൽകിയതായി പറയുന്നു.

വെപ്പാട്ടികളായ അടിമസ്ത്രീകളെക്കുറിച്ചുള്ള പരാമർശം വേദാനന്തര കാലം മുതൽ മൗര്യസാമ്രാജ്യഘട്ടം വരെ കാണാം. യജമാനന്റെ മുന്നിൽ നൃത്തം ചെയ്യുക, അദ്ദേഹത്തെ പ്രീതിപ്പെടുത്തുക, പലപ്പോഴും രാജാവിന്റെ സന്തതികളെ പ്രസവിക്കുക എന്നിവയായിരുന്നു വെപ്പാട്ടിമാരുടെ ജോലി. മദ്യപനായ ഒരു രാജാവിനു ചുറ്റും നൃത്തം ചെയ്ത് ഒടുവിൽ അദ്ദേഹത്തെ പൂന്തോട്ടത്തിൽ ഉപേക്ഷിച്ചു പോകുന്ന നർത്തകികളെക്കുറിച്ച് *ഖണ്ഡിവാദ ജാതക*ത്തിൽ പറയുന്നുണ്ട്. വേശ്യാവൃത്തിയുൾപ്പെടെ പ്രഭുക്കളെ വിനോദിപ്പിക്കാനുള്ള നിരവധി പ്രവൃത്തികളിൽ ഈ അടിമകൾക്ക് പരിശീലനം നൽകപ്പെട്ടിരുന്നതായി കരുതാം. കൗടില്യന്റെ അർഥശാസ്ത്രത്തിൽ ഇതിനെ സാധൂകരിക്കുന്ന നിരവധി സൂചനകൾ ഉണ്ട്.

വാതിൽ കാവൽക്കാരോ കാവൽക്കാരികളോ ആയ 'അടിമ'കളാണ് മറ്റൊരു വിഭാഗം. സന്യാസിമാരേയും യോഗികളേയും ശുശ്രൂഷിക്കുന്നവരും അടിമകളുടെ കൂട്ടത്തിലുണ്ടായിരുന്നു. ബുദ്ധന്റെ കാലത്ത് അടിമകളുടെ ജീവിതം മെച്ചപ്പെടുത്താനുള്ള ചില ആഹ്വാനങ്ങളുണ്ടായിരുന്നെ

ങ്കിലും അടിമത്തത്തെ അവസാനിപ്പിക്കാൻ ബുദ്ധനും കഴിഞ്ഞതായി തോന്നുന്നില്ല. അടിമകളോട് പെരുമാറേണ്ടതെങ്ങനെയാണെന്ന് ബുദ്ധൻ വിശദമാക്കുന്നുണ്ട്. അടിമകളോട് നന്നായി പെരുമാറിയാൽ അവർ കൂടുതൽ ആത്മാർഥതയോടെ യജമാനനോട് പെരുമാറുമെന്നാണ് അദ്ദേഹത്തിന്റെ പക്ഷം. കൗശാംബിയിലെ രാജാവായിരുന്ന ഉദയനന്റെ രാജ്ഞിയായിരുന്നു സാമവതി. രാജ്ഞിയുടെ തോഴിമാരിലൊരാളായിരുന്നു ഖജ്ജുതരാ. പൂക്കൾ വാങ്ങുന്നതിനായി രാജ്ഞി കൊടുക്കുന്ന പണത്തിൽ നിന്ന് അവൾ എല്ലായ്പ്പോഴും ഒരു സംഖ്യ കട്ടെടുക്കുമായിരുന്നു. ബുദ്ധന്റെ പ്രഭാഷണം കേൾക്കാനിടയായ ഖജ്ജുതരാ തന്റെ പ്രവൃത്തിയിൽ പശ്ചാത്തപിച്ചു. അവൾ ഉണ്ടായ വസ്തുതകൾ രാജ്ഞിയോട് തുറന്നു പറഞ്ഞു. ഇത് തോഴിയെക്കുറിച്ച് വലിയ മതിപ്പുളവാക്കാൻ ഇടവരുത്തി. തുടർന്ന് ഖജ്ജുതരയ്ക്ക് വലിയ പദവി നൽകി ആദരിച്ചതായി പറയുന്നു. ഇപ്രകാരം രാജാധികാരത്തെ ഒരു പരിധിവരെ സ്വാധീനിക്കാൻ ബുദ്ധന് കഴിഞ്ഞെങ്കിലും, അടിമത്തത്തെ മൗലികമായി അവസാനിപ്പിക്കാൻ അദ്ദേഹത്തിന് കഴിഞ്ഞുവെന്ന് കരുതാനാവില്ല. ഗുപ്തകാലമായപ്പോഴേക്കും അടിമകളുടെ ജീവിതം കുറേക്കൂടി പരിതാപകരമായിത്തീർന്നു എന്ന് കരുതാൻ വഴിയുണ്ട്. എന്നാൽ മൗര്യകാലത്ത് രാജ്യം ചെറിയ നാട്ടു രാജ്യങ്ങളായി വിഭജിക്കപ്പെട്ടതോടെ, പല നാടുവാഴികൾക്കും അടിമകളെ പുലർത്താൻ ശേഷിയില്ലാതെ വന്നതോടെ അടിമകൾ സ്വാതന്ത്ര്യം പ്രാപിക്കുന്ന നില വന്നതായി കരുതാം. അടിമകളെ ഇതിൽ നിന്ന് തടയുന്നതിനായിരിക്കണം മനു, ശൂദ്രന്മാരെ ദൈവം സൃഷ്ടിച്ചത് അടിമവേല ചെയ്യാനാണെന്ന് പറഞ്ഞുറപ്പിക്കുന്നത്. അടിമകളോട് ഏറെ ക്രൂരമായാണ് പെരുമാറിയിരുന്നതെന്നതിന് എല്ലാ ബൗദ്ധകൃതികളും തെളിവാണ്. 'ദാസീപുത്ര'ൻ എന്നത് സാർവലൗകികമായ ഒരസഭ്യ പദമായിത്തീർന്നതിനു പിന്നിലും അടിമസ്ത്രീയുടെ ദുരിതത്തിന്റെ ചരിത്രമാണുള്ളത്.

കൗടില്യൻ അടിമകൾക്ക് മേൽ യജമാനന്മാർക്കുള്ള അധികാരത്തെ നിയന്ത്രിക്കുന്നുണ്ട്. യജമാനനിൽ നിന്ന് ഒരടിമ ഗർഭിണിയായാൽ, അവളെ പിന്നീട് അടിമയായി വെച്ചിരിക്കാൻ അയാൾക്ക് അധികാരമുണ്ടായിരുന്നില്ല. അവളേയും കുടുംബത്തേയും സ്വതന്ത്രയാക്കണം. ഗർഭം അലസിപ്പിക്കാനോ മറ്റോ യജമാനൻ ശ്രമിച്ചാൽ അയാൾക്ക് കൗടില്യൻ ശിക്ഷ വിധിക്കുന്നുണ്ട്. ബൗദ്ധ കൃതിയിൽ അടിമയുടെ കണ്ണും കാതും മറ്റും മുറിച്ചു മാറ്റാനുള്ള അധികാരം യജമാനന്മാർക്കുണ്ടായിരുന്നതായി കാണുന്നു. എന്നാൽ കൗടില്യൻ ഇവയെല്ലാം നിയമംമൂലം നിരോധിക്കുന്നുണ്ട്. എട്ടു വയസിനു താഴെയുള്ള കുട്ടികളെ അടിമകളായി സ്വീകരിക്കരുതെന്നും കൗടില്യൻ പറയുന്നുണ്ട്. ബൗദ്ധകാലവുമായി താരതമ്യം ചെയ്യുമ്പോൾ കൗടില്യൻ അടിമകളുടെ പ്രശ്നങ്ങളെ അനുതാപത്തോടെയാണ് സമീപിക്കുന്നതെന്ന് കാണാൻ പ്രയാസമില്ല.

എന്നാൽ മനു, യജ്ഞവൽക്യൻ. നാരദൻ, കാർത്യായനൻ എന്നി

വരുടെ സ്മൃതികളിൽ കൗടില്യൻ അടിമകളോട് പ്രദർശിപ്പിക്കുന്ന അനുതാപം കാണുന്നില്ല. മാത്രമല്ല അടിമസമ്പ്രദായത്തെ വർണാശ്രമ ധർമത്തിന്റെ അടിസ്ഥാനത്തിൽ പുനർ നിർവചിക്കാനുള്ള ശ്രമവും അവയിൽ കാണാം. ബ്രാഹ്മണരും 'ആര്യജന'വും അടിമകളാവുന്നതിനെ ഇവരെല്ലാം ഒരേ ശബ്ദത്തിൽ നിഷേധിക്കുന്നുണ്ട്. ശൂദ്രരുടെ അടിമത്തത്തിൽ നിന്നുള്ള മോചനമാകട്ടെ, യജമാനന്റെ ഉള്ളലിവിനെ മാത്രം ആശ്രയിച്ചു നിൽക്കുന്നതുമാണ്.

ഒരടിമയെ അടിമത്തത്തിൽ നിന്ന് മോചിപ്പിക്കുന്നതിനുള്ള ചടങ്ങ് നാരദസ്മൃതിയിൽ വിശദീകരിക്കുന്നുണ്ട്: അടിമയുടെ ചുമലിലിരിക്കുന്ന ഒരു കുടത്തിലെ വെള്ളം യജമാനൻ സ്വീകരിക്കുകയും അത് നിലത്തെറിഞ്ഞ് പൊട്ടിക്കുകയുമാണ് ഇതിലാദ്യത്തേത്. തുടർന്ന് അരി, പൂവ് എന്നിവയിട്ട വെള്ളം അടിമയുടെ തലയിൽ തളിച്ച്, അയാളെ കിഴക്കോട്ട് മുഖം തിരിച്ച് നിർത്തി സ്വതന്ത്രനാക്കിയതായി മൂന്നുരു പ്രസ്താവിക്കുന്നു. ഇപ്രകാരം സ്വതന്ത്രനാക്കപ്പെട്ട അടിമയെ വലിയ ബഹുമാനത്തോടെയാണ് സമൂഹം കണ്ടിരുന്നത്.

റോമിൽ സ്പാർട്ടക്കസിന്റേയും ഇറാഖിലും ബഹ്റിനിലും ഇസ്മയിലികളുടേയും നേതൃത്വത്തിൽ നടന്നതുപോലുള്ള അടിമകളുടെ വിപ്ലവമുന്നേറ്റങ്ങൾ പ്രാചീന ഇന്ത്യയിൽ നടന്നിരിക്കണം. എന്നാൽ അവയെ ശക്തമായി അടിച്ചമർത്തിയിരിക്കാനാണ് സാധ്യത. വർണാശ്രമത്തിലൂടെ സ്ഥാപനവൽക്കരിച്ചതോടെ അടിമത്തവും ജാതീയമായ അസ്തിത്വവും തമ്മിൽ വേർതിരിച്ചറിയാനാവാത്ത വിധം കെട്ടു പിണഞ്ഞു. ഈ പ്രത്യയശാസ്ത്ര പ്രയോഗം ഇന്ത്യയിലെ അധ്വാനിക്കുന്ന ജനവിഭാഗങ്ങളെ അടിമത്തത്തിന്റെ കാരാഗൃഹത്തിലടച്ചു. ഗുപ്തസാമ്രാജ്യത്തിനുശേഷം ഇന്ത്യൻ സമൂഹം ഫ്യൂഡൽ ഘടനയിൽ വാർത്തെടുക്കപ്പെട്ടു. അതോടെ ജാതീയമായ അടിമത്തം പുതിയ ഉൽപ്പാദന വ്യവസ്ഥയോട് ഉദ്ഗ്രഥിക്കപ്പെടുകയും ചെയ്തു.

തൊഴിൽ കൂട്ടായ്മകളുടെ രൂപീകരണം

പ്രത്യേക തൊഴിലിലേർപ്പെട്ടിരിക്കുന്നവരുടെ സംഘങ്ങൾ രൂപപ്പെട്ടു വരുന്നത് *ഋഗ്വേദ* കാലത്തിന് ശേഷമാണെന്നാണ് പണ്ഡിതന്മാർ അനുമാനിക്കുന്നത്. വൈയക്തികവും സാമൂഹികവുമായ മുന്നേറ്റത്തിന് തൊഴിൽ കൂട്ടായ്മകളുടെ രൂപീകരണം അത്യാവശ്യമാണെന്ന് ബോധ്യപ്പെട്ടപ്പോഴായിരിക്കണം പിൽക്കാലത്ത് ഇവ സൃഷ്ടിക്കപ്പെട്ടത്. കുലം, ശ്രേണി, പൂഗ, ജാതി, വ്രാത, സംഘം, സമുദായം, സമൂഹം, സംഭൂയ - സമുത്ഥാനം, പരിഷത്ത്, വർഗം, സാർഥം എന്നിവ പാണിനിയും കൗടില്യനും മനുവും, യാജ്ഞവൽക്യനും നാരദനും കാർത്യായനും ശ്രേണി എന്ന പദവുമാണ് ഉപയോഗിച്ചു കാണുന്നത്. കൗശീതകി ബ്രാഹ്മണത്തിലാണ് പൂഗ: എന്ന പദം ആദ്യമായി പ്രത്യക്ഷപ്പെടുന്നത്. ഏതെങ്കിലും പ്രത്യേക ജാതിയിൽപ്പെട്ടവരുടെ ഗണത്തെയല്ല ഈ പദം സൂചിപ്പിക്കുന്നത്. ധനാ

ഗമനത്തിനായി ഒത്തു ചേർന്നിരിക്കുന്നവരുടെ- ജാതി, തൊഴിൽ എന്നിവയൊന്നും പരിഗണിക്കാത്ത - കൂട്ടത്തെയാണ് പൂഗ: എന്ന പദം കൊണ്ടർഥമാക്കുന്നത്. കാർത്യായനനാകട്ടെ, കച്ചവടസംഘത്തെയാണ് പൂഗ: എന്ന് വിളിക്കുന്നത്. നാരദസ്മൃതിയുടെ ഒരു വ്യാഖ്യാതാവ് ഏതാനും ചില വ്യക്തികളുടെ ഒത്തു ചേരലിനെയാണ് കുലം എന്നു വിശേഷിപ്പിച്ചു കാണുന്നത്. എന്നാൽ യാജ്ഞവൽക്യ സ്മൃതിയിൽ ഇത് സജാതീയ സംഘമാണ്. കൽപ്പസൂത്രത്തിൽ ഗുരുപരമ്പരയെ സൂചിപ്പിക്കാനാണ് 'കുലം' എന്ന വാക്ക് ഉപയോഗിച്ചിരുന്നത്.

കുലത്തൊഴിൽ സംഘങ്ങളെക്കുറിച്ചുള്ള ആദ്യസൂചന ലഭിക്കുന്നത് ഗൗതമ ധർമ സൂത്രത്തിലാണ്. വൈശ്യവിഭാഗമാണ് ഇത്തരത്തിൽ സംഘം ചേർന്ന ആദ്യത്തെ വിഭാഗം എന്ന് കരുതാം. രാജാക്കന്മാരുടെയും ബ്രാഹ്മണവിഭാഗത്തിന്റെയും അംഗീകാരം തേടി മുന്നോട്ട് കുതിക്കാനുള്ള ഒരു മധ്യവർഗത്തിന്റെ ശ്രമമാണിതെന്ന് വ്യാഖ്യാനിക്കുന്നവരുണ്ട്. അധികാര വർഗത്തിൽ നിന്നും പുരോഹിത വർഗത്തിൽ നിന്നും വിഭിന്നമായ ഒരു പുതിയ വർഗത്തിന്റെ ഉദയമാണ് നാം ഇവിടെ കാണുന്നത്. തങ്ങളുടെ വർഗത്തെ അടിച്ചമർത്തരുതെന്നും അമിതമായി നികുതി ചുമത്തുന്നതിൽ നിന്നും തങ്ങളെ മാറ്റി നിർത്തണമെന്നുമുള്ള നിബന്ധനകളായിരിക്കണം ഇവർ മുന്നോട്ടു വെച്ചിട്ടുണ്ടാവുക എന്ന് ഊഹിക്കപ്പെടുന്നു. വൈശ്യർക്ക് ശേഷമാണ് നെയ്ത്തുകാർ, കുശവന്മാർ, തുകൽപ്പണി ചെയ്യുന്നവർ, അലക്കുകാർ, വാണിയന്മാർ, തുന്നൽക്കാർ എന്നീ ശൂദ്ര ജനത സംഘടിച്ചിരിക്കുക. ഇവർ സാമാന്യമായി നാലാം വർഗത്തിൽപ്പെടുന്നു.

ബൗദ്ധകാലമായപ്പോഴേക്കും കമ്മാളന്മാരുടെ പ്രത്യേക തെരുവുകൾ വികസിച്ചു വന്നിരുന്നു. വ്യവസായ സംരംഭങ്ങളുടെ കേന്ദ്രീകരണം സാങ്കേതികമായ വികാസത്തിന് വലിയ തോതിൽ സഹായിച്ചു. മാത്രമല്ല, ഇത് തൊഴിലാളികൾക്കിടയിൽ ഐക്യബോധം വളർത്താനും സഹായിച്ചിരിക്കണം. ഒരു തെരുവിന്റെ ഏതെല്ലാം ഭാഗത്ത് ആരെല്ലാം വസിക്കണമെന്ന് അർഥ ശാസ്ത്രത്തിൽ കൗടില്യൻ വിശദമാക്കുന്നുണ്ട്. ഓരോ തെരുവിനും 'പമുഖ' എന്നറിയപ്പെട്ട അധ്യക്ഷന്റെ മേൽനോട്ടമുണ്ടായിരുന്നു. 'ജെത്തകൻ' എന്നും ഈ മേൽനോട്ടക്കാരൻ അറിയപ്പെട്ടിരുന്നു. ആദ്യകാലത്ത് പമുഖരുടെ നേതൃത്വം ഏറെക്കുറെ സ്വതന്ത്രമായിരുന്നു. എന്നാൽ ബി സി ആറാം നൂറ്റാണ്ടായപ്പോഴേക്കും ഇവർ ഏറെക്കുറെ രാജാവിന്റെ നേരിട്ടുള്ള നിയന്ത്രണത്തിൽ വന്നതായി അനുമാനിക്കാം. 'ചെട്ടികൾ' തുടങ്ങിയ വിഭാഗങ്ങൾ ഈ തൊഴിൽ സംഘങ്ങളെ പണം നൽകി സഹായിക്കാനാരംഭിച്ചതോടെ ഇത്തരം ധനിക വിഭാഗങ്ങൾക്ക് കമ്മാള സമൂഹങ്ങളുടെ മേലുള്ള സ്വാധീനം വർധിച്ചു വന്നു. രാജാക്കന്മാർ കമ്മാളരുടെ സ്വതന്ത്ര സാമൂഹ്യജീവിതത്തിൽ കൈകടത്തിയത് ചെട്ടിമാരെപ്പോലുള്ള സമ്പന്നവിഭാഗങ്ങളുടെ മാധ്യസ്ഥിതികതയിലൂടെയാണെന്ന് കരുതപ്പെടുന്നു. കൗടില്യന്റെ കാലമായപ്പോഴേക്കും ഭരണ വർഗത്തിന് കമ്മാളന്മാരുടെ മേൽ നിയന്ത്രണം ഏതാണ്ട് കേവലമായി സ്ഥാപിക്കപ്പെട്ടു കഴിഞ്ഞു.

വ്യാവസായികവും അല്ലാത്തതുമായ തൊഴിലുകളിലേർപ്പെട്ടിരിക്കുന്നവരുടെ 27 സംഘങ്ങളെക്കുറിച്ചുള്ള പരാമർശം സാഹിത്യത്തിൽ നിന്ന് ആർ സി മജുംദാർ കണ്ടെത്തുന്നുണ്ട്.

1. മരപ്പണിക്കാർ (കപ്പൽനിർമാണം, ഗൃഹനിർമാണം, വാഹനനിർമാണം എന്നിവയെല്ലാം ഇവരുടെ മേൽനോട്ടത്തിലാണ് നടന്നിരുന്നത്.) 2. സ്വർണ/വെള്ളിപ്പണിക്കാർ 3. കല്ലിൽ ശിൽപ്പവേല നടത്തുന്നവർ 4. തുകൽപ്പണിക്കാർ 5. ആനക്കൊമ്പിലും ദന്തത്തിലും കൈവേല ചെയ്യുന്നവർ 6. ജലയന്ത്രമുണ്ടാക്കുന്നവർ 7. മുള്ളുകൊണ്ട് വിവിധ വസ്തുക്കളുണ്ടാക്കുന്നവർ 8. ഓട്ടു പണി ചെയ്യുന്നവൻ 9. ആഭരണമുണ്ടാക്കുന്നവർ 10. നെയ്ത്തുകാർ 11. കുശവന്മാർ 12. എണ്ണയാട്ടുന്നവർ 13. കെട്ടിടനിർമാണത്തിലേർപ്പെട്ടവർ. 14. തുണിയിൽ ചായം മുക്കുന്നവർ 15. ചായപ്പണിക്കാർ 16. ധാന്യവിൽപ്പന നടത്തുന്നവർ 17. കൃഷിക്കാർ 18. മുക്കുവർ 19. അറവുകാർ 20. ബാർബർമാർ 21. പൂമാലയുണ്ടാക്കുന്നവർ 22. നാവിക ജോലിയിൽ ഏർപ്പെട്ടിരിക്കുന്നവർ 23. കന്നുകാലികളെ മെരുക്കുന്നവർ 24. കച്ചവടക്കാർ 25. കള്ളന്മാർ 26. വനപാലകർ 27.ഹുണ്ടികക്കാർ

കൗടില്യന്റെ കാലമായപ്പോഴേക്കും മേൽപ്പറഞ്ഞ സംഘങ്ങളിൽ ചിലതെങ്കിലും പൊതു താൽപ്പര്യത്തിനെതിരെ പ്രവർത്തിക്കാനാരംഭിച്ചിരുന്നു എന്ന് കരുതാൻ ന്യായമുണ്ട്. കാരണം അവയെ നിയന്ത്രിക്കുന്നതിനുള്ള ചില മാർഗങ്ങൾ അർഥശാസ്ത്രത്തിൽ നിർദേശിച്ചിട്ടുണ്ട്. തൊഴിൽ സംഘങ്ങളോരോന്നും രജിസ്റ്റർ ചെയ്തിരിക്കണമെന്നും അവയുടെ പ്രവർത്തനങ്ങൾ നിയമവിധേയമായിരിക്കണമെന്നും കൗടില്യൻ അനുശാസിക്കുന്നു. ജോലിക്കാർ സമയം, സ്ഥലം, നടത്തിപ്പ് എന്നിവയുടെ കാര്യത്തിൽ വാക്കു പാലിക്കണമെന്നും പറഞ്ഞ സമയത്തിനകം ജോലി തീർത്തില്ലെങ്കിൽ, കൂലിയുടെ നാലിൽ ഒരു ഭാഗം കൈയൊഴിയാനും പിഴയൊടുക്കാനും പണിക്കാർ തയാറാകണമെന്നും കൗടില്യൻ പറയുന്നു. എന്നാൽ പ്രകൃതിക്ഷോഭംപോലുള്ള കാരണങ്ങളാണ് ജോലിക്ക് തടസമെങ്കിൽ പണിക്കാരെ ശിക്ഷയിൽ നിന്ന് ഒഴിവാക്കാനും അർഥശാസ്ത്രത്തിൽ നിർദേശമുണ്ട്. നെയ്ത്തുകാരുടെ കൂലി നെയ്ത്തിനുപയോഗിക്കുന്ന വസ്തുവിന്റെ സ്വഭാവമനുസരിച്ച് വ്യത്യാസപ്പെട്ടിരിക്കുന്നു. സാധാരണ പരുത്തിയെ അപേക്ഷിച്ച് കമ്പിളിയും മറ്റും ഉപയോഗിച്ചുള്ള വസ്ത്രനിർമാണത്തിന് ഇരട്ടി കൂലി നൽകണമായിരുന്നു. വസ്ത്രനിർമാണത്തിനുപയോഗിക്കുന്ന പരുത്തിയും മറ്റും പാഴാക്കാതിരിക്കാനും നിയമനിർമാണം നടത്തിയിരുന്നു.

മരക്കട്ടകളിലോ മൃദുവായ കല്ലുകളിലോ മാത്രമേ അലക്കുകാർ തുണി കഴുകാൻ പാടുള്ളൂ. ഇത് ലംഘിച്ചാൽ ആറ് പണം പിഴയായി ഈടാക്കാൻ കൗടില്യൻ നിർദേശിക്കുന്നു. തുണികൾ മാറിപ്പോകാതിരിക്കാനും അവ മറിച്ചു വിൽക്കാതിരിക്കാനും നിയമങ്ങളുണ്ടായിരുന്നു. അലക്കാൻ കൊടുത്ത തുണി നാലു ദിവസത്തിലേറെ അലക്കുകാർ കൈവശം വെക്കാൻ പാടില്ല. അലക്കുകാരെ നിയന്ത്രിക്കാനുള്ള നിയമങ്ങൾ തയ്യൽക്കാർക്കും ബാധകമായിരുന്നു.

സ്വർണം, വെള്ളി എന്നിവകൊണ്ട് ആഭരണമുണ്ടാക്കുന്നവർ വിശ്വസ്തരല്ലാത്തവരിൽ നിന്ന് ലോഹങ്ങൾ സ്വീകരിക്കരുതെന്ന് നിർദേശിച്ചിരുന്നു. കുറഞ്ഞ ലോഹങ്ങളുപയോഗിക്കുന്നതും തൂക്കം കുറവു വരുന്നതും നിയമവിരുദ്ധമായിരുന്നു. ധാരണ, മാഷക എന്നിവയാണ് ലോഹങ്ങൾ തൂക്കാനുപയോഗിച്ചിരുന്ന അളവുകൾ. മാഷക എന്നാൽ ഒരു ഉഴുന്നുമണിയുടെ തൂക്കം തന്നെ. ആഭരണങ്ങളിലെ സവിശേഷമായ കൈവേലയ്ക്ക് സാധാരണ പണിക്കൂലിയുടെ ഇരട്ടി ഈടാക്കാൻ തൊഴിലാളികൾക്ക് അവകാശമുണ്ടായിരുന്നു. ആഭരണനിർമാണത്തിനേൽപ്പിച്ച ലോഹം പാഴാക്കുന്നതും ശിക്ഷാർഹമായ പിഴവായി കണക്കാക്കിയിരുന്നു. ചെമ്പിന്മേലുള്ള പണിയിൽ 10%വും വെള്ളി ഈയം എന്നിവയിൽ 5%വും ഇരുമ്പിൽ 20%വും ലോഹനഷ്ടം അനുവദിക്കപ്പെട്ട പരിധിയായിരുന്നു. കള്ളനാണയങ്ങൾ ഉണ്ടാക്കുന്നവർക്ക് വധശിക്ഷ നൽകാൻ പോലും മടിച്ചിരുന്നില്ല. ലോഹസംസ്കരണം നടത്തുന്നവർക്ക് മൂന്നിലൊന്ന് പ്രതിഫലമായി സ്വീകരിക്കാൻ അവകാശമുണ്ടായിരുന്നു. ശേഷിക്കുന്ന മൂന്നിൽ രണ്ട് ഖജനാവിലൊടുക്കണമെന്നായിരുന്നു നിർദേശം. എന്നാൽ രത്നങ്ങളുടെ പരിപൂർണ അവകാശി രാജാവായിരുന്നു.

വൈദ്യന്മാരുടെ കൈയബദ്ധംകൊണ്ട് രോഗി മരിക്കുന്നത് ശിക്ഷാർഹമായിരുന്നു. വഴിയോര നാടകക്കാരേയും സർക്കസുകാരേയും മറ്റും സർക്കാരിനെതിരെയുള്ള വിഷയങ്ങൾ കൈകാര്യം ചെയ്യുന്നതിൽ നിന്ന് വിലക്കിയിരുന്നു. അശ്ലീലം കലർന്ന ശരീര ഭാഷയും നിരോധിക്കപ്പെട്ടിരുന്നു. കലാപ്രകടനത്തിലൂടെ അമിതമായ പണം സമ്പാദിക്കുന്നതും കുറ്റകരമായി കണക്കാക്കപ്പെട്ടു. മൂന്ന് നിയമപാലകരും മൂന്ന് സെക്രട്ടറിമാരും ഉൾപ്പെട്ട സമിതിയാണ് തൊഴിൽ കൂട്ടായ്മകളുടെ പ്രവർത്തനം പരിശോധിച്ചത്.

ഗുപ്തരാജാക്കന്മാരുടെ കാലമായപ്പോഴേക്കും തൊഴിൽ കൂട്ടായ്മകൾ സമൂഹത്തിന്റെ വിശ്വാസം പൂർണമായും ആർജിച്ചിരുന്നു. ജനങ്ങളിൽ നിന്ന് അവർ നിക്ഷേപം സ്വീകരിക്കുകയും അതിന് മിതമായ പലിശ നൽകുകയും ചെയ്തിരുന്നു. ഇപ്രകാരം നിക്ഷേപങ്ങളിലൂടെ ലഭിച്ച ലാഭം തൊഴിൽ കൂട്ടായ്മകൾ ചില ബുദ്ധ വിഹാരങ്ങൾക്കും മറ്റും സംഭാവന നൽകിയതായും കാണുന്നു. കുടുംബം, ജാതി, പ്രദേശം എന്നിവകൾക്ക് നിയതമായ വ്യവസ്ഥകളുണ്ടായിരുന്നതു പോലെ കമ്മാള തെരുവുകൾക്കും അവരുടേതായ നിയമ വ്യവസ്ഥകളുണ്ടായിരുന്നു. കമ്മാളരുടെ തൊഴിൽ സംഘങ്ങളുമായാലോചിക്കാതെ രാജാവിന് പോലും പ്രധാനപ്പെട്ട തീരുമാനങ്ങളെടുക്കാൻ കഴിയുമായിരുന്നില്ല. തൊഴിൽ കൂട്ടായ്മകളിൽ അംഗത്വം ലഭിക്കുന്നതിന് മുമ്പ് ചില അനുഷ്ഠാനാത്മക പരീക്ഷകളിലൂടെ കടന്നുപോകണമെന്നു വിധിയുണ്ടായിരുന്നു. എഴുതി വെച്ച കരാറുകളിലൂടെയും മധ്യസ്ഥന്മാരിലൂടെയും ഇത്തരത്തിൽ അംഗത്വം നേടാൻ കഴിയുമായിരുന്നു. നിയമ വിരുദ്ധരുമായി പ്രവർത്തിക്കുന്ന തലവന്മാർക്കെതിരെ രാജാവിൽ പരാതിപ്പെടാനും നീതി ലഭ്യമാക്കാനും അംഗങ്ങൾക്ക് കഴിയുമായിരുന്നു.

ഓരോ തൊഴിൽ കൂട്ടായ്മയുടേയും ഒരു നിശ്ചിത സ്ഥലത്ത് കൂടെക്കൂടെ യോഗം ചേരുമായിരുന്നു. ഇതിനായി പൊതു മണ്ഡപങ്ങൾ നിർമിച്ചിരുന്നു. പെരുമ്പറ കൊട്ടിയാണ് യോഗ വിവരം അംഗങ്ങളെ അറിയിച്ചിരുന്നത്. തങ്ങളുടെ സമ്പാദ്യവും രാജാവിൽ നിന്നും മറ്റും കിട്ടുന്ന പാരിതോഷികങ്ങളും കൂട്ടായ്മയിലെ പങ്കാളികൾക്കിടയിൽ തുല്യമായി വീതിക്കണമെന്നായിരുന്നു വ്യവസ്ഥ. തൊഴിൽ സംഘത്തിലെ വ്യക്തികൾക്കിടയിലുണ്ടായിരുന്ന തർക്കങ്ങൾ പരിഹരിക്കുന്നതും ഇതേ വേദിയിൽ വച്ചാണ്.

സ്വന്തം സമുദായത്തിന്റെ അഭിവൃദ്ധി മാത്രമല്ല സമൂഹത്തിന്റെ പൊതു താൽപ്പര്യങ്ങളും തൊഴിൽ കൂട്ടായ്മയുടെ പരിഗണനാ വിഷയമായിരുന്നു. വഴിയാത്രക്കാർക്കായി തണ്ണീർപ്പന്തൽ നിർമിക്കുക, ക്ഷേത്രങ്ങൾ നിർമിക്കുക, പൊതുകിണറുകളും പൂന്തോട്ടങ്ങളും നിർമിക്കുക, സാധുക്കളെ സഹായിക്കുക എന്നിവയെല്ലാം തൊഴിൽ സംഘത്തിന്റെ പൊതു പ്രവർത്തനങ്ങളിൽ പെടുന്നു.

ഗുപ്തകാലമായപ്പോഴേക്കും തൊഴിൽ കൂട്ടായ്മകളുടെ എണ്ണം ഏറെ വർധിപ്പിച്ചതായി കാണാം. അവയെ താഴെക്കാണും വിധം പട്ടികപ്പെടുത്താം.

I. ഗാന്ധർവികന്മാർ (സംഗീതജ്ഞർ)

1. ചക്രികർ 2. വൈതാളികർ 3. നടന്മാർ 4. നർത്തകർ 5. കായികതാരങ്ങൾ 6. മല്ലയുദ്ധക്കാർ 7. പാണിശ്വരികന്മാർ 8. വിദൂഷകർ 9. സർക്കസുകാർ 10. കുംഭതുണികർ 11. കോമാളിമാർ 12.മിമിക്രിക്കാർ (ദ്വിസ്തവലന്മാർ) 13. പാരായണക്കാർ 14. പഞ്ചവടുകന്മാർ (അഞ്ചുകുട്ടികളെ ഉപയോഗിച്ച് പ്രകടനം നടത്തുന്നവർ) 15. പാട്ടുകാർ 16. താണ്ഡവമാടുന്നവർ 17. ഹാസ്യകാരന്മാർ 18. വാദ്യം വായിക്കുന്നവർ 19. ഗുണാവർത്തന്മാർ 20. ചേതയികന്മാർ (മറ്റുള്ളവരുടെ വികാരങ്ങൾ ഊഹിച്ചു പറയാൻ കഴിയുന്നവർ) 21. കൊട്ടാരദാസികൾ

II. വ്യവസായത്തൊഴിലിൽ ഏർപ്പെട്ടിരിക്കുന്നവരുടെ കൂട്ടായ്മകൾ

(1) തട്ടാന്മാർ (2) പണമിടപാടുകാർ (3) ഘടികാരം വിൽക്കുന്നവർ (4) രത്നപ്പണിക്കാർ (5) മറ്റ് ആഭരണങ്ങളുണ്ടാക്കുന്നവർ (6) രത്നം മുറിക്കുന്നവർ (7) ശംഖിൽ പണിയുന്നവർ (8) ആനക്കൊമ്പിൽ പണിയുന്നവർ (9) സുഗന്ധ തൈലം ഉണ്ടാക്കുന്നവർ (10) പട്ട് നെയ്യുന്നവർ (11) വാണിയന്മാർ (12) വെണ്ണയുണ്ടാക്കി വിൽക്കുന്നവർ (13) പഞ്ചസാരയുണ്ടാക്കുന്നവർ (14) വെള്ളം വിൽക്കുന്നവർ (15) പരുത്തിത്തുണി നെയ്യുന്നവർ (16) തൈര് വിൽക്കുന്നവർ (17) വറുത്തതോ പൊരിച്ചതോ ആയ പലഹാരങ്ങൾ ഉണ്ടാക്കി വിൽക്കുന്നവർ (18) ശർക്കരപ്പാവുണ്ടാക്കുന്നവർ (19) മധുരപലഹാരങ്ങൾ ഉണ്ടാക്കി വിൽക്കുന്നവർ (20) 'കണ്ടു' എന്നറിയപ്പെടുന്ന മധുര പലഹാരം വിൽക്കുന്നവർ (21) ഗോതമ്പ് മാവ് തയാ

റാക്കി വിൽക്കുന്നവർ (22) ബാർളിയോ മറ്റ് ധാന്യങ്ങളോ ഉണക്കിപ്പൊടിച്ച് വിൽക്കുന്നവർ (23) പഴം വിൽക്കുന്നവർ (24) കിഴങ്ങുകൾ വിൽക്കുന്നവർ (25) പൊടികൾ വിൽക്കുന്നവർ (26) സുഗന്ധമുള്ള എണ്ണയുണ്ടാക്കി വിൽക്കുന്നവർ (27) ചോറ് വിൽക്കുന്നവർ (28) ചൂതാട്ടക്കാർ (29) തുളക്കുന്നവർ (30) പാചകക്കാർ (31) ശർക്കരക്കട്ടയുണ്ടാക്കുന്നവർ (32) ചുക്ക് വിൽക്കുന്നവർ (33) ചക്കരയിൽ നിന്നും മദ്യം വാറ്റുന്നവർ (34) പഴങ്ങളിൽ നിന്ന് മദ്യമുണ്ടാക്കുന്നവർ (35) ശർക്കര വിൽക്കുന്നവർ.

III. കരകൗശല വിദ്യക്കാർ

(1) കൊല്ലന്മാർ (2) ഓട്ടുപാത്രങ്ങളും മറ്റും ഉണ്ടാക്കുന്നവർ (3) മരപ്പാത്രങ്ങൾ ഉണ്ടാക്കുന്നവർ (4) ഉലയൂതുന്നവർ (5) ലോഹങ്ങളുടെ മാറ്റ് നോക്കുന്നവർ (6) തകരപ്പണിക്കാർ (7) ഈയത്തകിടുണ്ടാക്കുന്നവർ (8) യന്ത്രപ്പണിക്കാർ (9) മാലയുണ്ടാക്കുന്നവർ (10) പച്ചക്കറി വിളയിക്കുന്നവർ (11) കുംഭാരന്മാർ (12) തുകൽപ്പണിക്കാർ (13) അടുപ്പുണ്ടാക്കുന്നവർ (14) കമ്പിളി നെയ്യുന്നവർ (15) പടച്ചട്ടയുണ്ടാക്കുന്നവർ (16) പാവകൾക്കുള്ള ഉടുപ്പ് തുന്നുന്നവർ (17) തുണിയിൽ ചായം മുക്കുന്നവർ (18) അലക്കുകാർ (19) തൂപ്പുകാർ (20) കിന്നരി തുന്നുന്നവർ (21) ചിത്രകാരന്മാർ (22) ആശാരിമാരും ദാരുശിൽപ്പികളും (23) കല്ലിൽ കൊത്തുന്നവർ (24) കൊട്ടയുണ്ടാക്കുന്നവർ (25) കളിമണ്ണിൽ ശിൽപ്പമുണ്ടാക്കുന്നവർ (26) തേപ്പുകാർ (27) ക്ഷുരകന്മാർ (28) കേശാലങ്കാര വിദഗ്ധർ (29) കുളിമുറി/ ശൗചാലയം ഉണ്ടാക്കുന്നവർ (30) മരം, പുല്ല് എന്നിവ വെട്ടി വെളുപ്പിക്കുന്നവർ (31) ഗൃഹാലങ്കാരം നടത്തുന്നവർ (32) വാസ്തുശിൽപ്പികൾ (33) തൊഴുത്തുണ്ടാക്കുന്നവർ (34) ഖനനം നടത്തുന്നവർ/കിണർ കുഴിക്കുന്നവർ (35) ചളി ചുമക്കുന്നവർ (36) മരം ചുമക്കുന്നവർ (37) വൈക്കോൽ കച്ചവടക്കാർ (38) തടി വ്യാപാരികൾ (39) പുല്ല് കച്ചവടം നടത്തുന്നവർ (40) മുളകച്ചവടം നടത്തുന്നവർ (41) നാവികർ (42) തോണിതുഴയുന്നവർ (43) ചളിയിൽ നിന്ന് സ്വർണം വേർതിരിച്ചെടുക്കുന്നവർ (44) ചതിയന്മാർ.

ബൗദ്ധകാലത്തിനും മുമ്പേ തുടങ്ങി ഹിന്ദുമതം മേൽക്കോയ്മ നേടുന്നതു വരെയുള്ള സാമൂഹ്യ ജീവിതത്തിൽ വിവിധ ധർമങ്ങളനുഷ്ഠിച്ചിരുന്ന തൊഴിൽകൂട്ടായ്മകളുടെ പട്ടികയാണിത്. പ്രസ്തുത സാമൂഹ്യ വ്യവസ്ഥയുടെ സാമ്പത്തികവും രാഷ്ട്രീയവുമായ വികാസത്തിൽ ഈ കൂട്ടായ്മകൾ വഹിച്ച പങ്ക് ഏറെ വലുതായിരുന്നു എന്ന് ഊഹിക്കാമല്ലോ.

തൊഴിൽ കൂട്ടായ്മകളുടെ സാമൂഹിക ധർമത്തെ ഇങ്ങനെ സംഗ്രഹിക്കാം: സമൂഹത്തിൽ പദവിയും അവകാശവുമുള്ള സംഘങ്ങളായിരുന്നു ഇവ. അവർ നികുതിയും ഫീസും ഈടാക്കിയിരുന്നു. സ്വന്തമായി സ്വത്തുണ്ടായിരുന്നു. ഉപഹാരങ്ങൾ സ്വീകരിക്കാനും കരാറുകൾ ഉറപ്പിക്കാനും പണമിടപാടു നടത്താനും മതപരമായ വിഷയങ്ങളിലും മറ്റും ട്രസ്റ്റികളാവാനും ഇവർക്ക് കഴിഞ്ഞിരുന്നു. സാമൂഹികസ്ഥാപനങ്ങളിൽ

പലതും ഇവർ നേരിട്ടു നടത്തിയിരുന്നതായും ഊഹിക്കാം. തർക്കപരിഹാരങ്ങൾക്ക് അവർ സ്വയം പ്രാപ്തി നേടിയിരുന്നു. രാജാവിനുപോലും ഇവരുടെ അഭിപ്രായം സ്വീകരിച്ചുകൊണ്ടു മാത്രമേ പ്രധാനപ്പെട്ട പല തീരുമാനങ്ങളും കൈക്കൊള്ളാനാവുമായിരുന്നുള്ളൂ.

തൊഴിൽക്കൂട്ടായ്മകളുടെ ചരിത്രം, നാട്ടറിവു പഠനത്തിൽ വളരെ പ്രധാനമാണ്. അടിമത്തത്തിൽനിന്നും ചൂഷണത്തിൽനിന്നും മാറ്റിനിർത്തി ഈ പഠനം സാധ്യമല്ല. സംസ്കാരത്തെ സൃഷ്ടിച്ചുകൊണ്ടിരിക്കുന്ന തൊഴിലാളിവർഗത്തെ അടിമകളാക്കാൻ ഓരോ സന്ദർഭത്തിലും നടന്ന ശ്രമങ്ങളുടെ ചരിത്രം തന്നെയാണ് നാട്ടിറിവിന്റെ ചരിത്രം.

സസ്യജ്ഞാനം

1

നെൽകൃഷി പാരമ്പര്യം: ചില അറിവടയാളങ്ങൾ

ഡോ. പി രഞ്ജിത് കുമാർ

മണ്ണിനും മനുഷ്യനും കാലാവസ്ഥയ്ക്കും അനുസൃതമായ ഒരു കൃഷി സമ്പ്രദായം കേരളത്തിൽ നിലവിലുണ്ടായിരുന്നു. കേരളീയ കൂട്ടായ്മകളുടെ ഉത്സവങ്ങളും ആഘോഷങ്ങളും ജീവിത സമ്പ്രദായങ്ങളുമെല്ലാം കൃഷിയെ ആശ്രയിച്ചുള്ളവയായിരുന്നു. കേരളത്തിൽ കൃഷി എന്നാൽ നെൽകൃഷിയുമായിരുന്നു. ഓരോ പ്രദേശത്തിനും അനുയോജ്യമായ വിത്തും വളവും കൃഷിരീതിയും അനുബന്ധ സാംസ്കാരിക രൂപങ്ങളും പ്രദേശികമായിത്തന്നെ വികസിച്ചുവന്നു. എന്നാൽ ഹരിത വിപ്ലവത്തിനുശേഷം കേരളത്തിലെ നെൽകൃഷിമേഖല വലിയ തകർച്ചയിലേക്ക് കൂപ്പുകുത്തി. പ്രാദേശികമായ വൈവിധ്യങ്ങളെ പരിഗണിക്കാതെ, ഒരേ സ്വഭാവമുള്ള വിത്തും, രാസവളങ്ങളും കീടനാശിനികളും വൻതോതിൽ പ്രയോഗിക്കപ്പെട്ടു. ഇത് കേരളത്തിലെ പരമ്പരാഗത നെൽവിത്തുകളുടെ വൈവിധ്യത്തെയും മണ്ണിന്റെ ഫലഭൂയിഷ്ഠതയെയുമാണ് നശിപ്പിച്ചത്. മാത്രമല്ല. നെൽപ്പാടങ്ങൾ കാർഷികേതര ആവശ്യങ്ങൾക്ക് ഉപയോഗിക്കുകയും, നെൽകൃഷിതന്നെ 'കച്ചവട'ക്കൃഷിയാക്കി മാറ്റുകയും വലിയ തോതിൽ നാണ്യവിളക്കൃഷികൾ ആരംഭിക്കുകയും ചെയ്തതോടെ കേരളത്തിന്റെ ഭക്ഷ്യസുരക്ഷയുടെയും കാർഷിക സംസ്കാരത്തിന്റെയും അടിത്തറ തകരുകയായിരുന്നു. കേരളം ഇന്ന്, നാളിതുവരെയില്ലാത്തവിധം ഭക്ഷ്യ പ്രതിസന്ധിയെ അഭിമുഖീകരിക്കുകയാണ്. ഈയൊരു പശ്ചാത്തലത്തിൽ കേരളത്തിലെ പരമ്പരാഗത നെൽകൃഷിയെക്കുറിച്ചും സമ്പന്നവും വൈവിധ്യപൂർണവുമായ അതിന്റെ

അറിവു പാരമ്പര്യത്തെക്കുറിച്ചുമുള്ള ഒരു ലഘു വിവരണമാണ് ഈ കുറിപ്പ്.

നെൽകൃഷിപാരമ്പര്യം

ലോകത്താകമാനം മനുഷ്യർ സാമൂഹികജീവിതം ആരംഭിച്ചകാലം മുതൽക്കുതന്നെ കൃഷിചെയ്തു തുടങ്ങിയതായി കാണാം, സംഘകാലത്ത് കേരളത്തിലെ ഏറ്റവും പ്രധാനപ്പെട്ട ഉൽപ്പാദന വ്യവസ്ഥയായി നെൽകൃഷി മാറിക്കഴിഞ്ഞിരുന്നു. *പതിറ്റുപ്പത്ത്*, *നറ്റിനൈ* തുടങ്ങിയ കൃതികൾ ഇതിനു തെളിവു നൽകുന്നു. സംഘകാലകൃതികൾക്ക് സൈദ്ധാന്തികമായ അടിത്തറ നൽകിയ *തൊൽക്കാപ്പിയ*ത്തിലെ 'പൊരുതികാര'ത്തിൽ ഐന്തിണകളെക്കുറിച്ചുള്ള വിവരണം കാണാം. കേരളമുൾപ്പെടുന്ന തമിഴകത്തെ, ഭൂസ്വഭാവം പരിഗണിച്ചാണ് വ്യത്യസ്ത തിണകളായി തിരിക്കപ്പെട്ടത്. പാലൈ-വരണ്ട പ്രദേശം, മുല്ലൈ- കുന്നിൻചെരിവുകൾ, മരുതം - വയൽനിലം, നെയ്തൽ - തീരപ്രദേശം കുറിമ്പി- കാട്ടുപ്രദേശം എന്നീ ഐന്തിണകളാണ് ഏറ്റവും മുഖ്യം. ഭൂപ്രദേശങ്ങളെ അവിടെ അധിവസിക്കുന്ന മനുഷ്യർ, സസ്യങ്ങൾ, മൃഗങ്ങൾ തുടങ്ങിയ കരുക്കളുമായി ബന്ധിപ്പിച്ചാണ് തിണസങ്കൽപ്പനം വികസിപ്പിക്കുന്നത്. ഇതനുസരിച്ച് നെൽകൃഷി കേന്ദ്രീകരിക്കുന്നത് മരുതം എന്ന തിണയിലായിരുന്നു. എങ്കിലും ഇതര തിണകളിലും അനുയോജ്യമായ കൃഷി സമ്പ്രദായങ്ങൾ നിലനിന്നിരുന്നു. കുറിഞ്ചിത്തിണയിൽ കാടുകരിപ്പുള്ള പുനം കൃഷി നടത്തിയിരുന്നതിന്റെ സൂചനകൾ *പുറനാനൂറി*ലുണ്ട്. കാലപ്പോക്കിൽ ഗോത്രവർഗകാലത്തെ ഭൂവിഭജനം കേരളത്തിൽ മാറ്റങ്ങൾക്ക് വിധേയമായി. തൽഫലമായി, ഓരോ പ്രദേശത്തിന്റെയും ഭൂപ്രകൃതിക്കും കാലാവസ്ഥയ്ക്കുമനുസരിച്ച് വിഭിന്ന സ്വഭാവമുള്ള നിരവധി നെൽകൃഷി സമ്പ്രദായങ്ങൾ വികസിച്ചുവന്നു.

പരമ്പരാഗത കൃഷിരീതികൾ

വയൽനിലം, കരപ്രദേശം, കുന്നിൻചരിവ്, വെള്ളക്കെട്ട്, ഓരുനിലം തുടങ്ങി വ്യത്യസ്ത സ്വഭാവമുള്ള ഓരോ പ്രദേശത്തിനും അനുയോജ്യമായ നെൽകൃഷിരീതികളായിരുന്നു കേരളത്തിലുണ്ടായിരുന്നത്. മുണ്ടകൻ, ചിറ്റേനി, പുഞ്ച, കൂട്ടുമുണ്ടകൻ, പുനം, പൊക്കാളി, കൈപ്പാട്, കോൾ, മോടോൻ തുടങ്ങിയ വിവിധ കൃഷി രീതികൾ കർഷകരുടെ തലമുറകളിലൂടെ രൂപപ്പെട്ട അനുഭവസാക്ഷ്യങ്ങളാണ്.താരതമ്യേന വെള്ളക്കെട്ടുള്ള വയൽനിലങ്ങളിലാണ് മുണ്ടകൻ കൃഷിചെയ്യുന്നത്. ഇതിന് പത്തുമാസത്തെ മൂപ്പുണ്ട്. അതുകൊണ്ട് വർഷത്തിലൊരിക്കൽ മാത്രമാണ് ഈ കൃഷി. മുണ്ടകൻ വിത്ത് മേടത്തിലാണ് വിതയ്ക്കുക. മണ്ണ് ഉഴുത് മറിച്ച് പൊടിയാക്കിയ ശേഷമാണ് വിത്ത് വിതയ്ക്കുക. പുതുമഴയോടെ ഞാറ് നന്നായി തഴച്ചുവളരും. വയലിൽഅധികം വെള്ളം കയറുന്നതിനു മുമ്പേ ഇവ പറിച്ചു

നടും. ഇതിന് ഞാട്ടി എന്നാണ് പറയുക. എന്നാൽ ചില കണ്ടങ്ങളിൽ വേഗം തന്നെ വെള്ളം കയറും അതിനാൽ പറിച്ചുനടാൻ കഴിയില്ല. അത്തരം സ്ഥലങ്ങളിൽ 'പൊളിച്ച' യാണ് പതിവ്. ഇവിടെ പറിച്ചുനടേണ്ടതില്ല. വിത്ത് അകലം വിട്ട് വിതയ്ക്കുന്നതാണ് 'പൊളിച്ച' അതിന് നെല്ല് കുറവായിരിക്കുമെങ്കിലും ധാരാളം പുല്ലു ലഭിക്കും. പൊളിച്ചയായാലും ഞാട്ടിയായാലും കർക്കിടകം മുതൽ രണ്ടോ മൂന്നോ പ്രാവശ്യം നെൽച്ചെടികളുടെ തലയരിഞ്ഞ് പച്ചപ്പുല്ലായി കന്നുകാലികൾക്ക് നൽകും. ഇങ്ങനെ തലയരിഞ്ഞില്ലെങ്കിൽ ഒരാൾപ്പൊക്കത്തിലധികം നെൽച്ചെടി വളർന്ന് അവ നിലത്ത് ചെരിഞ്ഞ് വീണ് വിള ഗണ്യമായി കുറഞ്ഞുപോകും. മകരത്തിലാണ് മുണ്ടകൻ കൊയ്ത്ത് നടത്തുന്നത്. ചോറിനും കഞ്ഞിക്കും മുണ്ടകൻ നെല്ല് ഉത്തമമാണ്.

കൃഷിച്ചെലവ് കുറവ്, വെള്ളക്കെട്ടുള്ള സ്ഥലങ്ങളിലും കൃഷിചെയ്യാം, ധാരാളം വൈക്കോൽ ലഭിക്കുന്നു തുടങ്ങിയവ മുണ്ടകൻ കൃഷിയെ ആകർഷിക്കുന്നു.

മുണ്ടകനിൽത്തന്നെ വ്യത്യസ്ത സ്വഭാവങ്ങളുള്ള നെല്ലിനങ്ങളുണ്ടായിരുന്നു. കടത്തനാട് പ്രദേശത്ത് കൊളുമ്പിച്ചീര എന്നൊരിനം മുണ്ടകൻ വിത്ത് നിലവിലുണ്ടായിരിന്നു. ഇതിന്റെ ഏറ്റവും പ്രധാന സവിശേഷത എത്ര വെള്ളം കയറിയാലും നെല്ല് വെള്ളത്തിനടിയിലായി നശിച്ചുപോകില്ല എന്നതാണ്. സ്ഥിരമായി വെള്ളക്കെട്ടുള്ളതും ആവർത്തിച്ച് പുഴവെള്ളം കയറുന്നതുമായ സ്ഥലങ്ങളിലാണ് ഇത് കൃഷിചെയ്യുക. വെള്ളം ഉയരുന്നതിനനുസരിച്ച് നെൽച്ചെടി വെള്ളത്തിനു മുകളിൽ ഉയർന്നു നിൽക്കും. മാത്രമല്ല ഇതിന്റെ നെൽമണികൾ കിതിരിൽ ഉറച്ചുനിൽക്കും. അതുകൊണ്ട് നല്ലമേനി കിട്ടുകയും ചെയ്യും. വെള്ളത്തിലെ ചെളി വന്നടിയുന്നതുകൊണ്ട് പ്രത്യേകം വളപ്രയോഗവും ആവശ്യമില്ല. ഇതുപോലെ ഓങ്ങാൻ കുട്ടാടൻ (ഓങ്ങ്= നാര്) വെട്ടിക്കുട്ടാടൻ (സന്ധികളിൽ വേരിറങ്ങിവളരുന്നവ. ഇവ വെട്ടിയെടുത്ത് നടാം.) കറുക കുട്ടാടൻ (കറുകയുടെ ഇലപോലെയുള്ളത്) ചവിട്ടിക്കുട്ടാടൻ (ചവിട്ടിയൊടിച്ചാലും കിളിർത്തു വളരുന്നവ) തുടങ്ങി നിരവധി മുണ്ടകൻ നെല്ലിനങ്ങൾ ഭൂമിക്കനുസരിച്ച് കൃഷിചെയ്തിരുന്നു.

ചിറ്റേനി നെല്ല് താരതമ്യേന മൂപ്പ് കുറഞ്ഞവയാണ്. ഏകദേശം ഒരു മീറ്റർ ഉയരമുള്ള ഈ നെല്ലിനത്തിന് 140-150 ദിവസത്തെ മൂപ്പാണുള്ളത്. അധികം വെള്ളക്കെട്ടില്ലാത്ത കരസ്വഭാവമുള്ള വയലുകളിലാണ് ഇത് കൃഷിചെയ്യുക. നല്ലവിളവും പതമുള്ള വൈക്കോലും ലഭിക്കുമെന്നത് ചിറ്റേനി നെല്ലിന്റെ സവിശേഷതയാണ്. അതുപോലെ ചോറിനും അവലിനും ഇതിന്റെ അരി അനുയോജ്യമാണ്. ചിറ്റേനി, ചെറുചിറ്റേനി, അരിക്കിനായി, കുട്ടിക്കണ്ടപ്പൻ തുടങ്ങിയവ ചിറ്റേനി വിഭാഗത്തിൽപ്പെട്ട ചില വിത്തിനങ്ങളാണ്. ചിറ്റേനി വിത്തിനങ്ങൾ പലതും കന്നിയിലും മകരത്തിലും കൃഷിചെയ്യും.

മകരക്കൊയ്ത്തിനുശേഷമാണ് പുഞ്ചകൃഷിചെയ്യുന്നത്. മേടത്തിലാണ് പുഞ്ചവിളയുക. 90 ദിവസത്തെ മൂപ്പുമാത്രമേ ആവശ്യമുള്ളൂ. കുംഭം ആദ്യമാണ് പുഞ്ചവിത്തിടുക. സാധാരണ മീനം, മേടം വരെ വെള്ളം കിട്ടുന്ന ചതുപ്പുസ്ഥലങ്ങളിലാണ് ഇത് കൃഷിചെയ്യുക. അല്ലെങ്കിൽ ജലസേചനം ആവശ്യമായിവരും. പുഞ്ചവിത്തിനങ്ങളിലും വ്യത്യസ്തസ്വഭാവം പുലർത്തുന്നവയുണ്ട്. കിളിശല്യം കൂടുതലുള്ള പ്രദേശങ്ങളിൽ ഓക്കപ്പുഞ്ച എന്നൊരിനം കൃഷിചെയ്തിരുന്നു. ഈയിനം നെല്ലിന്റെ അറ്റത്ത് സൂചിപോലെ ഒരു വാലുണ്ടാകും ഇതിനാണ് ഓക്ക എന്നുപറയുന്നത്. ഇത് കിളിയുടെ തൊണ്ടയിൽ തറയ്ക്കും എന്നതുകൊണ്ട് അവ ഓക്കപ്പുഞ്ച നെല്ല് തിന്നാറില്ല. എന്നാൽ, നെല്ല് കളത്തിലെത്തി കൃത്യമായ ഉണക്കം ലഭിക്കുമ്പോഴേക്കും ഓക്ക കൊഴിഞ്ഞുപോവുകയും ചെയ്യും. പൊതുവേ കേരളത്തിലുടനീളം വയൽനിലങ്ങളിൽ വ്യത്യസ്ത സ്വഭാവങ്ങളോടെ മുണ്ടകൻ, ചിറ്റേനി, പുഞ്ച എന്നീ മൂന്നു വിള സമ്പ്രദായങ്ങൾ നിലനിന്നിരുന്നു. വിത്തുകളുടെ വൈവിധ്യം കുറഞ്ഞുവെങ്കിലും ഈ വിള സമ്പ്രദായമാണ് പരമ്പരാഗത കർഷകർ ഇന്നും സ്വീകരിക്കുന്നത്.

മൂപ്പുകൂടിയതും കുറഞ്ഞതുമായ വിത്തുകൾ കൂട്ടിക്കലർത്തി വിതയ്ക്കുന്ന കൂട്ടുമുണ്ടകൻ കൃഷി ഉത്തരകേരളത്തിൽ ഉടനീളം പ്രചരിച്ചിരുന്നു. മൂന്നിലൊന്ന് മുണ്ടകനും മൂന്നിൽ രണ്ട് കയമയും ഒന്നിച്ചു വിതച്ച് കന്നിയിൽ കൊയ്തെടുക്കും. കതിര് മാത്രമാണ് അരിഞ്ഞെടുക്കുക. അതിന്റെ തണ്ട് മുണ്ടകന് നല്ല വളമായിത്തീരും. മകരത്തിൽ മുണ്ടകനും കൊയ്തെടുക്കും. ഈ കൃഷിരീതിക്ക് പണിച്ചെലവും കളയും കുറവായിരിക്കും എന്ന ഗുണമുണ്ട്.

മലമ്പ്രദേശങ്ങളിലെ ഗോത്രജനത അനുവർത്തിച്ച കൃഷിരീതികളിൽ പ്രധാനപ്പെട്ടതാണ് പുനംകൃഷി. കാട് വെട്ടി തീയിട്ട് നെല്ലിനു പുറമെ ഇതരവിത്തിനങ്ങളും ഒന്നിച്ചുവിതച്ച് ഒരോന്നും പാകമാകുമ്പോൾ വിളവെടുക്കുന്ന രീതിയാണ് പുനംകൃഷിയുടേത്. ഒരു പ്രാവശ്യം കൃഷിചെയ്തസ്ഥലത്തുതന്നെ തുടർച്ചയായി കൃഷിചെയ്യുന്നില്ല എന്നതും ഉഴവുനടത്തേണ്ടതില്ല എന്നതും വളപ്രയോഗം ആവശ്യമില്ല എന്നതും ഇതിന്റെ മുഖ്യസവിശേഷതകളാണ്. പുനംകൊത്തി കൃഷിക്ക് നിലമൊരുക്കുന്നത് കുംഭത്തോടെയാണ്. ഒരു നിശ്ചിത സ്ഥലത്തെ കാട് കൊത്തിക്കൂട്ടി ഉണക്കാനിടുന്നു. മൂന്ന് നാല് ആഴ്ചത്തെ ഉണക്കമായാൽ കൊത്തിക്കൂട്ടിയ കാടിന് തീയിടും. തീ തൊട്ടടുത്ത കാട്ടിലേക്ക് പടരാതിരിക്കാൻ അരികുകൾ ചെത്തിവൃത്തിയാക്കിയിരിക്കും. കാട്ടിലെ വളക്കൂറുള്ള നിലത്ത് വെണ്ണീറുകൂടി ചേരുന്നതോടെ മണ്ണ് കൂടുതൽ ഫലഭൂയിഷ്ടമാകുന്നു. കാട് കത്തിക്കരിഞ്ഞതിന്റെ അവശിഷ്ടങ്ങളും മറ്റും നീക്കിയ ശേഷം വിഷുവിന് മുമ്പ് വിത്ത് വിതയ്ക്കും. ചെന്നെല്ല്, ഇരിപ്പാല, തുടങ്ങിയ നെൽവിത്തുകളോടൊപ്പം മുത്താറി, മുതിര, അവര, തുവര, ഉഴുന്ന്, ചാമ, ചീര, ചേമ്പ്, കിഴങ്ങ്, മുളക്, പയറ്, വെള്ളരി തുടങ്ങി വിവിധയിനം

ധാന്യങ്ങളും പച്ചക്കറികളും ഒരുമിച്ച് വിതയ്ക്കും. വിത്തിട്ടശേഷം കുറച്ച് മണ്ണുകൊണ്ട് മൂടുകയാണ് പതിവ്. മണ്ണിനുള്ളിൽ കാഞ്ഞ വിത്തുകൾ പുതുമഴയോടെ ശക്തിയായി മുളച്ചുവരും. ഓരോന്നും പാകമെത്തുമ്പോൾ വിളവെടുക്കും. ഉയർന്ന വിളവുലഭിക്കുന്ന കൃഷിരീതിയാണിത്. വിളവെടുപ്പിനിടയിൽ ഒന്നോ രണ്ടോ പ്രാവശ്യം കളപറിക്കുന്നപതിവുണ്ട്. അടുത്തവർഷം മറ്റൊരു സ്ഥലത്താണ് ഇതേ രീതിയിൽ കൃഷിചെയ്യുക. നിരവധി വർഷങ്ങൾക്കുശേഷമായിരിക്കും വീണ്ടും അതേ സ്ഥലത്ത് കൃഷിയിറക്കുക. ഈ ഇടവേളയുടെ ദൈർഘ്യം കൊണ്ട് മണ്ണ് അതിന്റെ ഫലഭൂയിഷ്ഠത വീണ്ടെടുത്തു കഴിഞ്ഞിരിക്കും. കേരളത്തിലെ മലമ്പ്രദേശങ്ങളിലുടനീളം പാഠഭേദങ്ങളോടെ ഈ കൃഷിരീതി നിലനിന്നിരുന്നു.

കണ്ണൂർ, കാസർഗോഡ് ജില്ലകളിൽ കുടുതൽ പ്രചാരമുള്ള ഒരു കൃഷിരീതിയാണ് കൈപ്പാട് കൃഷി. ഓരുവെള്ളം (ഉപ്പുവെള്ളം) കയറുന്ന ചതുപ്പുപ്രദേശങ്ങളിലാണ് ഈ കൃഷിചെയ്യുന്നത്. കാളകളുടെ കാലുകൾ ചതുപ്പിൽ താഴ്ന്നുപോകും എന്നതുകൊണ്ട് ഇവിടെ ഉഴവു നടത്താറില്ല. മേടച്ചൂടിൽ ഉണങ്ങിയ മണ്ണ് രണ്ടടിയോളം ഉയരത്തിൽ ചെറിയ കൂനകളായി കൂട്ടിവെക്കും. പുതുമഴ പെയ്താൽ മുളപ്പിച്ച വിത്ത് കൂനകളിൽ വിതയ്ക്കും. ഞാറ് മൂപ്പെത്തിയാൽ മുനകൾകൊത്തി നാലുഭാഗത്തും വിതറും. അതിനുശേഷം കൈകൊണ്ട് ഞാറ് ചെറുതായി മണ്ണിലമർത്തും. ഈ കൃഷിരീതിക്ക് വളവും കീടനാശിനിയും കളപറിയും ആവശ്യമില്ല. ഓർക്കയമ, കുതിര് തുടങ്ങിയ വിത്തുകളാണ് കൈപ്പാട് കൃഷിക്ക് സാധാരണ ഉപയോഗിക്കുന്നത്. കൃഷിച്ചെലവ് വളരെക്കുറഞ്ഞ ഈ കൃഷിരീതി പ്രാദേശികഭേദങ്ങളോടെ ചതുപ്പുനിലങ്ങളിൽ സ്വീകരിക്കപ്പെട്ടിരുന്നു.

തൃശ്ശൂർ ജില്ലയിൽ എറെ പ്രചാരമുള്ള ഒരു കൃഷിരീതിയാണ് പൊക്കാളികൃഷി. പൊക്കാളിക്കൃഷിയിടങ്ങൾ വളരെ താഴ്ന്നവയായതുകൊണ്ട് മഴ തുടങ്ങുന്നതോടെ വെള്ളം കെട്ടിനിൽക്കും. അതുകൊണ്ട് ഇടവത്തിലെ ആദ്യ മഴയ്ക്കുതന്നെ വിത്തുവിതയ്ക്കും. പാടത്തെ ജലവിതാനം ഉയരുന്നതിനനുസരിച്ച് പൊക്കാളിനെല്ലും വളർന്നുവരും. കന്നിമാസത്തിലാണ് കൊയ്ത്ത്. പാടത്തിറങ്ങാൻ പറ്റാത്തവിധം വെള്ളം കെട്ടിനിൽക്കുകയാണെങ്കിൽ വഞ്ചികളിലാണ് കറ്റകൾ കരക്കെയ്ത്തിക്കുന്നത്. പൊക്കാളി, കുറുക, വയിലത്തൂര് തുടങ്ങിയ വിത്തിനങ്ങളാണ് പൊക്കാളികൃഷിക്ക് ഉപയോഗിക്കുക. കൊയ്ത്തിനുശേഷം വൈക്കോൽ പാടത്തുതന്നെ അഴുകി വളമായിത്തീരുന്നു. തുടർന്ന് പുഞ്ചക്കൃഷി തുടങ്ങും. അതിനായി പാടത്തെ വെള്ളം മുഴുവൻ തേവിവറ്റിക്കേണ്ടിവരും. ഗുണവും സ്വാദും കൂടിയ അരിയാണ് പൊക്കാളി നെല്ലിനങ്ങളുടേത്.

കുട്ടനാട്ടിലെ കോൾനിലങ്ങൾ ഏറെയും സമുദ്രനിരപ്പിൽനിന്നും താഴെ സ്ഥിതിചെയ്യുന്നവയാണ്. അതുകൊണ്ട് മട (ബണ്ട്) കെട്ടിത്തിരിച്ച് വെള്ളം വറ്റിച്ചാണ് കോൾ കൃഷിനടത്തുന്നത്. തെങ്ങിൻവാരികളും മുളംകുറ്റികളും കളിമണ്ണും ഉപയോഗിച്ചാണ് മട നിർമിക്കുക. അതിനു

ശേഷം വെള്ളം മുഴുവൻ തേവിവറ്റിച്ച് മുളപ്പിച്ച വിത്ത് വിതയ്ക്കും. ചുറ്റും ഒന്നരമീറ്ററോളം ഉയരത്തിൽ വെള്ളം കെട്ടിനിൽക്കുന്നതിനു നടുവിലാണ് വിത്തുകൾ വിതയ്ക്കുന്നത്. മകരത്തിലാണ് വിത. മേടത്തിൽ ശക്തിയായ ഓരുവെള്ളം കയറുന്നതിനു മുമ്പേ നെല്ല് കൊയ്യും. കൊയ്ത്ത് കഴിഞ്ഞാലുടൻ മട മുറിച്ച് വെള്ളം ഉള്ളിലേക്ക് കയറ്റും. ഉപ്പുവെള്ളം കയറി മണ്ണിന്റെ പുളിരസം കുറയുകയും കളകൾ നശിക്കുകയും ചെയ്യും. മാത്രമല്ല ഏക്കലടിഞ്ഞ് മണ്ണ് ഫലഭൂയിഷ്ടമാവുകയും ചെയ്യും. തുലാമാസമാകുന്നതോടെ വീണ്ടും മട പുതുക്കി വിത നടത്തും. കോൾനിലങ്ങളിലെ കടും കൃഷിയിലൂടെ നല്ല വിളവു ലഭിക്കാറുണ്ട്.

വിശാലമായ കര പ്രദേശങ്ങളിലാണ് മോടോൻ കൃഷിനടത്തുന്നത്. വെള്ളരി, കുമ്പളം തുടങ്ങിയ പച്ചക്കറികൾ കൃഷിചെയ്ത വളക്കൂറുള്ള മണ്ണിലാണ് മേടത്തിനു മുമ്പ് പൊടിവിത നടത്തുന്നത്. നവര, ചുവന്ന വിത്ത് തുടങ്ങിയ വിത്തിനങ്ങൾ ഇതിനായി ഉപയോഗിക്കുന്നു. ചിങ്ങത്തിലാണ് കൊയ്ത്ത് നടത്തുക. കാര്യമായ വളപ്രയോഗം ആവശ്യമില്ല എന്നതാണ് ഈ കൃഷിരീതിയുടെ പ്രധാന മേന്മ. ഇതിനു പുറമെ പുരയിടങ്ങളിലും പറമ്പുകളിലും നെൽക്കൃഷി നടത്തിയിരുന്നു. കടത്തനാട് പ്രദേശങ്ങളിൽ അടുത്തകാലം വരെയും ചോമാല, പള്ളിയാരൽ, ബയനോക്കി തുടങ്ങിയ കരവിത്തുകൾ പ്രചാരത്തിലുണ്ടായിരുന്നു. വിളവു കുറയുമെങ്കിലും തണൽ പ്രദേശങ്ങളിൽപ്പോലും ഈ രീതിയിലുള്ള കൃഷി നടത്തിയിരുന്നു. മേൽ സൂചിപ്പിച്ചവിധം പാടത്തും പറമ്പിലും ചതുപ്പിലും കുന്നിൻചരിവിലുമെല്ലാം നെൽക്കൃഷി നടത്താൻ ഉതകുംവിധം നാടൻ കൃഷിവിജ്ഞാനം വികസിതമായിരുന്നു. അതിനുയോജിച്ച വിത്തിനങ്ങളും പ്രചാരത്തിൽവന്നു.

വിത്തിനങ്ങൾ

ഓരോ പ്രദേശത്തിന്റേയും സ്വഭാവത്തിനും കാലാവസ്ഥാ സവിശേഷതകൾക്കനുസരിച്ച് നൂറുകണക്കിന് വിത്തിനങ്ങൾ കേരളത്തിലുടനീളം നിലവിലുണ്ടായിരുന്നു. പരമ്പരാഗതവിത്തിനങ്ങളുടെ ഏറ്റവും പൊതുവായ സവിശേഷത അവയെല്ലാം ഉയർന്ന കീടപ്രതിരോധശേഷിയുള്ളവയും മികച്ചസ്വാദും ഗുണനിലവാരവും സൂക്ഷിക്കുന്നവയുമായിരുന്നുവെന്നതാണ്. ഇക്കൂട്ടത്തിൽ ഔഷധഗുണമുള്ളവയും ഓരു വെള്ളത്തിൽ വളരുന്നവയും, വെള്ളപ്പൊക്കത്തെയും വരൾച്ചയെയും അതിജീവിക്കുന്നവയും, ചതുപ്പിലും പറമ്പിലും കതിർക്കുന്നവയും, തണലിലും പായലിലും വിതയ്ക്കുന്നവയും കാണാം. ഒരു ചെറിയ ഗ്രാമപ്രദേശത്തുപോലും പത്തും ഇരുപതും ഇനം വിത്തുകൾ വിതയ്ക്കപ്പെട്ടിരുന്നു. ഇത് സൂചിപ്പിക്കുന്നത് അതിസമ്പന്നമായൊരു വിത്തു വൈവിധ്യത്തെയാണ്. എന്നാൽ, അരിക്കിനായി, ആര്യൻ, ഇരിപ്പാല, എരവപ്പാണ്ടി, ഓടച്ചൻ, ജീരകശാല, കന്നിക്കുളപ്പാല, കവുങ്ങിൻ പൂത്താട, കുട്ടാടൻ, കുഞ്ഞിനെല്ല്,

കുറുക, ചെങ്കഴമ, ചെന്നെല്ല്, ചോലേൻപുങ്കൻ, തവളക്കണ്ണൻ, പറമ്പും കൊട്ട, മട്ടച്ചെമ്പ, മലയാര്യൻ, മുത്തുപ്പട്ട, വരിനെല്ല് തുടങ്ങിയ വിത്തിന ങ്ങളിലധികവും കേരളീയ കൃഷിഭൂപടത്തിൽ നിന്നും അപ്രത്യക്ഷമായി ക്കഴിഞ്ഞിരിക്കുന്നു.

വിത്തുമുതൽ വിത്തുവരെ

വിത്ത് വിതയ്ക്കുന്നതു മുതൽ അത് കൊയ്തെടുത്ത് വീണ്ടും വിത്താക്കി സംരക്ഷിക്കുന്നതുവരെ നെൽകൃഷിയിൽ അതീവ ശ്രദ്ധയർഹിക്കുന്ന അനേകഘട്ടങ്ങളുണ്ട്. നിലമൊരുക്കൽ, വിത്ത് വിതയ്ക്കൽ, പറിച്ചു നടൽ, ജലവിനിയോഗം, വളപ്രയോഗം, കളനിയന്ത്രണം, കീടപ്രതിരോധം, കൊയ്ത്ത്, മെതി, വിത്ത് സംരക്ഷണം എന്നിവയെല്ലാം പ്രധാനമാണ്. ഇവ യ്ക്കെല്ലാം. ഓരോ പ്രദേശത്തിനും വിത്തിനും അനുസരിച്ച വ്യത്യസ്ത സമീപനങ്ങളാണ് സ്വീകരിക്കാറുള്ളത്. വയൽനിലങ്ങളിലെ നെൽകൃഷി യുമായി ബന്ധപ്പെട്ട അത്തരം ചില അറിവുകളാണ് താഴെ സൂചിപ്പിക്കു ന്നത്.

നിലമൊരുക്കൽ

വിത്തിടാനും ഞാറ് നടുവാനും പാകത്തിൽ നിലമൊരുക്കുക എന്നത് പരമ്പരാഗത കൃഷിരീതിയിലെ ഏറ്റവും പ്രധാനഘട്ടങ്ങളിലൊന്നാണ്, കൊയ്ത്ത് കഴിഞ്ഞ കണ്ടം രണ്ടുചാൽ ഉഴുത് കീറിമുറിച്ചിടുകയാണ് ആദ്യപടി. നാലഞ്ച് ദിവസത്തിനകം മേൽമണ്ണ് ഉണങ്ങും. പൊടിവിത യാണെങ്കിൽ വീണ്ടും ഉഴവുനടത്തും. വലിയ കട്ടകൾ കട്ടക്കോലുകൊണ്ടു പൊട്ടിക്കും. എന്നാൽ വെള്ളം കയറുന്ന മുണ്ടകൻ കണ്ടങ്ങളിലെ വലിയ കട്ടകൾ പൊട്ടിക്കാറില്ല. പുതുവെള്ളത്തിൽ മേൽമണ്ണ് ഒലിച്ചുപോകാതി രിക്കാനാണിത്. കട്ടകൾക്കിടയിൽ മേൽമണ്ണ് തങ്ങിനിന്ന് മണ്ണിന്റെ ഫല ഭൂയിഷ്ഠത സംരക്ഷിക്കപ്പെടും. ആവശ്യത്തിന് അടിവളം ചേർത്ത് വീണ്ടും ഉഴുതശേഷമാണ് വിത നടത്തുക.

മുളപ്പിച്ച വിത്ത് വിതയ്ക്കുന്നതിനുള്ള ഞാറ്റടി തയാറാക്കാൻ നന്നായി ഉഴവുനടത്തണം. ആദ്യത്തെ രണ്ട് ചാല് ഉഴവുകൊണ്ട് കളകൾ മറിഞ്ഞു വീഴും. ആറേഴ് ദിവസം കൊണ്ട് ഇവ കെട്ട് വളമാകും. വീണ്ടും ഉഴവുനട ത്തുമ്പോൾ ശേഷിക്കുന്ന മങ്ങ് (കളകൾ) വാരി വരമ്പിൽ വെയ്ക്കും. കണ്ടത്തിൽ ആവശ്യമായ അടിവളം ചേർക്കും. വരമ്പുകൾ ചെത്തി വെടി പ്പാക്കും. ഉഴുതും മരമടിച്ചും പാകപ്പടുത്തിയ കണ്ടങ്ങളെ നീർവാർച്ച യ്ക്കുള്ള സൗകര്യത്തിനായി പല കള്ളികളായി തിരിക്കും. ചാലുകളിലൂടെ വെള്ളം വാർത്തശേഷമാണ് വിത്തിടുക. ഓരോ കള്ളികളുടെയും വശ ങ്ങളിൽ ഈന്തോലപ്പട്ട വിരിക്കും. കീടബാധകുറയും എന്നു മാത്രമല്ല

കണ്ടത്തിലെ വെള്ളം പൊന്തിയാലും വിത്ത് ഒലിച്ചുപോകാതെ ഈന്തോലയിൽ തങ്ങിനിൽക്കുകയും ചെയ്യും.

ഞാറ് പറിച്ചു നടുവാനാണ് കണ്ടം ഏറ്റവും നന്നായി പാകപ്പെടുത്തുക. ഏഴ് ചാല് ഉഴവ് നടത്തണം എന്നാണ് പറയുക. പല ചാല് ഉഴുത് മറിച്ചും, മരംചവുട്ടി നിരത്തിയും, വീണ്ടും ഉഴുതശേഷം പടന്നകൊണ്ട് കൊത്തി പാകപ്പെടുത്തിയുമാണ് കണ്ടം ഒരുക്കുന്നത്. കണ്ടത്തിൽ അധികം വെള്ളം പാടില്ല. 'ഏലായ' കണ്ടത്തിൽ ചവുട്ടിയാലറിയാം. ഒരു ഭാഗത്ത് ചവുട്ടിയാൽ മറ്റേ അറ്റത്ത് ഇളകണം എന്നാണ് കണക്ക്. ഇങ്ങനെ പാകപ്പെടുത്തിയ കണ്ടത്തിലാണ് ഞാറ് പറിച്ചു നടുന്നത്.

വിത്ത് വിതയ്ക്കൽ

വിത്ത് വിതയ്ക്കുന്നതിന് പ്രധാനമായും രണ്ടുരീതികളാണ് അവലംബിച്ചു കാണുന്നത്. ഒന്ന് ഒരുക്കിയ നിലത്ത് വിത്ത് നേരിട്ട് വിതയ്ക്കുക. രണ്ട് വിത്ത് മുളപ്പിച്ചശേഷം വിതയക്കുക. ഒന്നാമത്തെ രീതിക്ക് പൊടിവിത എന്നു പറയും. മുണ്ടകനും മറ്റും പലപ്പോഴും ഈ രീതിയിലാണ് വിതയ്ക്കുന്നത്. കൊയ്തുകഴിഞ്ഞ പാടം ഉഴുതുമറിച്ചിട്ട് ഉണങ്ങിയശേഷം മരം ചവിട്ടിപൊടിയാക്കുന്നു. ഈ പൊടിമണ്ണിലാണ് വിത്ത് വിതച്ച് വീണ്ടും ഉഴവുനടത്തുന്നത്. പറിച്ചുനടാത്ത പൊടിവിതയ്ക്ക് ' ബാളിച്ച' എന്നാണ് പറയുക. ഇതിന് വിത്ത് കുറച്ചുമതിയാകും. എന്നാൽ പറിച്ചുനടുന്നതിന് കൂടുതൽ വിത്ത് വിതയ്ക്കും. പുതുമഴപെയ്താൽ ഇത് മറ്റുകണ്ടങ്ങളിലേക്ക് പറിച്ചുനടും. പൊടി മണ്ണിൽ വിതച്ചവിത്ത് പുതുമഴ വരെ വലിയ വളർച്ചയില്ലാതെ നിൽക്കും. എന്നാൽ പുതുമഴ ലഭിക്കുന്നതോടെ കരുത്തുറ്റ മുളകളായി വളർന്നുവരും. മൂപ്പെത്തിയ ഞാറ്, ഉഴുത് പാകമാക്കിയ നിലത്ത് പറിച്ചുനടും. പൊടിവിതയിൽത്തന്നെ അരിവയ്ക്കുന്ന രീതിയുമുണ്ട്. കണ്ടം ഉഴുത് പൊടിയാക്കിയശേഷം വിത്തിടാൻ വേണ്ടി ചെറിയ ചാലുകീറും. ഇത് ഉഴവുനടത്തിയോ കൈക്കോട്ട് കൊണ്ട് കീറിയോ ചെയ്യാം. ചാലുകീറുന്നതിന് പിന്നാലെ കൈകൊണ്ട് ഓരോ വിത്തുകളായി ഇട്ടുപോകും. അടുത്തചാല് കീറുമ്പോഴേക്കും ഒന്നാമത്തെ ചാല് മണ്ണു കൊണ്ട് മൂടിപ്പോകും.

വിത്ത് മുളപ്പിച്ചശേഷം വിതയ്ക്കുന്ന സമ്പ്രദായമാണ് കൂടുതലായും കണ്ടുവരുന്നത്. വിത്ത് ഊറ്റികെട്ടുക എന്നാണ് ഇതിന് പറയുക. നേരത്തോട് നേരം വിത്ത് വെള്ളത്തിൽ കുതിർത്തിയിട്ടശേഷം വെള്ളം ഊറ്റിക്കെട്ടുന്നു. സാധാരണയായി മുളങ്കുട്ടയിലോ ചാക്കിലോ ആണ് നെല്ല് ഊറ്റിക്കെട്ടുക. ചാണകം മെഴുകിയ നിലത്ത് വിത്ത് കൂട്ടിയിട്ട് മേലെ പലക വെച്ചും വിത്ത് മുളപ്പിക്കാറുണ്ട്. നന്നായി മുളച്ചുവരാൻ കൂവയിലകൊണ്ടു പൊതിയും. മേലെ ചാണകവെള്ളം തേവുകയും ചെയ്യും. വിത്തിനു മുകളിൽ അമ്മിയോ മറ്റ് കനമുള്ള വസ്തുക്കളോ കയറ്റി വെച്ച് രണ്ടുദിവസം

വെക്കും. അതിയായ ചൂടിൽ വിത്ത് മുളപൊട്ടും. മുള പുറത്തുകാണുന്നതോടെ നിലത്ത് വിടർത്തിയിട്ട് വെള്ളം കുടയും. ഇതാണ് കള്ളികളായി തിരിച്ച കണ്ടത്തിൽ വിതയ്ക്കുന്നത്. ഒരാഴ്ചക്കാലം കണ്ടത്തിൽ വെള്ളം കൂടാൻ പാടില്ല. ഒരു ദിവസം കൊണ്ടുതന്നെ വിത്ത് 'തിരിച്ചൂന്നും' (മുള മേലെയും വേര് താഴെയുമായി നിൽക്കും). മൂന്നുദിവസം കൊണ്ട് സൂചിക്കൂമ്പ് വരികയും ഒരാഴ്ചകൊണ്ട് പച്ചനിറം പടരുകയും ചെയ്യും. നിരപ്പിൽ പൊടിച്ച് പച്ചകാണുന്നതോടെ കണ്ടത്തിൽ ആവശ്യമായ വെള്ളം കയറ്റും. വിത്തിട്ട് ഒരാഴ്ചക്കാലം ഏളകൾ (കിളികൾ) വന്ന് വിത്ത് തിന്നാതിരിക്കാൻ പ്രത്യേകം കാവൽ ഏർപ്പെടുത്തും. പലപ്പോഴും ഇത് കുട്ടികളാണ് നിർവഹിക്കുന്നത്. തെങ്ങിൻ മട്ടൽ നിലത്തടിച്ചും ഉച്ചത്തിൽ ശബ്ദമുണ്ടാക്കിയും അവർ കിളികളെ കൂകിയകറ്റും. ഞാറ് പറിച്ചുനടാനുള്ള മൂപ്പെത്തിയാൽ മറ്റുകണ്ടങ്ങളിലേക്ക് പറിച്ചുനടും.

പറിച്ചുനടൽ

ഞാറുപറിച്ചു നടുന്നതിനു മുമ്പ് ഓരോ കണ്ടങ്ങളും നടാൻപാകത്തിൽ ഒരുക്കിയെടുക്കണം. അടിവളം ചേർത്ത് മണ്ണ് ഉഴുത് മറിച്ച് പാകപ്പെടുത്തണം. വയലിൽ അധികം വെള്ളം പാടില്ല. വളമണ്ണ് ഒലിച്ചുപോകാതിരിക്കാൻ വരമ്പുകൾ കെട്ടിക്കുടുക്കും. ഇങ്ങനെ തയാറാക്കിയ കണ്ടത്തിലാണ് ഞാറ് പറിച്ചുനടുന്നത്. വളരെ ശ്രദ്ധയോടെയും എന്നാൽ വേഗത്തിലുമാണ് ഞാറ് പറിക്കുക. ഒറ്റ ഞാറും പൊട്ടരുതെന്നാണ് പറയുക. ഞാറ് പറിക്കുക സ്ത്രീകളാണ്. വരിയായി കുനിഞ്ഞു നിന്ന് ഞാറുപറിച്ച് ചെറിയ ചൂട്ടുകളാക്കി കെട്ടും. 30-40 ഞാറുകളുടെ ഒരു കെട്ടാണ് ഒരു ചൂട്ട്. ഞാറിന് വളർച്ച കൂടുതലാണെങ്കിൽ കെട്ടിനു മുകളിൽ വെച്ച് അതിന്റെ തലമുറിക്കും. ഇല്ലെങ്കിൽ, നടുമ്പോൾ ഞാറ് നിലത്ത് ചെരിഞ്ഞു വീണുപോകും. പാകപ്പെടുത്തിയ കണ്ടത്തിൽ ഈ ചൂട്ടുകൾ പല സ്ഥലങ്ങളിലായി വിതറും. ഓരോ കണ്ടത്തിന്റെയും വലത്തേമൂലയിൽ നിന്നാണ് നട്ടുതുടങ്ങുക. അൽപ്പം ചെരിച്ചാണ് നടുക. നേരത്തോട് നേരം കൊണ്ട് ഞാറിനു വേര് പിടിച്ച് നിവർന്നു നിൽക്കും.

ജലവിനിയോഗം

കേരളത്തിലെ പരമ്പരാഗത നെൽകൃഷി ഞാറ്റുവേലകളെ അടിസ്ഥാനമാക്കി രൂപപ്പെടുത്തിയവയാണ്. സൂര്യന്റെ ഭ്രമണത്തിനനുസരിച്ചാണ് ഞാറ്റുവേലകൾ ഉണ്ടാകുന്നത്. ഞാറ്റുവേലയെന്നാൽ ഞായറിന്റെ - സൂര്യന്റെ വേള, സ്ഥിതിയാണ്. ഒരു വർഷത്തിൽ ലഭിക്കുന്ന മഴയെ നക്ഷത്രങ്ങൾക്ക് സമാനമായി പേര് നൽകി വിഭജിച്ചിരിക്കുന്നു. അശ്വതി ഞാറ്റുവേല മുതൽ രേവതി ഞാറ്റുവേല വരെ 27 ഞാറ്റുവേലകളാണുള്ളത്. ഇവയിൽ തിരുവാതിര ഞാറ്റുവേലയാണ് ഏറ്റവും വിശേഷം 'തിരുവാതി

രയ്ക്ക് തിരിമുറിയാതെ' എന്നാണ് ചൊല്ല്. മഴയും നീരൊഴുക്കുമാണ് നെൽകൃഷിയുടെ അടിത്തറ.

ഓരോ വയൽനിലത്തിന്റെയും ഘടന നീരൊഴുക്കിനനുസരിച്ച് രൂപപ്പെടുത്തിയിരിക്കും. വയലുകളുടെ ഉയർച്ചയ്ക്കനുസരിച്ച് അവയെ ചെറിയ കണ്ടങ്ങളായി തിരിക്കും. മണ്ണിന്റെ വരമ്പുകൊണ്ടാണ് ഇവ വേർതിരിക്കുക. വരമ്പുകൾ വർഷംതോറും പുതുക്കും. നീരൊഴുക്കിനെ തടഞ്ഞു നിർത്തുന്ന വരമ്പുകൾ വീതികൂടിയതും ശക്തവുമായിരിക്കും. ഓരോ വയലിന്റെയും അരികിലൂടെ നീരൊഴുക്കിനുള്ള സൗകര്യത്തിനായി ചെറിയ തോടുകളുണ്ടായിരിക്കും. ഇവ വലിയ തോടുകളിലും അവ പുഴയിലും ചെന്നുചേരും. വയലിൽ വെള്ളം കുറയുമ്പോൾ, ഈ തോടുകളിൽ ചെറിയ കെട്ടുകൾ കെട്ടി വെള്ളം കയറ്റുവാൻ കഴിയും. അതുപോലെ വയലിലെ വെള്ളം വരമ്പുകൾ തുറന്ന് തോട്ടിലേക്ക് ഒഴുക്കിക്കളയാനും കഴിയും. വയലിലേക്ക് വെള്ളം തേവാൻ ഇത്തരം തോടുകളാണ് ആശ്രയം.

വളപ്രയോഗം

പരമ്പരാഗത കൃഷിക്ക് ജൈവവളങ്ങൾ മാത്രമാണ് ഉപയോഗിച്ചിരുന്നത്. വിതയ്ക്കുന്നതിനു മുമ്പാണ് അടിവളം ചേർക്കുക. തൂപ്പും (പച്ചിലകൾ) ചാണകവുമാണ് പ്രധാനഅടിവളം. പൊടിവിതയാണെങ്കിൽ ഉണക്ക ചാണകപ്പൊടിയാണ് ചേർക്കുക. ഉപ്പില (വട്ട), കൊന്ന, മാവ്, ചളിര്, വെങ്കണ തുടങ്ങിയ മരങ്ങളുടെ ഇലകളാണ് വയലിൽ ഇടുക. ഇവയുടെ ഇലകൾ വേഗം അഴുകും നല്ല കറയും ഉണ്ടാകും. അതുപോലെ കാഞ്ഞിരം വേപ്പ് തുടങ്ങിയ കീടനാശിനി സ്വഭാവമുള്ള ഇലകളും വയലിലിടാറുണ്ട്. വലിയ ഇലകളാണെങ്കിൽ അവ ചെറുതായി തറിച്ച് പല സ്ഥലങ്ങളിലായി കൂട്ടിയിടും. ഒപ്പം ചാണകവും കൂട്ടിയിടും. നാലഞ്ച് ദിവസം കൊണ്ട് ഇവയുടെ കറവാർന്ന് കണ്ടം നിറയും. തുടർന്ന് ഇവ മണ്ണിൽ നന്നായി ഉഴുത് ചേർക്കും. വിത നടത്തുന്നതിനു മുമ്പ് വീണ്ടും ഉഴുത് നിലം പാകപ്പെടുത്തും. ഞാറ് പറിച്ചു നടുന്ന കണ്ടത്തിലും മേൽ സൂചിപ്പിച്ച വിധം അടിവളം ചേർക്കാറുണ്ട്.

ഞാറ് ശക്തമായി വളരുവാൻ വെണ്ണീറാണ് ഉപയോഗിക്കുക. വെണ്ണീറിന് കീടപ്രതിരോധ ശേഷിയുമുണ്ട്. ഉണക്കിലയും വൈക്കോൽകുറ്റിയും മറ്റും കൊയ്ത്തിനുശേഷം കത്തിക്കുന്നതും മണ്ണിന് ഗുണകരമാണ്. മണ്ണിന്റെ പുളിപ്പ്മാറ്റാൻ കുമ്മായവും പ്രയോഗിക്കാറുണ്ട്. ഒരുകാലത്ത് എക്കൽമണ്ണ് ധാരാളമായി വയലിൽ ചേർത്തിരുന്നു. പുഴയോരങ്ങളിൽ നിന്നും ശേഖരിക്കുന്ന ഈ കറുത്ത ഊറൽ നല്ലവളമാണ്. അഴുകി മണ്ണിൽ ലയിക്കുന്ന കളകൾ, വൈക്കോൽ, ജലജീവികൾ, സസ്യങ്ങൾ തുടങ്ങിയവയെല്ലാം മണ്ണിന് സ്വാഭാവിക വളമായി കിട്ടുന്നു.

കളനിയന്ത്രണം

കളകളെ പ്രധാനമായും നിയന്ത്രിക്കുന്നത് വെള്ളം കയറ്റുകയും ഇറക്കുകയും ചെയ്താണ്. വിത കഴിഞ്ഞശേഷം ഞാറ്റു കണ്ടത്തിലെ വെള്ളം വറ്റിച്ചാൽ മൂന്നുനാലുദിവസം കൊണ്ട് കളകൾ നന്നായി വളരും. തുടർന്ന് കളകൾ മുങ്ങുംവിധം വെള്ളം കെട്ടിനിർത്തും. വെള്ളത്തിനടിയിലായ കളകൾ ചീഞ്ഞുപോകും. ഓരുവെള്ളം കയറുന്ന സ്ഥലങ്ങളിൽ അതുപയോഗിച്ചും കളകളെ നിയന്ത്രിക്കാറുണ്ട്. പല പ്രാവശ്യം ഉഴവു നടത്തുന്നതിലൂടെയും കളകൾ നശിക്കും. കള കൂടുതലുള്ള കണ്ടങ്ങൾ ആദ്യം വളഞ്ഞ കൊഴു ഉപയോഗിച്ച് കീറിയിടുന്നു. ഇങ്ങനെ കീറുമ്പോൾ കളകൾ മണ്ണിനടിയിലാകും. കുറച്ചുദിവസംകൊണ്ട് ഇത് അഴുകി വളമായിത്തീരും. ശേഷിക്കുന്നവ അടുത്ത ഉഴവിന് വാരി വയൽവരമ്പിൽ വെക്കും. അവയും ഉണങ്ങിനശിക്കും.

ഞാട്ടികഴിഞ്ഞ കണ്ടങ്ങളിൽ കളകൂടിയാൽ അവ പറിച്ചുമാറ്റി വയൽവരമ്പിൽ കൂട്ടും. ഇവയും അഴുകി വയലിൽ വളമായിത്തീരും. കളകളെ ചവറുകൾ കത്തിച്ചും നിയന്ത്രിക്കാറുണ്ട്. മകരക്കൊയ്ത്തുകഴിഞ്ഞാൽ കണ്ടം രണ്ടു ചാലുഴുത് മേൽമണ്ണിളക്കും. നാലഞ്ച് ദിവസം കൊണ്ട് മണ്ണുണങ്ങും. അതിനു മുകളിൽ ചവറും വൈക്കോൽ കുറ്റികളും കൂട്ടിയിട്ട് കത്തിക്കും. ചില സ്ഥലങ്ങളിൽ പുരമേയാനുപയോഗിച്ച മെടഞ്ഞഓല(കരിച്ചോല), പുതിയ മേച്ചിൽ നടത്തുമ്പോൾ വയലിൽ കൂട്ടിയിട്ട് കത്തിക്കുന്ന പതിവുണ്ട്. മേൽമണ്ണ് ഉണങ്ങുന്നതുകൊണ്ട് മണ്ണിരയും മറ്റ് സൂക്ഷ്മജീവികളും നനവുള്ള അടിമണ്ണിലേക്ക് ഉൾവലിയും. അതേസമയം കളവിത്തുകൾ തീയിൽ കരിയുകയും ചെയ്യും. കറ കൂടുതലുള്ള ഉപ്പില, പൂവം പോലെയുള്ള പച്ചിലകൾ അടിവളമായി ഉപയോഗിക്കുന്നതുകൊണ്ടും കളകൾ നിയന്ത്രിക്കപ്പെട്ടിരുന്നു.

കീടപ്രതിരോധം

മണ്ണും മനുഷ്യനും മറ്റനേകം ജീവജാലങ്ങളും സസ്യവർഗങ്ങളും ഉൾപ്പെടുന്ന സവിശേഷമായ ഒരു ആവാസവ്യവസ്ഥയാണ് വയൽനിലങ്ങൾ. അവിടെ നെല്ലിന് ഗുണകരവും ദോഷകരവുമായ ജീവിവർഗങ്ങളുണ്ട്. മിക്കവാറും ഇവയുടെ പരസ്പര പ്രവർത്തനത്തിലൂടെ സ്വാഭാവികമായ ഒരു ജൈവകീടനിയന്ത്രണം സാധ്യമാക്കിയിരുന്നു. എന്നാൽ ഇതിനെയും അതിവർത്തിച്ച് വളരുന്ന കീടങ്ങളെ നിയന്ത്രിക്കാനുള്ള ചില മാർഗങ്ങൾ കർഷകൻ വികസിപ്പിച്ചെടുത്തിരുന്നു.

കീടങ്ങളെ പ്രതിരോധിക്കുവാൻ പ്രധാനമായും അഞ്ചുവിധത്തിലുള്ള മാർഗങ്ങൾ കർഷകൻ സ്വീകരിച്ചതായി കാണാം.

1. കായികമായി നേരിടുക. 2. ജൈവകീടനാശിനികൾ പ്രയോഗിക്കുക. 3. ഇതര ജീവികളെ ഉപയോഗിച്ച് പ്രതിരോധിക്കുക. 4. വെള്ളം ഉപ

യോഗിച്ച് നിയന്ത്രിക്കുക. 5. മന്ത്രവാദ പ്രയോഗങ്ങൾ നടത്തുക ഇവ ഓരോന്നും താഴെ വിശദമാക്കാം.

1. കായികമായി നേരിടുക:- കായികമായി നേരിടുക എന്നതുകൊണ്ട് ഉദ്ദേശിക്കുന്നത് കീടങ്ങളെ ഏതെങ്കിലും മാർഗങ്ങളുപയോഗിച്ച് നേരിട്ട് നശിപ്പിക്കുന്നതിനെയാണ്. നെല്ലിനെ ബാധിക്കുന്ന കീടങ്ങളിലൊന്നാണ് ഓലചുരുട്ടിപ്പുഴു. ഇവയെ വീശിയെടുക്കാൻ പ്രത്യേക പരിശീലനം ആവശ്യമാണ്. അതുപോലെ കൈതോലകൊണ്ടോ മുള്ളുകൊണ്ടോ അടിച്ചും പുഴുക്കളെ കൊല്ലാറുണ്ട്. വെള്ളത്തിൽ വീഴുന്ന പുഴുക്കളെ മത്സ്യങ്ങളും തവളകളും മറ്റും തിന്നുകയും ചെയ്യും.
2. ജൈവ കീടനാശിനികൾ പ്രയോഗിക്കുക:- നെല്ലിനെ ബാധിക്കുന്ന കീടങ്ങളെ നിയന്ത്രിക്കുന്നതും എന്നാൽ നെല്ലിനും മണ്ണിനും ദോഷം ചെയ്യാത്തതുമായ കീടനാശിനികളാണ് ജൈവകീടനാശിനികൾ. ചാണക വെള്ളം, വേപ്പിൻ പിണ്ണാക്ക്, പുകയിലക്കഷായം തുടങ്ങിയവ ഈ വിഭാഗത്തിൽ വരുന്നവയാണ്. അതുപോലെ കുമ്മായം, വെണ്ണീറ് തുടങ്ങിയവയും കീടനാശിനികളുടെ ഗുണം ചെയ്യാറുണ്ട്. കണ്ടത്തിലേക്ക് വെള്ളം ഒഴുക്കി വിടുന്ന കണ്ടിയിൽ ചേര് മരത്തിന്റെ കൊമ്പ് സ്ഥാപിക്കുന്നത് പുഴുക്കളെ നശിപ്പിക്കുവാൻ പര്യാപ്തമാണ്. ഇവയുടെ തണ്ടിൽ നിന്നും ഊറിവരുന്ന കറ നല്ല കീടനാശിനിയാണ്. ചേരിന്റെ കൊമ്പ് കണ്ടത്തിൽ ഇടവിട്ട് കുത്തിവെക്കുന്നതു കൊണ്ടും പുഴുക്കളെ അകറ്റാം.
3. ഇതര ജീവികളെ ഉപയോഗിച്ച് പ്രതിരോധിക്കുക:- പ്രകൃതിയിൽ സ്വാഭാവികമായിത്തന്നെ കീടനിയന്ത്രണം സാധ്യമാകുന്നുണ്ട്. തവള, മീൻ, പാമ്പ് തുടങ്ങിയ ജീവികൾ വഹിക്കുന്ന പങ്ക് ഇതിൽ പ്രധാനമാണ്. എന്നാൽ ചില ജീവികളെ കർഷകൻ ബോധപൂർവം കീടനിയന്ത്രണത്തിനായി ഉപയോഗപ്പെടുത്താറുണ്ട്. പുഴുശല്യം കൂടുമ്പോൾ ചിലന്തികളെ ഉപയോഗിച്ച് പ്രതിരോധിക്കാറുണ്ട്. ചിലന്തിക്കൂട് മരക്കൊമ്പോടെ ഒടിച്ചെടുത്ത് വയലിൽ നാട്ടും. പുഴുക്കളെ ചിലന്തികൾ നശിപ്പിക്കും. അതുപോലെ എലിശല്യം കൂടുമ്പോൾ പെരുത്തലാട്ടൽ (പെരുംതലമട്ടൽ- തെങ്ങോലയുടെ കടഭാഗം നീളത്തിൽ വെട്ടിയത്) വയലിന്റെ പലഭാഗത്തും കുത്തിവെക്കും. രാത്രിയിൽ മൂങ്ങകൾക്ക് വന്നിരിക്കാനാണിത്. മൂങ്ങകൾ എലികളെ വകവരുത്തും. കൊയ്തൊഴിഞ്ഞ പാടത്ത് താറാവുകളെ ഇറക്കുന്നതും കീടനിയന്ത്രണത്തിന് സഹായകമാണ്.
4. വെള്ളം ഉപയോഗിച്ച് നിയന്ത്രിക്കുക:- വെള്ളം വയലിൽ കെട്ടിനിറുത്തിയും തുറന്നുവിട്ടും കീടങ്ങളെ നിയന്ത്രിക്കാം. മൂപ്പെത്താത്ത ഞാറിനെ ബാധിക്കുന്ന പുഴുക്കളെ അകറ്റാൻ ഞാറ് പൂർണമായും മുങ്ങും

വിധം വെള്ളം കെട്ടിനിർത്തും. അപ്പോൾ ഞാറിലെ പുഴുക്കളെല്ലാം വെള്ളത്തിനു മുകളിൽ പൊങ്ങിവരും. ഇവയെ ഒരുമിച്ച് കൂട്ടി ഒഴുക്കിക്കളയും. കുഴൽപ്പുഴുക്കളെ നിയന്ത്രിക്കുവാൻ കണ്ടത്തിലെ വെള്ളം പൂർണമായും വറ്റിക്കുന്ന പതിവുണ്ട്. കുഴൽപ്പുഴു വെള്ളത്തിലൂടെയാണ് പടരുന്നത്. വെള്ളം വറ്റിക്കുന്നതിലൂടെ പുഴുക്കളുടെ വ്യാപനം നിയന്ത്രിക്കാനാവും.

5. മന്ത്രവാദപ്രയോഗങ്ങൾ നടത്തുക:- നെൽകൃഷി, കർഷകരുടെ വിശ്വാസത്തിന്റെ ഭാഗമായിത്തീരുന്നതുകൊണ്ട് കീടനിയന്ത്രണത്തിനായി മാന്ത്രിക ക്രിയകളും പ്രയോഗിച്ചിരുന്നു. കുരുത്തോലയിൽ മന്ത്രം എഴുതി ഈന്തപ്പട്ടയുടെ തണ്ടിൽ വയലിൽ തൂക്കിയിട്ടാൽ പുഴുക്കളെ വിലക്കാൻ കഴിയുമെന്ന് വിശ്വസിക്കപ്പെട്ടിരുന്നു. പാണർ, മലയൻ, പുലയർ, തുടങ്ങിയ ജാതിയിൽപ്പെട്ടവരാണ് ഇത്തരം വിലക്കുകൾ നടത്തിയിരുന്നത്. ചാഴിവിലക്കിനായി വ്യത്യസ്തരീതികൾ നിലവിലുണ്ടായിരുന്നു. മന്ത്രവാദിയുടെ നേതൃത്വത്തിൽ ചൂട്ടുകാണിച്ച് രാത്രിയിൽ ചാഴിബാധിച്ച വയലിലൂടെ നടന്ന് ചാഴികളെ ചൂടു വെളിച്ചത്തിലേക്ക് ആകർഷിക്കും. തുടർന്ന് വയലിലെ എതെങ്കിലും ഒരു കണ്ടത്തിൽ ചൂട്ട് കുത്തിനിർത്തും. ഇത് ചാഴിക്കണ്ടം എന്നാണറിയപ്പെടുക. തുടർന്നുള്ള ഏതാനും ദിവസങ്ങളിൽക്കൂടി ഇതുപോലെ ചെയ്യും. ചാഴികളെല്ലാം ഒരു കണ്ടത്തിൽ കേന്ദ്രീകരിക്കപ്പെടുന്നതുകൊണ്ട് മറ്റുകണ്ടങ്ങളെ ചാഴി ബാധിക്കുകയില്ല. അതുകൊണ്ട് നല്ല വിളവു ലഭിക്കുകയും ചെയ്യും.

മേൽസൂചിപ്പിച്ച വിധത്തിലുള്ള മാർഗങ്ങൾ കീടനിയന്ത്രണത്തിനായി കർഷകർ ഉപയോഗിച്ചിരുന്നു. ഇതിൽ ശ്രദ്ധേയമായ വസ്തുത സർവകീടങ്ങളേയും മുച്ചൂടും മുടിക്കുവാൻ കർഷകൻ ആഗ്രഹിച്ചിരുന്നില്ല എന്നതാണ്. അവയെ നിയന്ത്രണവിധേയമാക്കുവാനാണ് ശ്രമിച്ചത്. അതുകൊണ്ടാണ് വയലിൽ കുറച്ചുഭാഗത്തെ നെല്ല് കൊയ്യാതെ പക്ഷികൾക്കും പാറ്റകൾക്കും മറ്റ് കീടജാതികൾക്കും ഭക്ഷിക്കുവാനായി മാറ്റി വെച്ചിരുന്നത്. മനുഷ്യരെപ്പോലെ ഇതരജീവജാലങ്ങളും ഭൂമിയുടെ അവകാശികളാണെന്ന് കർഷകർക്ക് അറിയാമായിരുന്നു.

കൊയ്ത്ത്

നെൽകൃഷിയുടെ അവസാന ഘട്ടങ്ങളിലൊന്നാണ് വിളഞ്ഞ് പാകമെത്തിയ നെൽക്കതിർ കൊയ്തെടുക്കൽ. ഇതിന് മൂരൽ, മൂർച്ച തുടങ്ങിയ പേരുകളും പ്രചാരത്തിലുണ്ട്. വിളവ് പാകമാകുമ്പോൾ വൈക്കോൽ ഉണങ്ങിത്തുടങ്ങും. നെൽമണിക്ക് നല്ല ഉറപ്പുണ്ടാകും. ഈ സമയത്താണ് കൊയ്ത്ത് നടത്തുക. നെല്ല് അധികം വിളഞ്ഞാൽ കതിർ മുറിഞ്ഞുപോവുകയും നെൽമണികൾ കൂടുതൽ കൊഴിഞ്ഞുപോവുകയും ചെയ്യും. സാധാരണയായി മണ്ണിൽ നിന്നും 5-8 സെമീ. ഉയരം വെച്ചാണ്

നെൽച്ചെടി കൊയ്തെടുക്കുക. കൊയ്തത് ഒരു പിടിയാകുമ്പോൾ അത് കെട്ടിവെക്കും. അതിന് കറ്റ എന്നാണ് പറയുക. എന്നാൽ മുണ്ടകൻ കൊയ്യുമ്പോൾ കറ്റ കെട്ടുക പായിൽവെച്ചാണ്, കാരണം മുണ്ടകന് കൊഴിച്ചിൽ കൂടുതലാണ്.

മെതി

കൊയ്ത കറ്റകൾ കളത്തിലെത്തിച്ച് മെതിക്കും. ചാണകം മെഴുകിയ കളത്തിനു ചുറ്റും ഓലകൊണ്ട് മറച്ചിരിക്കും. ഓരോ കറ്റയും എടുത്ത് രണ്ടു കാലുകൾക്കിടയിലും വെച്ചാണ് മെതിക്കുക. ചിലർ പലകയിലോ ഉരലിന്റെ വശങ്ങളിലോ അടിച്ചും നെൽമണി വേർതിരിക്കാറുണ്ട്. ഇത് കാറ്റത്തിട്ട് പതിര് മാറ്റും. മുറങ്ങളിൽ നിറച്ച നെല്ല് രണ്ടുപേർ തലയ്ക്കുമുകളിൽ പിടിച്ച് കുറച്ചുവീതം നിലത്തേക്കിടുമ്പോൾ മറ്റൊരാൾ കാറ്റോലകൊണ്ട് വീശി പതിര് പറത്തുന്നതാണ് പതിവുരീതി. കുമിഞ്ഞുവരുന്ന നെല്ലിന്റെ വശങ്ങൾ വടിച്ച് കൂട്ടി മാറ്റിവെക്കും. ഇതിന് 'വന്നല' എന്നാണ് പറയുക. ഗുണം കുറഞ്ഞനെല്ലാണ് ഇത്. വിത്തിനുള്ള നെല്ല്, രണ്ടോ മൂന്നോ പ്രാവശ്യം കാറ്റത്തിട്ട് പതിര് കളയും.

വിത്ത് സംരക്ഷണം

വിത്തുസംരക്ഷണത്തിന് കർഷകർ പരമ പ്രാധാന്യം നൽകിയിരുന്നു. കൃത്യം മൂപ്പെത്തിയതും ഗുണനിലവാരം കൂടിയതുമായ കറ്റകളാണ് വിത്തിനായി തെരഞ്ഞെടുക്കുക. വിത്തിന്റെ കറ്റകളിൽ കലർപ്പുണ്ടാകാതെ പ്രത്യേകം ശ്രദ്ധിച്ച് മെതിച്ചെടുക്കുന്നു. പതിര് കളഞ്ഞ നെല്ല് നിശ്ചിത ദിവസം ഉണക്കിയാണ് വിത്തുണ്ടാക്കുക. വിത്ത്, അധികം ഉണങ്ങാനോ ഉണക്കം കുറയാനോ പാടില്ല. അധികം ഉണങ്ങിയാൽ അരി പൊടിഞ്ഞു പോകും. ഉണക്കം കുറഞ്ഞാൽ ഞാറ് വേഗം മുളച്ച് ഞാറിന്റെ ശക്തി കുറയും. ശരിയായി ഉണക്കമെത്തിയ വിത്ത് പൊട്ടിച്ചാൽ നടുവിൽ ഒരു നൂലുപോലെ വെള്ളനിറം കാണാം.

ഓരോ ജാതി വിത്തിനും ഉണക്കത്തിന് ഏറ്റക്കുറച്ചിലുണ്ട്. അരിക്കിനായി വിത്ത് (ചിറ്റേനി) നാലുദിവസമാണ് ഉണക്കേണ്ടത്. എന്നാൽ മുണ്ടോൻ വിത്ത് പതിനാലുദിവസം ഉണങ്ങണം. മഞ്ഞും വെയിലും കൊണ്ടാണ് ഉണങ്ങേണ്ടത്. ഇങ്ങനെ ഉണക്കിയെടുത്ത വിത്ത് പൊതികെട്ടിയോ പത്തായത്തിലോ, ചാക്കിലോ, ശേഖരിച്ചു വെക്കും. വിത്തിൽ പാറ്റയോ മറ്റ് കീടങ്ങളോ വരാതിരിക്കാൻ വേപ്പിലയോ ഉണക്ക മഞ്ഞളോ ഇടുന്ന പതിവുണ്ട്. പൊതികെട്ടുന്നത് വൈക്കോൽ വിരിച്ച് അത് കയറുപോലെ പിരിച്ച് വലിയ പന്തിന്റെ രൂപത്തിൽ മെടയും. മെടയുന്ന സമയത്തുതന്നെ വിത്ത് നിറയ്ക്കുകയും ചെയ്യും. അടുത്ത വിതക്കാലം വരെ വിത്ത് യാതൊരു കേടും കൂടാതെ ഇങ്ങനെ സൂക്ഷിക്കുവാൻ കഴിയും.

വയൽനിലങ്ങൾ സവിശേഷമായ ഒരു ആവാസ വ്യവസ്ഥയാണെന്ന് പറയുകയുണ്ടായി. നെല്ലിനോടൊപ്പം ചെറുതും വലുതുമായ അനേകം ജീവജാലങ്ങളും സസ്യവർഗങ്ങളും പാരസ്പര്യത്തോടെ കഴിഞ്ഞു പോന്നു.അതുമായി ബന്ധപ്പെട്ട ചില സൂചനകളാണ് താഴെ കൊടുക്കുന്നത്.

വയൽ ജീവികൾ

വയലുകളിൽ സാധാരണ കണ്ടുവരുന്ന ജീവികളിൽ മുമ്പനാണ് തവള. ഇവ നെല്ലിനെ ബാധിക്കുന്ന കീടങ്ങളെ നിയന്ത്രിക്കുന്നതിൽ മുഖ്യ പങ്കുവഹിച്ചിരുന്നു. മാത്രമല്ല വെള്ളം കെട്ടിനിൽക്കുമ്പോൾ വിർധിക്കുന്ന കൊതുകിന്റെ കൂത്താടികളെയും ഇവ നശിപ്പിച്ചിരുന്നു. മറ്റ് പ്രധാന ജീവികൾ: പലജാതി മത്സ്യങ്ങൾ, പാറ്റകൾ, വണ്ടുകൾ, ഞണ്ടുകൾ, പുഴുക്കൾ, ചിലന്തികൾ, മണ്ണിരകൾ, പാമ്പുകൾ, നമിച്ചി (പുറന്തോടുള്ള ഒരു വയൽ ജീവി. ഇതിന്റെ ഇറച്ചി ഭക്ഷ്യയോഗ്യമാണ്) തുടങ്ങിയവയാണ്. ഇവയെല്ലാം വയൽനിലങ്ങളിലെ ആവാസവ്യവസ്ഥയിൽ ഉൾക്കൊള്ളുന്ന അനിവാര്യമായ കണ്ണികളാണ്. എന്നാൽ വൻതോതിൽ രാസവളങ്ങളും കീടനാശിനികളും ഉപയോഗിക്കുക വഴി ഇന്ന് ഇവയിൽ പലതും അപ്രത്യക്ഷമാവുകയോ നാമമാത്രമാവുകയോ രോഗാവസ്ഥയിലാവുകയോ ചെയ്തിട്ടുണ്ട്.

വയൽ സസ്യങ്ങൾ

വയലുകളിൽ മാത്രം കണ്ടുവരുന്ന ചിലയിനം സസ്യങ്ങൾ നാട്ടുവൈദ്യത്തിലെയും ആയുർവേദത്തിലെയും അമൂല്യമായ ഔഷധങ്ങളാണ്. ആ വിഭാഗത്തിൽ ഏറ്റവും പ്രധാനപ്പെട്ട ഒന്നാണ് വയൽച്ചുള്ളി. കടുത്ത മുള്ളുകളുള്ള ഈ ചെടി വയൽവരമ്പുകളിലും വയലോരങ്ങളിലുമാണ് പ്രധാനമായും കാണുന്നത്. രക്തശുദ്ധിക്കും മൂത്രക്കടച്ചിലിനും ഉൾപ്പെടെ നിരവധി ആവശ്യങ്ങൾക്ക് ഇത് ഉപയോഗിക്കുന്നുണ്ട്. അതുപോലെ ബ്രഹ്മി, വയമ്പ്, മുത്തിൾ തുടങ്ങിയവയും വയലുകളിൽ സമൃദ്ധമായി കാണാം. ഇവ ഓർമശക്തിക്കുള്ള ഉത്തമ ഔഷധങ്ങളായി പരിഗണിക്കപ്പെടുന്നു. മുത്തിൾ അരച്ച് കഴിക്കുന്നത് മേധാനാശത്തിനുള്ള (അൽഷിമേഴ്സ്) പ്രതിവിധിയായി നിർദേശിക്കപ്പെടുന്നുണ്ട്. ഇതോടൊപ്പം, ഔഷധമൂല്യം ഇനിയും തിരിച്ചറിയപ്പെടാത്ത പലയിനം പായലുകൾ, പുൽവർഗങ്ങൾ, വരിനെല്ലുകൾ, കാക്കപ്പൂവ് തുടങ്ങിയവയും വയലുകളിൽ നെല്ലിനോടൊപ്പം വളരുന്നു. ഇത്തരം കളകളധികവും വയലുകളിൽത്തന്നെ ജീർണിച്ച് മണ്ണിന്റെ ഫലഭൂയിഷ്ഠത വർധിപ്പിക്കുന്നതിൽ മുഖ്യപങ്കു വഹിക്കുകയും ചെയ്യുന്നു.

വന്ധ്യയായ ഭൂമിയെ ഉർവരയാക്കുന്നതിനും നെൽകൃഷി സാധ്യമാ

ക്കുന്നതിനുമായി പല കാർഷികോപകരണങ്ങൾ പ്രചാരത്തിലുണ്ടായിരുന്നു.

കാർഷികോപകരണങ്ങൾ

നെൽകൃഷിയുമായി ബന്ധപ്പെട്ട പ്രധാനകാർഷികോപകരണം കലപ്പയാണ്. രണ്ട് കാള/പോത്ത്/മൂരികളെ ചേർത്ത് നുകംവെച്ച്കെട്ടി ഉഴവു നടത്താനാണ് കലപ്പ ഉപയോഗിക്കുന്നത്. രണ്ടു വിധത്തിലുള്ള കലപ്പയാണ് കൂടുതലായും കണ്ടുവരുന്നത്. ഒന്ന്, നിലം ഉഴുത് മറിച്ച് പാകപ്പെടുത്താനുള്ള നീണ്ട കൊഴു ഘടിപ്പിച്ചത്. ഉഴുത പാടം നിരപ്പാക്കാൻ കലപ്പയ്ക്കുപകരം, കട്ടിയുള്ള മരപ്പലകയാണ് നുകത്തിൽ ഘടിപ്പിക്കുക. ഇതിന് മരം എന്നുപറയും. ഉണക്കകട്ടകൾ തല്ലിപ്പൊടിച്ചിരുന്നത് കട്ടക്കോലുകൊണ്ടാണ്. ഹേമറിന്റെ മരരൂപമാണിത്. പ്രധാനപ്പെട്ട ഇതര കാർഷികോപകരണങ്ങൾ പടന്ന, കൈക്കോട്ട് (തൂമ്പ) തുടങ്ങിയവയാണ്. നെല്ല് വാരിയെടുക്കാൻ മുറവും കാറ്റത്തിടാൻ കാറ്റോലയും വടിച്ചുകൂട്ടാൻ നെല്ല്കോരിയും ഉപയോഗിക്കാറുണ്ട്. കർഷകർ, മഴയിൽ നിന്നും രക്ഷ നേടാൻ തലക്കുടയും പിരിയോലയും ചൂടിയിരുന്നു. നാഴി, ഇടനാഴി, പറ തുടങ്ങിയവ പ്രധാന നെല്ലളവുപാത്രങ്ങളാണ്. അതുപോലെ പല വിധത്തിലുള്ള കുട്ടകൾ, വട്ടികൾ, മുറങ്ങൾ, പായകൾ തുടങ്ങിയവയും ഉപയോഗിച്ചിരുന്നു. തേക്കുകൊട്ട, ചക്രം, ഏത്തം, പെട്ടിയും പറയും തുടങ്ങി നിരവധി ജലസേചന ഉപകരണങ്ങളും നിലവിലുണ്ടായിരുന്നു. ഇത്തരം കാർഷികോപകരണങ്ങൾക്കുപരിയായി, പരമ്പരാഗത നെൽകൃഷി സാധ്യമാക്കുന്നതിൽ കന്നുകാലികൾക്ക്, വിശേഷിച്ച് കാളകൾക്കുള്ള പങ്ക് ഏറെ നിർണായകമാണ്.

നെല്ലും കന്നും

നെൽകൃഷിയും കന്നുകാലികളും തമ്മിലുള്ള ബന്ധം പരസ്പരാശ്രിതമാണ്. കന്നുകാലികളുടെ മുഖ്യാഹാരം വൈക്കോലാണ്. അതേ സമയം ഇവയുടെ ചാണകം വയലുകളിലെ ഫലഭൂയിഷ്ഠത വർധിപ്പിക്കുന്ന പ്രധാന വളവുമാണ്. മാത്രമല്ല കർഷകർ കാളകളെ ഉപയോഗിച്ചാണ് ഉഴവ് നടത്തുന്നതും. ഇങ്ങനെ പരസ്പരാശ്രിതമായ ഒരു ജൈവചക്രം പരമ്പരാഗത നെൽകൃഷിക്കുണ്ട്. കാളകൾക്കുപകരം ട്രില്ലർ/ ട്രാക്ടർ വരുന്നതോടെ മുറിഞ്ഞുപോകുന്നത് ഈ ജൈവചക്രമാണ്. മാത്രമല്ല കന്നുകാലികൾ കുറയുന്നതോടെ ചാണക ലഭ്യത കുറയുകയും മണ്ണിന്റെ ഫലഭൂയിഷ്ഠത നഷ്ടമാവുകയും ചെയ്യും.

കർഷകർ കാളകളെ തങ്ങൾക്കുതുല്യം പരിഗണിച്ചിരുന്നു. കർക്കിടകമാസത്തിൽ അവയ്ക്ക് പ്രത്യേക സുഖചികിത്സ തന്നെ നൽകിയിരുന്നു. മുതിര, നെല്ല്, മഞ്ഞൾ എന്നിവ ഒന്നിച്ച് പുഴുങ്ങി കൊട്ടത്തേങ്ങ

ചേർത്ത് വൈക്കോലിന്റെ ചെറിയ തെരപ്പുകളിൽ നിറച്ച് കർക്കിടകം മുഴുവനും നൽകിയിരുന്നു. കാളകളെ ദിവസവും കുളിപ്പിക്കുകയും ശ്രദ്ധയോടെ പരിചരിക്കുകയും ചെയ്തിരുന്നു. കാളകളുടെ ആലകൾ വീട്ടിനടുത്തുതന്നെ പ്രത്യേകം സജ്ജമാക്കിയിരുന്നു. ലക്ഷണമൊത്ത കാളകളെ തെരഞ്ഞെടുക്കുന്നതിൽ വൈദഗ്ധ്യം സിദ്ധിച്ച ഒട്ടനവധി കർഷകരുണ്ടായിരുന്നു. കാളയുടെ പല്ല്, ചുഴിപ്പുകൾ, വാല്, കൊമ്പ്, നിറം തുടങ്ങിയവ സസൂക്ഷ്മം നിരീക്ഷിച്ചാണ് നല്ല കാളകളെ കണ്ടെത്തിയിരുന്നത്. കാളകളെ മാറ്റി വാങ്ങുന്നതിനായി വർഷംതോറും കാളച്ചന്തകളും നടപ്പുണ്ടായിരുന്നു.

നെല്ലുൽപ്പന്നങ്ങൾ

മലയാളിയുടെ മുഖ്യാഹാരമാണ് നെല്ലരി. അരികൊണ്ട് ചോറും കഞ്ഞിയും മാത്രമല്ല പലതരം പലഹാരങ്ങളും പായസവും ഉണ്ടാക്കുന്നു. അരിതന്നെ മൂല്യവർധിത ഉൽപ്പന്നങ്ങളായും മാറ്റുന്നുണ്ട്. നെല്ല് പുഴുങ്ങി ഇടിച്ചാണ് അവിൽ ഉണ്ടാക്കുന്നത്. അതുപോലെ നെല്ല് വറുത്ത് മലരും അരിവറുത്ത് പൊരിയും ഉണ്ടാക്കുന്നു. അരി വറുത്ത് പൊടിച്ചതിൽ തേങ്ങയും ശർക്കരയും ചേർത്ത് 'ഉണ്ട' ഉണ്ടാക്കുന്ന പതിവുണ്ട്. അപ്പം പൊടിയും പുട്ടുപൊടിയും അരികൊണ്ടുതന്നെ ഉണ്ടാക്കുന്നു.

അരി/നെല്ല് ഔഷധം എന്ന നിലയിലും ഉപയോഗിക്കാറുണ്ട്. നവര നെല്ല് അതിൽ പ്രധാനമാണ്. ആയുർവേദ/നാട്ടുവൈദ്യ ചികിത്സകളിൽ

നെൽകൃഷി

നവരനെല്ല് കിഴികെട്ടി ഉഴിച്ചിൽ നടത്താറുണ്ട്. അതുപോലെ പച്ചനെല്ലും മഞ്ഞളും പുളിയിലയും അരച്ച് വടിക്കുന്നത് ഉളുക്ക്/ചതവ്/ എന്നിവ മാറാത്ത നീർക്കെട്ട് ഒഴിവാകാനും വേണ്ടി നാട്ടുവൈദ്യത്തിൽ ഉപയോഗിച്ചുവരുന്നു. മലർവെള്ളം കുടിക്കുന്നത് ക്ഷീണമകറ്റുന്നതിനും മലർപ്പൊടി കഴിക്കുന്നത് ഛർദി മാറുന്നതിനും ഉത്തമൗഷധമാണ്. ഉമികരിച്ചപൊടി പല്ലുതേക്കാനും, കളമെഴുത്തിൽ പഞ്ചവർണപ്പൊടികളിലൊന്നായും ഉപയോഗിക്കുന്നു. നെല്ലിന്റെ തവിടുകൊണ്ട് പായസം ഉണ്ടാക്കുന്ന പതിവുമുണ്ട്. ശരീരപുഷ്ടിക്ക് ഇത് ഉത്തമമാണ്. അതുപോലെ തവിടും പിണ്ണാക്കും ചേർത്ത് കാലീത്തീറ്റയും തയാറാക്കുന്നു.

മേൽസൂചിപ്പിച്ച വസ്തുതകളിൽ നിന്നും നെൽകൃഷി, കേരളീയന്റെ ഭൗതിക ജീവിതത്തിലുടനീളം സ്വാധീനം ചെലുത്തിയതായി കാണാം. എന്നാൽ, ഭൗതികേതരമായ ജീവിതത്തിലും ബന്ധപ്പെട്ട സംസ്കാരിക രൂപങ്ങളിലും നെൽകൃഷിയുടെ സ്വാധീനം ശക്തമാണ്. നെൽകൃഷിയുമായി ബന്ധപ്പെട്ട ഫോക്‌ലോറുകൾ അതാണ് സൂചിപ്പിക്കുന്നത്.

അനുബന്ധ ഫോക്‌ലോറുകൾ

കേരളീയ കർഷകന്റെ ജീവിതവും സംസ്കാരവുമായിരുന്നു നെൽകൃഷി. അത് നേര് നിറഞ്ഞതും പരസ്പരാശ്രിതവും കാരുണ്യപൂർണവുമായിരുന്നു. ഭൂമിയിൽ നിന്നെടുക്കുന്നത് ഭൂമിക്ക്തന്നെ കൊടുക്കുന്ന, ഭൂമിയെ ആഴത്തിൽ മുറിപ്പെടുത്താത്ത പരിസ്ഥിതി സൗഹാർദപരമായ സമീപനമാണ് കർഷകർ പുലർത്തിയത്. മാത്രമല്ല അത് വിശ്വാസത്തിലധിഷ്ഠിതമായിരുന്നു. കേരളീയന്റെ സമസ്ത ജീവിത വ്യവഹാരങ്ങളിലും നെല്ലും നെൽകൃഷിയും സ്വാധീനം ചെലുത്തിയതായി കാണാം. അതുകൊണ്ട് നെൽകൃഷി ഒരു ഉൽപ്പാദന വ്യവസ്ഥയായിരിക്കുമ്പോൾത്തന്നെ അനുബന്ധ സാംസ്കാരിക രൂപങ്ങളും നിർമിക്കപ്പെട്ടു.

കേരളീയന്റെ ഏതാണ്ടെല്ലാ അനുഷ്ഠാനങ്ങൾക്കും നെല്ലും അരിയും ഒരു അവിഭാജ്യഘടകമാണ്. കളമെഴുത്തിൽ ഭദ്രകാളിയുടെ മാറിടമൊരുക്കുന്നതും, പൂരത്തിന് പറനിറയ്ക്കുന്നതും, വിവാഹത്തിന് പന്തൽപൊലിക്കുന്നതും എല്ലാം നെല്ലുകൊണ്ടാണ്. തെയ്യത്തിന് മുന്നാഴി അരി എന്നാണ് കണക്ക്. അതുപോലെ ഏതാണ്ടെല്ലാ ആഘോഷങ്ങൾക്കും അനുഷ്ഠാനങ്ങൾക്കും നെല്ലും അരിയും അവിലും മലരും മുഖ്യവസ്തുക്കളാണ്.

കേരളത്തിലെ മിക്കവാറും ഉത്സവങ്ങളും ആഘോഷങ്ങളും നെൽകൃഷിയുമായി ബന്ധപ്പെട്ടവയാണ്. ഓണം, വിഷു, പുത്തരി തുടങ്ങിയവയെല്ലാം ഇതിനു തെളിവാണ്. മാത്രമല്ല, പൂരോത്സവം പോലെയുള്ള പല അനുഷ്ഠാനങ്ങളും മണ്ണിനെ ഉർവരയാക്കാനുള്ള സാദൃശ്യമന്ത്രവാദങ്ങളാണ്. നെൽകൃഷിയുമായി നേരിട്ടു ബന്ധപ്പെടുന്ന ചില അനുഷ്ഠാന കലാരൂപങ്ങളാണ് ചിമ്മാനക്കളി, വയനാട്ടുകുലവൻതെയ്യം, കുമ്പള

നൃത്തം, കോതാമൂരിയാട്ടം തുടങ്ങിയവ. അതുപോലെ ഉച്ചാല്, ഇല്ലംനിറ, കളംപെരുക്കൽ തുടങ്ങിയ നിരവധി ആചാരങ്ങളും അനുഷ്ഠാനങ്ങളും നെൽകൃഷിയുമായി നേരിട്ടുബന്ധപ്പെടുന്നവയാണ്. ഭൂമി ഋതുവാകുന്നതിനെ സൂചിപ്പിച്ചുള്ള അനുഷ്ഠാനമാണ് ഉച്ചാല്. സാധാരണ, മകരം മുപ്പതോടെ കൊയ്ത കറ്റകൾ കളത്തിലെത്തിച്ച് കളം അടയ്ക്കും. കളത്തിന്റെ വാതിൽക്കൽ വെണ്ണീറുകൊണ്ട് ഒരു വൃത്തം വരച്ച് നടുവിൽ ഒരു കുമിൾച്ചെടിയും അതിനു മുകളിൽ ഒരു മൺകട്ടയും വയ്ക്കും. തുടർന്ന് മൂന്നു ദിവസം ചൂല്കൊണ്ട് മുറ്റമടിക്കാൻപാടില്ല. ഓലച്ചൂട്ടുകൊണ്ടാണ് നിലമടിക്കുക. മൂന്നുദിവസം കഴിഞ്ഞാൽ കളം തുറന്ന് എല്ലാവർക്കും ഉണക്കലരിച്ചോറ് നൽകും. ഭൂമിയെ സ്ത്രീയായി കരുതുകയും ഋതുകാലത്തെ ഭൂമിയിൽ ആരോപിക്കുകയുമാണ് ഉച്ചാലിലൂടെ ഒരു കൂട്ടായ്മ ചെയ്യുന്നത്.

നെൽകൃഷിയുമായി ബന്ധപ്പെട്ട നിരവധി വിശ്വാസങ്ങളും വിലക്കുകളും നിലനിന്നിരുന്നു. നെല്ല് കാലിന്റെ പുറം കൊണ്ട് തട്ടരുത്, രണ്ടു കാലുകൾക്കിടയിൽ മുറംവെച്ച് നിറയ്ക്കരുത്, ഒരു മണി വിത്തും അവഗണിക്കരുത് (ആ ഒരു മണി വിത്തിലാകാം വിത്തിന്റെ ഐശ്വര്യം. ഇതിന് 'മീത്' എന്നാണ് പറയുക), കുരുമുളകും നെല്ലും ഒന്നിച്ചു ചേർക്കരുത് തുടങ്ങിയവ അവയിൽ ചിലതാണ്. കളമടിക്കുന്ന ചൂലിന് 'കളാടി'/ അടിക്കുന്നത് എന്നാണ് പറഞ്ഞിരുന്നത്. ചൂല് എന്ന് പറഞ്ഞിരുന്നില്ല. ഇതെല്ലാം, നെൽകൃഷിക്ക് കൂട്ടായ്മ കൽപ്പിച്ചിരുന്ന മൂല്യത്തെയാണ് സൂചിപ്പിക്കുന്നത്.

നൂറ്റാണ്ടുകളിലൂടെയുള്ള അനുഭവാധിഷ്ഠിതമായ അറിവിൽ നിന്നാണ് ഓരോ കൃഷിവിജ്ഞാനവും രൂപപ്പെട്ടത്. അത്തരം അറിവുകൾ പകർന്നുപോരാനുള്ള മാധ്യമമായിരുന്നു പഴഞ്ചൊല്ലുകൾ. വിത്തുഗുണം പത്തുഗുണം, വിത്താഴം ചെന്നാൽ പത്തായം നിറയും, ഞാറ്റിൽ പിഴച്ചാൽ ചോറ്റിൽ പിഴയ്ക്കും, കന്നി വിത്തിന് കൈ കാച്ചി വെച്ചാൽ മതി (കന്നി വിത്തിന് ഒന്നര ദിവസത്തെ ഉണക്കമേ ആവശ്യമുള്ളു.), കുംഭത്തിൽ മഴപെയ്താൽ കുന്നെല്ലാം ചോറ്, പൂയത്തിൽ മഴപെയ്താൽ പൂഴിക്കെട്ടും ചോറാകും, നെല്ലിന് മലഞ്ചേറ് (മലയിലെ ചേറ്) തുടങ്ങിയ പഴഞ്ചൊല്ലുകൾ തലമുറകളിലൂടെ കൂട്ടായ്മകൾ ആർജിച്ച അറിവുകളെ കുറുക്കിയെടുത്തവയാണ്.

പകലന്തിയോളം പാടത്തുപണിയെടുക്കുന്ന കർഷകർ തങ്ങളുടെ അധ്വാനഭാരം ലഘൂകരിക്കുവാൻ താളത്തിൽ പാട്ടുകൾ പാടി. ഉത്തരകേരളത്തിൽ പ്രചാരത്തിലുള്ള നൂറുകണക്കിന് വടക്കൻപാട്ടുകൾ ഞാട്ടിപ്പാട്ടുകളാണ്. പുത്തൂരം ചേകവരുടെയും തച്ചോളി ഒതേനന്റെയും മറ്റും പാട്ടുകൾ നടുമ്പോഴും പുഞ്ചയ്ക്ക് വെള്ളം തേവുമ്പോഴും പാടിവന്നു. ഇതുപോലെ ഓരോ പ്രദേശത്തും നിരവധി കൃഷിപ്പാട്ടുകൾ രൂപം കൊണ്ടു.

ഇങ്ങനെ, കേരളത്തിലെ മിക്കവാറും ആചാരങ്ങളും അനുഷ്ഠാനങ്ങളും ആഘോഷങ്ങളും വിശ്വാസങ്ങളും ഉത്സവങ്ങളും കലാരൂപങ്ങളും നെൽകൃഷിയുമായി പ്രത്യക്ഷമായോ പരോക്ഷമായോ ബന്ധപ്പെടുന്ന വയാണ്. ചുരുക്കത്തിൽ, കേരളീയന് നെൽകൃഷി ഒരു ഉൽപ്പാദന വ്യവസ്ഥമാത്രമായിരുന്നില്ല ജീവിതരീതി കൂടിയായിരുന്നു.

നെൽകൃഷിയുടെ പ്രതിസന്ധികൾ

കേരളത്തിലിന്ന് പരമ്പരാഗത നെൽകൃഷി സാർവത്രികമല്ല. ഹരിത വിപ്ലവത്തിനുശേഷം നടപ്പിലാക്കിയ അത്യുൽപ്പാദനശേഷിയുള്ള വിത്തിനങ്ങളും. ഏക സ്വഭാവമുള്ള ആധുനിക കൃഷിരീതികളും തനതായ വിത്തിനങ്ങളെയും കൃഷി സമ്പ്രദായങ്ങളെയും ദോഷകരമായിബാധിച്ചുവെന്ന് സൂചിപ്പിക്കുകയുണ്ടായി. ഇതിന്റെ അപകടങ്ങൾ പ്രവചനാതീതമാണ്. താരതമ്യേന പ്രതിരോധശേഷികുറഞ്ഞ അത്യുൽപ്പാദനശേഷിയുള്ള വിത്തിനങ്ങൾക്കുവേണ്ടി അനിയന്ത്രിതമായി ഉപയോഗിക്കപ്പെട്ട രാസകീടനാശിനികളും രാസവളങ്ങളും മണ്ണിന്റെ ഘടനയെത്തന്നെ മാറ്റിമറിച്ചിരിക്കുന്നു. അവ ഭൂഗർഭജലത്തിലേക്ക് കിനിഞ്ഞിറങ്ങി അതിൽ വിഷം കലർത്തിയിരിക്കുന്നു, മണ്ണിന്റെ സ്വാഭാവികമായ ഫലഭൂയിഷ്ഠത നഷ്ടപ്പെടുത്തിയിരിക്കുന്നു. ഒരുവശത്ത് ഇത്തരം ക്രൂരതകൾ ആവർത്തിക്കുമ്പോൾ മറുവശത്ത് വയൽ നിലങ്ങൾതന്നെ ഉന്മൂലനം ചെയ്യുന്ന പ്രവർത്തനവും ത്വരിതഗതിയിൽ നടക്കുകയാണ്. ജെ സി ബി എന്ന മണ്ണുമാന്തി യന്ത്രം കുന്നുകൾ പിഴുതെടുത്ത് നെൽവയലുകൾ അതിവേഗം നികത്തിക്കൊണ്ടിരിക്കുകയാണ്. തൽഫലമായി കഴിഞ്ഞ ഏതാനും വർഷം കൊണ്ട് കേരളത്തിന്റെ ഭൂപ്രകൃതിതന്നെ കാതലായ മാറ്റത്തിനു വിധേയമായിരിക്കുന്നു. എന്നാൽ, ഇതുമൂലമുണ്ടാകുന്ന ഗുരുതരമായ പാരിസ്ഥിതിക പ്രശ്നങ്ങളെക്കുറിച്ചും കാലാവസ്ഥാ വ്യതിയാനങ്ങളെക്കുറിച്ചും ഇതുവരെ പഠനങ്ങളൊന്നും നടന്നിട്ടില്ല.

കേരളത്തിലെ മൂന്നിലൊന്നു വയലുകളും കഴിഞ്ഞ മൂന്നു പതിറ്റാണ്ടുകൊണ്ട് അപ്രത്യക്ഷമായിക്കഴിഞ്ഞിരിക്കുന്നു. 1970-71 കാലഘട്ടത്തിൽ കേരളത്തിലെ വയൽ നിലങ്ങളുടെ വിസ്തൃതി 8.74 ലക്ഷം ഹെക്ടറായിരുന്നു. എന്നാലിത് 2005-06 കാലഘട്ടത്തിൽ 2.75 ലക്ഷം ഹെക്ടറായി കുറഞ്ഞു. നെല്ലരി മുഖ്യാഹാരമായ കേരളത്തിലിന്ന് ആവശ്യമായ അരിയുടെ 15 ശതമാനം പോലും ഉൽപ്പാദിപ്പിക്കപ്പെടുന്നില്ല. വർഷം തോറും അരിഭക്ഷണത്തിനായി കേരളത്തിനു പുറത്തേക്കൊഴുകുന്നത് മൂവായിരം കോടിയോളം രൂപയാണ്. കേരളീയ സമ്പദ് വ്യവസ്ഥയിൽ മാരകമായ പ്രഹരമാണ് ഇതേൽപ്പിക്കുന്നത്. മാത്രമല്ല, അടുത്ത കാലത്തായി പണം കൊടുത്താലും പുറത്തുനിന്ന് അരി വേണ്ടത്ര ലഭിക്കില്ല എന്ന നിലയും വന്നുചേർന്നിട്ടുണ്ട്. ഇത് ഭക്ഷ്യപ്രതിസന്ധിയെ രൂക്ഷമാക്കുന്നു.

ഇന്ന് വയൽ നിലങ്ങളുടെ അഭാവം അരിഭക്ഷണത്തിന്റെ മാത്രം പ്രശ്നമല്ല, ജീവജലത്തിന്റേതു കൂടിയാണ്. വയലുകൾ വാസ്തവത്തിൽ ശുദ്ധജല സംഭരണികളാണ്. അവ ഭൂഗർഭജലവിതാനത്തിന്റെ തോത് വർധിപ്പിക്കുന്ന ജല സ്രോതസുകളാണ്. അതാണ് അതിവേഗം നശിപ്പിക്കപ്പെട്ടുകൊണ്ടിരിക്കുന്നത്. ഇതുവഴി, ഗുരുതരമായ രണ്ടു പ്രശ്നങ്ങളുണ്ടാവുന്നുണ്ട്. ഒന്ന് വരൾച്ചയും രണ്ട് വെള്ളപ്പൊക്കവും. ഈയൊരു പശ്ചാത്തലത്തിൽ അവശേഷിക്കുന്ന നെൽപ്പാടങ്ങളെങ്കിലും സംരക്ഷിക്കേണ്ടത് വരുംതലമുറയോടുള്ള ഓരോരുത്തരുടെയും കർത്തവ്യമാണ്. അതുപോലെ മണ്ണിനും മനുഷ്യനും കാലാവസ്ഥയ്ക്കും അനുയോജ്യമായ പരമ്പരാഗത കൃഷിരീതികൾ വർത്തമാനകാലത്തിന്റെ ആവശ്യങ്ങൾക്കുതകുംവിധം യോജിപ്പിച്ച് മുന്നോട്ടുകൊണ്ടു പോകേണ്ടത് കേരളത്തിന്റെ സുസ്ഥിരവികസനത്തിന് അത്യാവശ്യമാണ്. അല്ലെങ്കിൽ കേരളം ഒരു പാഴ്നിലമായി, മരുപ്പറമ്പായി, മാറുവാൻ അധികകാലം വേണ്ടി വരില്ല.

2

വൃക്ഷവിജ്ഞാനീയത്തിന്റെ നാടോടിവഴക്കങ്ങൾ

പ്രസീത പി

പത്തൊൻപതാം നൂറ്റാണ്ടിന്റെ ധൈഷണിക ചരിത്രം അറിവിന്റെ സവിശേഷ രൂപ മാതൃകകളുടെ പിറവിയുടേയും അവയുടെ ഉൽപ്പാദനവും പുനരുത്ഥാനവും ഉറപ്പു വരുത്തിയ സ്ഥാപന ശൃംഖലകളുടേയും ഉദയത്തിന്റെ കൂടി ചരിത്രമാണ്. സാമൂഹിക മണ്ഡലത്തിൽ ജ്ഞാനസമ്പാദനത്തിനുതകുന്ന അന്വേഷണ മാതൃകകൾ രൂപപ്പെടുത്താനുള്ള ശ്രമത്തിനു പിന്നിൽ ഭരണകൂടങ്ങളുടെ ബോധപൂർവമായ ഇടപെടലുകൾ അവഗണിക്കാനാവാത്ത വിധം പ്രകടമായിരുന്നു. സാമൂഹിക ക്രമത്തെ നിയതമായ ചട്ടക്കൂടുകളിൽ നിയന്ത്രിച്ചു നിർത്താമെന്ന ഭരണകൂട താൽപ്പര്യങ്ങൾ ഇത്തരം ജ്ഞാന വ്യവസ്ഥകളെ കൂടുതൽ ബലപ്പെടുത്താനായി ശ്രമിച്ചു. മനുഷ്യ കേന്ദ്രിതമായ അനുഭവങ്ങളിലേക്ക് ചുരുങ്ങുന്ന ജ്ഞാനം പ്രകൃതി-മനുഷ്യ പാരസ്പര്യത്തിന്റെ വിശാലമായ ഇടങ്ങളെ കൈവിട്ടുകൊണ്ടാണ് ഇത്തരത്തിൽ വികസിച്ചു വന്നത്. സാമൂഹ്യശാസ്ത്രം, നരവംശശാസ്ത്രം, മനശ്ശാസ്ത്രം, ഭാഷാശാസ്ത്രം തുടങ്ങിയ വിവിധ വിജ്ഞാന ശാഖകളിലൂടെ ഈ കാലത്ത് വികസിച്ചു വന്ന ഫോക്‌ലോർ പഠനപദ്ധതിക്ക് പിന്നീട് ചരിത്രത്തിൽ സവിശേഷമായ ധർമങ്ങൾ നിർവഹിക്കാനുണ്ടായിരുന്നു. യന്ത്രസംസ്കാരത്തിന്റെ അതിരുകടന്ന ആധിപത്യം നിലനിൽക്കുന്ന 21-ാം നൂറ്റാണ്ടിന്റെ ജ്ഞാനസങ്കൽപ്പങ്ങൾ ഫോക്‌ലോറിന്റെ പഠന പദ്ധതിയേയും സ്ഥാപനവൽക്കരണത്തേയും സൂക്ഷ്മമായി (അനുകൂലമായും പ്രതികൂലമായും) സ്വാധീനിക്കുന്നുണ്ട്. കേരളത്തിലെ വൃക്ഷ സങ്കൽപ്പങ്ങളെ ഈ ജ്ഞാനപദ്ധതിയുടെ മാറിവരുന്ന രാഷ്ട്രീയ സാഹചര്യത്തിൽ വിശകലനം ചെയ്യാനാണ് ഈ ലേഖനത്തിലൂടെ ശ്രമിക്കുന്നത്.

ഏകീകൃതമാക്കുന്ന/വസ്തുനിഷ്ഠതയുടെ യുക്തിയാൽ നിയന്ത്രിക്കപ്പെടുന്ന ആധുനിക വൈജ്ഞാനിക സമീപനങ്ങൾ ഫോക്‌ലോർ പഠന പദ്ധതിയിൽ നിരവധി പ്രതിസന്ധികൾ ഉണ്ടാക്കുന്നുണ്ട്. കൂട്ടായ്മയുടെ അലിഖിത നിയമങ്ങളിലൂടെ പ്രകൃതി-മനുഷ്യ പാരസ്പര്യങ്ങളിലൂടെ വിപുലപ്പെട്ടു വന്ന ദീർഘകാല പാരമ്പര്യങ്ങളുടെ *തനിമ* കൂട്ടായ്മയ്ക്ക് പുറത്തു നിന്നുള്ള അന്വേഷണങ്ങളിലൂടെ അടയാളപ്പെടുത്തുക ഏറെ പ്രയാസകരമാണ്. ഒരു ജനത വിപുലപ്പെടുത്തിയെടുത്ത ജീവിത വീക്ഷണത്തെ മറ്റൊരളവുകോലുപയോഗിച്ചായിരിക്കും പലപ്പോഴും വിലയിരുത്തുക. ജ്ഞാനസിദ്ധാന്തപരമായ മുൻ ധാരണകളില്ലാതെ പുറത്തുനിന്നുള്ള പഠിതാവിന് കൂട്ടായ്മയിലേക്ക് കടന്നു പോകാനാവില്ല. പ്രത്യയശാസ്ത്രപരമായ ഒരു തരം അധീശത്വം ഉൾച്ചേരുന്ന ഇത്തരം അന്വേഷണങ്ങൾ ഫോക്‌ലോർ പഠന പദ്ധതിയിൽ വന്നു ചേരാറുണ്ട്. ഉത്തരാധുനികമായ സംസ്കാര സമീപനങ്ങൾ ഈ പ്രതിസന്ധികളെ ഒരു പരിധിവരെ അതിജീവിക്കുന്നുണ്ട്. സൈദ്ധാന്തികമായും രീതിശാസ്ത്രപരമായും പ്രായോഗികമായും 'ശാസ്ത്രീയ'മാക്കുക എന്ന സമീപനത്തിൽ ഉത്തരാധുനിക സംസ്കാര പഠന പദ്ധതികൾ കാര്യമായ മാറ്റങ്ങളുണ്ടാക്കിയിട്ടുണ്ട്. ജനസമൂഹത്തിന്റെ അബോധമായി വർത്തിക്കുന്ന ജാതി-മത-ലിംഗ-വർഗ സംവർഗങ്ങളെ സൂക്ഷ്മമായി വിശകലനം ചെയ്യുന്ന രാഷ്ട്രീയ സമീപനങ്ങൾ ഏതൊരു കൂട്ടായ്മയേയും കൂടുതൽ സജീവമായ തിരിച്ചറിവിന് വിധേയമാക്കുമെന്ന് കരുതാം.

ആചാരപരവും അനുഷ്ഠാനപരവുമായ വിശ്വാസങ്ങൾ, ജീവിത രീതികൾ, ആഘോഷങ്ങൾ എന്നു വേണ്ട ജീവിതത്തിന്റെ വിവിധ മണ്ഡലങ്ങളിൽ ഒരു ജനത പുലർത്തിപ്പോരുന്ന സവിശേഷമായ രീതികളെ കൂട്ടായ്മയുടെ അനുഭവജ്ഞാനസന്ദർഭത്തിലാണ് വിലയിരുത്തേണ്ടത്. ഇത്തരം സവിശേഷതകൾ അധികാരക്രമത്തിന്റെ സൂക്ഷ്മ രാഷ്ട്രീയത്തിൽ ശിഥിലമായിപ്പോകുമോ എന്ന ഭയം നിലനിൽക്കുന്ന ഈ കാലത്ത് ഓരോ ഫോക്‌ലോർ പഠനവും പ്രസക്തമായ അന്വേഷണങ്ങളാകുന്നു. ഭാരതീയ സംസ്കൃത-ആയുർവേദപാരമ്പര്യ നാട്ടറിവുകളെ അപ്രസക്തമാക്കിക്കൊണ്ട് ആധിപത്യം നേടിയ ചരിത്രം പ്രകൃതി വിജ്ഞാനവുമായി ബന്ധപ്പെട്ടു പ്രബലമാണ്. കോളനീയാനന്തര 'ദേശീയത'യുടെ വരേണ്യവൽക്കരണം ഈ മനോഭാവങ്ങൾക്ക് കൂടുതൽ ആക്കം നൽകുന്നതായിരുന്നു. വിശാലദേശീയതയുടെ അംശങ്ങളോ അന്യങ്ങളോ ആയി ലഘു കൂട്ടായ്മകളുടെ അറിവനുഭവങ്ങൾ ശിഥിലമാക്കപ്പെടുകയോ തള്ളിമാറ്റപ്പെടുകയോ ചെയ്യാൻ ആയുർവേദ പഠനങ്ങൾ ഇടയാക്കിയിട്ടുണ്ട്. ഈയൊരു സാഹചര്യത്തെ പുതിയ ഫോക്‌ലോർ പഠനരീതി അതിജീവിക്കാൻ ശ്രമിക്കുന്നുണ്ട്. എന്നാൽ ഇന്ന് ആഗോളവൽക്കരണത്തിന്റെ ഉപഭോഗതാൽപ്പര്യങ്ങൾ എല്ലാ പ്രകൃതി സമ്പത്തുകളേയും 'ബ്രാൻഡ്' ഉൽപ്പന്നങ്ങളാക്കി സ്വന്തമാക്കിക്കൊണ്ടിരിക്കുകയാണ്. ഇത്തരം ഭീഷണികളെ അതിജീവിച്ചു കൊണ്ടു മാത്രമേ ഓരോ നാടോടി അറിവിനേയും രേഖ

പ്പെടുത്താനും പഠിക്കാനും അനന്തര തലമുറകളിലേക്ക് കൈമാറാനും കഴിയുകയുള്ളൂ.

വൃക്ഷം: അറിവും വിശ്വാസവും

എല്ലാ ഫോക് അറിവുകളേയും പോലെ ജനസാമാന്യത്തിന്റെ വിജ്ഞാന മണ്ഡലത്തിലാണ് വൃക്ഷങ്ങളുമായി ബന്ധപ്പെട്ട നാടോടി പാരമ്പര്യത്തിനും അടുപ്പമുള്ളത്. പ്രകൃതിയിലെ ഓരോ ഇനത്തിനും ജീവിതവുമായി നിരന്തരം ബന്ധം സ്ഥാപിക്കുന്ന തരത്തിലുള്ള ധർമ ങ്ങൾ കൽപ്പിക്കുക നാടോടി ജീവിതത്തിന്റെ സവിശേഷതയാണ്. സാമൂ ഹിക സുരക്ഷയും സുസ്ഥിരതയും ഉറപ്പു വരുത്തുക എന്നതിലധിഷ്ഠി തമാണ് ഈ ധർമങ്ങളോരോന്നും. ഈട്ടി, തേക്ക്, കരിമരുത്, താന്നി തുട ങ്ങിയ ഇലപൊഴിയും വൃക്ഷങ്ങളും പ്ലാവ്, മാവ്, വയനാവ്, പാല, ഞാവൽ തുടങ്ങിയ നിത്യ ഹരിതവൃക്ഷങ്ങളും കൊണ്ട് സമ്പന്നമാണ് പ്രാചീന കാലം മുതലേ കേരളത്തിലെ കാടുകൾ (വേദേതിഹാസങ്ങൾ, *അമരകോശം* എന്നിവയും സമ്പന്നമായ വാസ്തു വിദ്യാ പാരമ്പര്യവും സ്ഥലനാമങ്ങളും ഇതിനു തെളിവു തരുന്നു). ദീർഘമായ കാർഷിക പാരമ്പര്യത്തിന്റെ ആഴ മുള്ള ജനതയുടെ സുഖാസുഖങ്ങളെ ധർമാധർമങ്ങളെ പ്രകൃതിയിൽ

ആരോപിക്കുകയും പ്രകൃതിയിലൂടെ പരിപോഷിപ്പിക്കുകയുമാണ് ചെയ്യുന്നത്. വൃക്ഷങ്ങളുമായി ബന്ധപ്പെട്ട മിക്കവാറും അറിവുകളേയും ബലപ്പെടുത്തുന്നത് അവയെ വിശ്വാസങ്ങളുമായി കണ്ണിചേർത്തു കൊണ്ടാണ്.

ഗോത്രജനവിഭാഗങ്ങൾ, അവരുടെ ആവാസവ്യവസ്ഥയെത്തന്നെ ലോകമായി മനസിലാക്കുകയായിരുന്നു. പരസ്പരബന്ധിതമായ വിശ്വാസങ്ങളിലൂടെ ചുറ്റുപാടുകളുമായി നിരന്തര സമ്പർക്കത്തിലേർപ്പെടുന്ന ഈയൊരു പാരമ്പര്യത്തിന്റെ തുടർച്ചയായി വേണം ഇത്തരം വിശ്വാസങ്ങളെ കാണാൻ. വിശ്വാസങ്ങളിലൂടെ ആവാസവ്യവസ്ഥയെ സന്തുലിതമായി നിലനിർത്തേണ്ടതിന്റെ പാഠങ്ങൾ തലമുറകളിലൂടെ കൈമാറുകയായിരുന്നു. ഐന്തിണികളെ അടിസ്ഥാനപ്പെടുത്തിയുള്ള പ്രാചീന തമിഴകത്തിലെ ജീവിതരീതി ഇതിന് ഉദാഹരണമാണ്. ഓരോ തിണയ്ക്കും അവിടുത്തെ ആവാസവ്യവസ്ഥയ്ക്ക് അനുയോജ്യമായ രീതിയിൽ ഓരോ മരത്തെ ദേവതാസങ്കൽപ്പത്തോടുകൂടി സംരക്ഷിച്ചിരുന്നതായി കാണാം. കുറിഞ്ഞി പ്രദേശത്തിന്റേത് വേങ്ങ, മുല്ലൈനിലത്തിലേത് കൊന്ന, മരുതം നിലത്തിലേത് കാഞ്ചി മരുത്, നെയ്തൽ പ്രദേശത്തെ പുന്നമരം, പാലൈ നിലത്തിലെ ഇരുപ്പൈമരം എന്നിങ്ങനെ (ഒന്നിൽ കൂടുതൽ മരങ്ങളുള്ളതായും സൂചനയുണ്ട്) അതാത് പ്രദേശത്തിന്റെ സംരക്ഷണ ചിഹ്നമായിട്ടാണ്/കുലചിഹ്നമായിട്ടാണ് മരങ്ങളെ സങ്കൽപ്പിച്ചു പോന്നിരുന്നത്.

വൃക്ഷായുർവേദം

ആധുനികമെന്ന് പൊതുവിൽ വിശ്വസിച്ചു പോരുന്ന പല അറിവുകളുടേയും വേരുകൾ പ്രാചീന ജീവിത സമ്പ്രദായങ്ങളിൽ നമുക്ക് കാണാൻ കഴിയും. സംഹിതകൾ, ബ്രാഹ്മണങ്ങൾ, ആരണ്യകങ്ങൾ, ഉപനിഷത്തുകൾ എന്നിവയടങ്ങുന്ന വൈദിക വിജ്ഞാനത്തിലെ വൃക്ഷങ്ങളെക്കുറിച്ചുള്ള അറിവുകൾ ബൃഹത്തും സൂക്ഷ്മവുമാണ്.

ചില ഉദാഹരണങ്ങൾ:

വൈദിക സാഹിത്യത്തിലെ ആദ്യത്തെ കൃതിയായ *ഋഗ്വേദ*ത്തിൽ ഗോതമ്പ്, പയർ, ചോളം, എള്ള് എന്നിവയെപ്പറ്റിയും സസ്യരോഗങ്ങളെപ്പറ്റിയും സസ്യങ്ങളെപ്പറ്റിയും സസ്യങ്ങളുടെ ഔഷധ ഗുണങ്ങളെപ്പറ്റിയുമുള്ള പരാമർശങ്ങൾ കാണാം. അഥർവ പുരോഹിതന്മാർ സസ്യങ്ങളുപയോഗിച്ച് രോഗ ചികിത്സ നടത്തിയിരുന്നു. എല്ലാ ജീവജാലങ്ങളുടേയും സാരാംശം ഭൂമിയാണെന്നും ഭൂമിയുടെ സാരാംശം ജലമാണെന്നും ജലത്തിന്റെ സാരാംശം സസ്യങ്ങളാണെന്നും സസ്യങ്ങളുടെ സാരാംശം പൂക്കളാണെന്നും പൂക്കളുടെ സാരാംശം കായ്കനികളാണെന്നും *ബൃഹദാരണ്യകോപനിഷത്ത്* പ്രസ്താവിക്കുന്നു.

ഋഗ്വേദം തൊട്ടുള്ള കൃതികൾ രൂപതന്ത്രപരമായ (morphological) സ്വഭാവങ്ങളുടെ അടിസ്ഥാനത്തിൽ സസ്യങ്ങളെ വർഗീകരിക്കുന്നുണ്ട്.

ഇവയെ കൂടാതെ "പുല്ലുകളെല്ലാം തൃണമായി ഗണിക്കപ്പെട്ടിരിക്കുന്നു. പടരുന്നത് (പ്രസ്തൃണതി), കുറ്റിച്ചെടി (സ്തംബിനി), നീണ്ടു

1. സസ്യം

- ഓഷധികൾ
- വീരുത്തുകൾ (വള്ളികൾ)
- വൃക്ഷങ്ങൾ

2. സസ്യം (പൂക്കളുമായി ബന്ധപ്പെടുത്തി)

- ഫലിനി (ഫലങ്ങളുള്ളത്)
- അഫല (ഫലങ്ങളില്ലാത്തത്)
- അപുഷ്പ (പൂക്കളില്ലാത്തത്)
- പുഷ്പവതി (വിടർന്നപൂക്കളുള്ളത്)
- പുഷ്പിണി (പുഷ്പിക്കുന്നത്)
- പ്രസുവതി (പൂക്കളുള്ളത്)

പോകുന്നത് (അംശുമതി), തമ്മിൽ ചേർന്നു നിൽക്കുന്നത് (കാണ്ഡിനി), പരന്നു കിടക്കുന്ന ശാഖകളുള്ളത് (വിശാഖ), ജീവനോടുകൂടിയത് (ജീവല), സ്വാഭാവികമായും നീണ്ടു പോകുന്നത് (പ്രതന്വതി), മധുരമുള്ളത് (ഏകതുംഗ) എന്നിങ്ങനെ പലതരത്തിലുള്ള സസ്യങ്ങളുടെ വർണനം *അഥർവവേദം, വാജസനേയിസംഹിത, തൈത്തിരീയ ബ്രാഹ്മണം,* മുതലായ കൃതികളിൽ കാണാം. പർവതങ്ങളിൽ വളരുന്നതെന്നും (പാർവതീയം) അല്ലാത്തതെന്നും (ബാഹ്യം) അഥർവവേദം സസ്യങ്ങളെ രണ്ടായി തിരിച്ചിട്ടുണ്ട്". (ഉണിത്തിരി, 2007: 6) മരം നശിപ്പിക്കുന്ന തർദം (തുരപ്പൻ മൃഗം), സമാങ്കം, ഉപ്കവസം, ഗഭ്യം, വ്യദ്വരം (കരണ്ടു തിന്നുന്ന പ്രാണി), എന്നിങ്ങനെയുള്ള കീടങ്ങളെക്കുറിച്ച് അഥർവവേദത്തിൽ പരാമർശിച്ചിട്ടുണ്ട്. വേദാനന്തര കാലഘട്ടത്തിലെ സസ്യശാസ്ത്രപരമായ കാര്യങ്ങൾ മനസിലാക്കുന്നതിന് നമുക്ക് ഏറ്റവുമധികം ഉപകാരപ്പെടുക *ചരകസംഹിത, സുശ്രുത സംഹിത, അഷ്ടാംഗ ഹൃദയം* എന്നീ ഗ്രന്ഥങ്ങളാണ്. ഈ കൃതികളിലെ ചില ഭാഗങ്ങൾ വൃക്ഷായുർവേദ സംബന്ധികളാണ്. വത്സ്യായന്റെ *കാമസൂത്ര*ത്തിൽ 64 കലക

ളിൽ ഒന്ന് വൃക്ഷായുർവേദമാണെന്ന് പറയുന്നു. വരാഹമിഹിരന്റെ ബൃഹത് സംഹിത, പാരമേശ്വരി എന്ന അമരകോശ വ്യാഖ്യാനം, വിഷ്ണു ധർമോത്തരപുരാണം, അഗ്നിപുരാണം, ശാർങ്ഗധരസംഹിത, ശിവതത്ത്വ രത്നാകരം, ഷഡ്ദർശന സമുച്ചയ വ്യാഖ്യാനം എന്നിവയിലെല്ലാം വൃക്ഷാ യുർവേദ സംബന്ധിയായ നിരവധി വിവരങ്ങൾ ലഭ്യമാണ്. ഇക്കൂട്ടത്തിൽ പരാശരന്റെ 'വൃക്ഷായുർവേദം' സസ്യശാസ്ത്രം മാത്രം പ്രതിപാദിക്കുന്ന കൃതിയാണ് (ഉണ്ണിത്തിരി, 2007: 7–9).

പ്രാചീന ഭാരതീയർ സസ്യരോഗങ്ങളെപ്പറ്റിയും അവയുടെ ചികിത്സ യെപ്പറ്റിയും സാമാന്യം നന്നായി മനസിലാക്കിയിരുന്നുവെന്നതിന് ധാരാളം തെളിവുകളുണ്ട്. വരാഹമിഹിരന്റെ അഭിപ്രായത്തിൽ, തണുത്ത കാലാ വസ്ഥയും കാറ്റും വെയിലുമാണ് രോഗകാരണം. ഇല മഞ്ഞ നിറമാകുന്നതും മൊട്ട് വിരിയുകയോ വളരുകയോ ചെയ്യാത്തതും കൊമ്പുണങ്ങുന്നതും കോശരസം പുറമേക്ക് ഒലിക്കുന്നതും രോഗലക്ഷണങ്ങളാണ്. മനുഷ്യ ശരീരത്തിന് ബാധിക്കുന്ന രോഗങ്ങൾക്ക് സമാനമാണിതെന്ന് പ്രാചീന ആചാര്യന്മാർ ഗണിച്ചു.

വൃക്ഷായുർവേദമെന്ന പദം ആദ്യമായി കാണുന്നത് കൗടില്യന്റെ *അർഥശാസ്ത്ര*ത്തിലാണ്. *വിഷ്ണുധർമോത്തര* പുരാണത്തിലെ വൃക്ഷാ യുർവേദാധ്യായം പുഷ്ക്കരനും ഭാർഗവനായ പരശുരാമനും തമ്മിൽ നട ക്കുന്ന സംഭാഷണമായാണ് അവതരിപ്പിച്ചിട്ടുള്ളത്. ഭട്ടോൽപലന്റെ ബൃഹത് സംഹിതയിൽ കശ്യപനെ ഉദ്ധരിച്ചുകൊണ്ട് വൃക്ഷായുർവേദത്തെ പരി ചയപ്പെടുത്തുന്നുണ്ട്. വരാഹമിഹിരന്റെ ബൃഹത് സംഹിതയിൽ വൃക്ഷാ യുർവേദം പ്രതിപാദിക്കുന്ന ഒരധ്യായം തന്നെയുണ്ട്.

വൃക്ഷായുർവേദത്തിലെ മുഖ്യമായ ഉള്ളടക്കം വൃക്ഷമാഹാത്മ്യം, വീടി നടുത്ത് നടുന്ന മരങ്ങളുടെ ശുഭാശുഭലക്ഷണങ്ങൾ, ഭൂമിനിരൂപണം, വിത്തു നടൽ പ്രക്രിയ, വിത്തുസംരക്ഷണം, മരംനടൽ, വളംചേർക്കൽ, ചികിത്സ, സസ്യാത്ഭുതങ്ങൾ, ഉദ്യാനനിർമാണം, കിണർ കുഴിക്കുന്നതിനുള്ള ഭൂമി പരിശോധന, ധാന്യാദികളുടെ ഉൽപ്പത്തി എന്നിവയാണ്.

തുളസി, കൂവളം, നെല്ലി, പേരാൽ, അരയാൽ. അത്തി, ഇത്തി, മാവ്, നെന്മേനി വാക, പ്ലാവ്, കിണികിണിപ്പാല, താളിമാതളം, വാഴ, മുരൾമരം, പ്ലാവ്, ഞാവൽ പുളി എന്നീ വൃക്ഷങ്ങൾ നടുന്നതു കൊണ്ടുള്ള ലാഭ മാണ് വൃക്ഷമാഹാത്മ്യത്തിൽ വിശദീകരിക്കുന്നത്. മുഖ്യമായും മരണ ശേഷം സ്വർഗം പ്രാപിക്കാൻ കഴിയുമെന്നതാണ് വൃക്ഷം നടുന്നതു കൊണ്ടുള്ള നേട്ടമായി പരിഗണിച്ചത്. വീടിന്റെ കിഴക്ക് ഭാഗത്ത് പേരാൽ, തെക്ക് ഇത്തി, പടിഞ്ഞാറ് അരയാൽ, വടക്ക് ഇത്തി എന്നിവ നല്ലതാണ് എന്ന് വിശ്വസിച്ചിരുന്നു. ഭൂമിയെ നിറമനുസരിച്ച് കറുത്തത്, വിളർത്തത്, നീലിച്ചത്, ചുവന്നത്, വെളുത്തത്, മഞ്ഞച്ചത് എന്നിങ്ങനെയും രസമനു സരിച്ച് മധുരമുള്ളത്, പുളിയുള്ളത്, ഉപ്പുള്ളത്, കയ്പ്പുള്ളത്, എരിവുള്ളത്, ചവർപ്പുള്ളത് എന്നിങ്ങനെയും വിഭജിച്ചിട്ടുണ്ട്.

വനസ്പതി, ദ്രുമം, ലത, ഗുൽമം, എന്നിവയാണ് സസ്യജാതികൾ. വലിയ

മരമാണ് വനസ്പതി,. മറ്റുമരങ്ങൾ, ദ്രുമങ്ങൾ. വള്ളികളെയാണ് ലതകൾ എന്നു വിളിച്ചിരിക്കുന്നത്. ഗുൽമം കുറ്റിച്ചെടിയത്രെ. നടുന്നതിനു മുമ്പ് വിത്തിന് നൽകേണ്ട പരിചരണങ്ങൾ നിരവധിയാണ്: "പാൽകൊണ്ട് നനച്ച് വിത്ത് വഴുതിനയും എള്ളും വെണ്ണീരും നെയ്യും ചേർത്തുണ്ടാക്കിയ കുഴമ്പ് പുരട്ടി ചാണകത്തിൽ ഉരച്ച് കൊഴുപ്പുകൊണ്ട് പുകച്ച് നട്ടാൽ വേഗം വളരും."

പാലിൽ കുതിർത്ത് തണലത്ത് നല്ല പോലെ ഉണക്കി നെയ്യിൽ കലർത്തിയ വഴുതിന, എള്ള്, താമരത്തണ്ട് എന്നിവ ചേർത്ത് കത്തിച്ച ഭസ്മത്തിൽ ചാലിച്ച വിത്തും പാകാൻ ഏറ്റവും പറ്റിയതാണെന്ന് നിർമല ബുദ്ധികളായ പണ്ഡിതന്മാർ പറയുന്നു.

വെള്ളരിയുടെ വിത്ത് ധാരാളം വെള്ളം ചേർത്ത വെള്ളത്തിൽ കുതിർത്ത് അനേകം ഇലകൾ ചേർത്തുണ്ടാക്കിയ കുട്ടയിൽ മൂന്ന് ദിവസം സൂക്ഷിച്ച് ഭൂമിക്കടിയിൽ വെച്ച് എപ്പോഴും തീയിട്ടു പുകച്ച് പുറത്തെടുത്താൽ പാകുന്നതിന് പറ്റിയതാകും.

എന്നിങ്ങനെ നിരവധി പ്രക്രിയകൾ ബീജോൽപ്പത്തിവിധിയിൽ സൂചിപ്പിക്കുന്നുണ്ട്. വിത്തിടൽ പ്രക്രിയകളാണ് വപനവിധി:യിൽ വിശദീകരിക്കുന്നത്. എള്ളും ഉഴുന്നും മുളപ്പിച്ച ഭൂമിയിൽ വേണം മരങ്ങൾ നടാനെന്നും മരങ്ങൾക്കിടയിൽ ചുരുങ്ങിയത് പതിനാലും പതിനാറും ഇരുപതും മുഴങ്ങളാകുന്നത് യഥാക്രമം അധമവും മധ്യമവും ഉത്തമവുമാണെന്നും വിധിക്കുന്നു. കുറ്റിച്ചെടികൾ തമ്മിലുള്ള അകലം മൂന്നോ നാലോ മുഴം മതി. അതുപോലെ കവുങ്ങ് തുടങ്ങിയവയ്ക്ക് ഏറിയാൽ ഒന്നോ രണ്ടോ മുഴം.

ഓരോ വൃക്ഷത്തിന്റേയും വിത്തുകൾ നടാൻ ഏറ്റവും പറ്റിയ മാസം ഏതാണെന്ന് വപനവിധിയിൽ പറയുന്നുണ്ട്. പന്നിയുടെ കാട്ടം, കൊഴുപ്പ്, മാംസം, മജ്ജ, തലച്ചോറ്, രക്തം, എന്നിവ ഭൂമിക്കടിയിലെ ജലത്തോട് രണ്ടാഴ്ചക്കാലം വെച്ചാൽ അതിന് കുണപജലമെന്ന് പറയുന്നു. ഇത് വൃക്ഷങ്ങളുടെ വളർച്ചയ്ക്ക് ഏറെ ഫലപ്രദമാണെന്ന് വൃക്ഷായുർവേദം വിധിക്കുന്നു. കുതിര, പന്നി, മത്സ്യം എന്നിവയുടേയും ചെമ്മരിയാട്, കോലാട് മുതലായവയുടേയും മാംസം ഒന്നിച്ചു കലർത്തി വെള്ളം ചേർത്ത് തീയിൽ വേവിക്കുക. അതിൽ എള്ളുണ്ടപൊടിച്ചതും തേനും ചേർത്ത് ഉഴുന്നു വേവിച്ച് വെള്ളത്തോടു കൂടി അതിലിടുക. നെയ്യും ഒഴിക്കുക. ഇളം ചൂടുള്ള സ്ഥലത്ത് രണ്ടാഴ്ചക്കാലം വച്ചാൽ കുണപജലമായി.

ജന്തു ശരീരം സസ്യത്തിന് പോഷണമാണെന്ന് വളരെ മുമ്പു തന്നെ നാം മനസിലാക്കിയിരിക്കുന്നു. ഇളം ചെടി വളരുന്നതിന് മൽസ്യം, മാംസം, എള്ള് എന്നിവ ചേർത്ത് വേവിച്ച് കഞ്ഞിയാക്കി തണുപ്പിച്ച് ഏഴാമത്തെയോ എട്ടാമത്തെയോ ദിവസം നൽകണം. പെരുമ്പാമ്പ്, പാമ്പ് എന്നിവയുടെ കൊഴുപ്പു കൊണ്ടുനനച്ചാൽ എല്ലാ ലതകളും പുഷ്പഫലസമൃദ്ധമായിത്തീരുമെന്നും വിധിയുണ്ട്. തേളിൻ കൊമ്പു കൊണ്ട് വേരിൽ കുത്തുകയും കരിമീനിറച്ചിയും നെയ്യും കൊണ്ട് പുകയ്ക്കുകയും പന്നിയുടേയും എലിയുടേയും കൊഴുപ്പു കൊണ്ട് നനയ്ക്കുകയും ചെയ്താൽ

ലതയിൽ പൂക്കളും കായ്കളുമുണ്ടാകുമെന്നും പറയുന്നു. ബാർലിപ്പൊടിയോ ഉമിയിട്ട വെള്ളമോ ചേർത്ത ഉപ്പുനീരാണ് തെങ്ങുകളിൽ മികച്ച ഫലമുണ്ടാകുന്നതിനായി നിർദേശിക്കുന്നത്. വൃക്ഷങ്ങളുടെ ആരോഗ്യകരമായ വളർച്ചയ്ക്ക് ഉത്തമവും മധ്യമവും നീചവുമായ കർമയോഗങ്ങളെല്ലാം വേണ്ടി വരുമെന്നാണ് സുരപാലന്റെ *വൃക്ഷായുർവേദ*ത്തിൽ കാണുന്നത്.

മനുഷ്യശരീരത്തിലെന്ന പോലെ വാതം, കഫം, പിത്തം എന്നിവയാണ് സസ്യശരീരത്തിൽ രോഗമുണ്ടാക്കുന്ന ആന്തരിക ഹേതുക്കൾ. കീടങ്ങൾ, ശീതം, എന്നിവയാണ് രോഗമുണ്ടാക്കുന്ന ബാഹ്യ കാരണങ്ങൾ. വൈകി ഫലങ്ങളുണ്ടാവാൻ, വിളർച്ച, ഇലകളുടെ കുനിവ്, വളർച്ചയില്ലായ്മ, ഫലങ്ങളുടെ രസശൂന്യത എന്നിവയെല്ലാം രോഗലക്ഷണമായി ഗണിക്കാം. ഓരോ രോഗങ്ങൾക്കും ചെയ്യേണ്ട ചികിത്സയും വൃക്ഷായുർവേദത്തിൽ കൃത്യമായി നിർദേശിക്കുന്നുണ്ട്. ബാർലിപ്പൊടി, ഗോതമ്പുപൊടി, തേൻ, പാൽ, വെള്ളം എന്നിവ ചേർത്ത് ഒരാഴ്ച മാത്രം നനച്ചാൽ മഞ്ഞപ്പിത്തം ശമിക്കുന്നതാണ് എന്നും മുറിവുകൊണ്ടുള്ള നീരൊലിപ്പ് മാറാൻ ഞമ, ചെറുകുമിഴ്, ചിറ്റമൃത്, ആറ്റുവഞ്ചി, നീർമരുത് എന്നിവയുടെ തൊലി വേവിച്ച് കുഴമ്പാക്കി പുരട്ടണം. എന്നും മറ്റുമുള്ള നിർദേശം ഇതിൽകാണാം.

എപ്പോഴും പൂക്കളും കായ്കളുമുണ്ടാകുന്നതും അകാലത്തിൽ പൂക്കളും കായ്കളുമുണ്ടാകുന്നതും അകാലത്തിൽ അതിയായ ഗന്ധമുണ്ടാവുന്നതും ഫലങ്ങളിൽ കരുവില്ലാതിരിക്കുന്നതും പൂക്കളുടേയും കായ്കളുടേയും നിറം മാറുന്നതും മരങ്ങൾ വള്ളികളായി മാറുന്നതും അവയുടെ ഉയരം കുറയുന്നതും അമിതമായ ഫലം ഉണ്ടാകുന്നതും തീർത്തും ഫലമില്ലാത്തവയായിത്തീരുന്നതും മറ്റും സസ്യാത്ഭുതമായി പരിഗണിച്ചു കാണുന്നു. ഇവയ്ക്കും ചില പരിഹാര നിർദേശങ്ങൾ വൃക്ഷായുർവേദം മുന്നോട്ടു വെക്കുന്നുണ്ട്.

വൃക്ഷായുർവേദം നാട്ടറിവിന്റെ അമൂർത്തവൽക്കരിക്കപ്പെട്ട രൂപമാണ്. അതേ സമയം തന്നെ ഇവയൊന്നും കരഗതമല്ലാതിരുന്ന ജനസാമാന്യത്തിന്റെ ജീവിതരീതിയിൽ ലീനമായിക്കിടന്നിരുന്ന പല അറിവുകളും അത്ര തന്നെ സൂക്ഷ്മതയുള്ളതാണ്. ഇവയെല്ലാം ഇന്ന് വ്യവസ്ഥാപിത അധികാരത്തിന്റെ ജീവിതഘടനയിലേക്ക് മാറ്റിപ്പണിതുകൊണ്ടിരിക്കുകയാണ്. അറിവിന്റെ കർത്തൃത്വപരമായ ഈ അന്യവൽക്കരണത്തെ അതിജീവിക്കുകയെന്ന മനോഭാവത്തിലൂടെ മാത്രമേ നഷ്ടപ്പെട്ടു പോകുന്ന പല പ്രാദേശിക അറിവുകളും അതായിത്തന്നെ നിലനിർത്താനാവുകയുള്ളൂ.

"ആധുനിക ജ്ഞാനോൽപ്പാദനത്തിന്റെ മേഖലയിൽ സവിശേഷവൽക്കരണത്തെ ഉയർത്തിപ്പിടിക്കുമ്പോൾ ഉത്തരാധുനികത അവശേഷിക്കുന്നതും ഘോഷിക്കുന്നതും പ്രാദേശിക ജ്ഞാനത്തെയാണ്. നാട്ടറിവുകൾ എന്നു വിളിക്കാവുന്ന ഈ ജ്ഞാനം പ്രാദേശികമെങ്കിലും സ്വയം പൂർണ

മാണ്'." ഈയൊരു കാഴ്ചപ്പാട് ഇന്നത്തെ ഫോക്‌ലോർ പഠനങ്ങളെ ആശാസ്യമായ തലങ്ങളിലേക്കുയർത്തുമെന്ന് പ്രതീക്ഷിക്കാവുന്നതാണ്. ചെറു ഗ്രൂപ്പുകളുടെ (വർഗ-വംശ) ആവശ്യങ്ങളിൽ നിന്ന് ഉടലെടുക്കുകയും അതിനെ തൃപ്തിപ്പെടുത്തുകയും ചെയ്യുന്ന പല ജ്ഞാന മാതൃകകൾക്കും പലപ്പോഴും വിശാല സമൂഹത്തിന്റെ ജ്ഞാന ശേഖരങ്ങളുമായി പരോക്ഷമായെങ്കിലും ബന്ധം കണ്ടെത്താൻ കഴിയുന്നതാണ്. പ്രാദേശിക ഭേദങ്ങൾക്കപ്പുറം കാണുന്ന ഇത്തരം സമാനതകൾ കൂടി വിലയിരുത്തേണ്ടതാണ്. ആയുർവേദത്തിന്റെ സമഗ്ര പാരമ്പര്യത്തിലേക്ക് നാട്ടറിവുകളെ സ്വാംശീകരിക്കപ്പെടുന്നത് (Assimilate) ഇങ്ങനെയുമാകാം. ഏത് സമൂഹത്തിനും പ്രകൃതിയുമായി അറിവ് പങ്കിടാൻ കഴിയുന്നത് നിരന്തരമായ നിരീക്ഷണ-ഉപയോഗതലങ്ങളിലൂടെയാണല്ലോ. ആ അർഥത്തിൽ 'ആയുർവേദ വിധിപ്രകാരം' എന്ന് 'ഗ്രന്ഥ'ങ്ങളിൽ നിന്ന് ലഭിക്കുന്ന പലതും ഒരു കാലത്ത് ഏതെങ്കിലുമൊരു ജനവിഭാഗത്തിന്റെ ഉപയോഗ സാധുതയിൽ നിന്ന് കടം കൊണ്ടതുമാകാം. ഇത്തരത്തിൽ സവിശേഷവൽക്കരണത്തിന് വിധേയമാക്കിക്കൊണ്ടിരിക്കുന്ന 'പാഠങ്ങളി'ലെ (Text) നാട്ടറിവുകളെ/നാടോടി പാരമ്പര്യങ്ങളെ (folk traditions) ചില ഉദാഹരണങ്ങളിലൂടെ ചൂണ്ടിക്കാണിക്കുകയാണ് ഇനി ചെയ്യുന്നത്.

പത്തു കിണറുകൾക്ക് തുല്യമാണ് ഒരു കുളം. പത്തു കുളത്തിനു തുല്യമാണ് ആഴമേറിയ ഒരു തടാകം. പത്തു തടാകങ്ങൾക്ക് തുല്യമാണ് ഒരു വൃക്ഷം. പഴയകാല സമൂഹത്തിന് വൃക്ഷങ്ങളുമായുണ്ടായ ആത്മബന്ധത്തിന്റെ ആഴം അളക്കാവുന്നതാണ് ഈ ചൊല്ല്. ജീവിതത്തിലെ ശുഭാശുഭ കാര്യങ്ങളിൽ പഴയ കാലത്തു തന്നെ മരങ്ങളുമായി ബന്ധപ്പെട്ട വിശ്വാസങ്ങളും നിലനിന്നിരുന്നു എന്നു കാണാം. മാവ്, വേപ്പ്, അശോകം, പുന്നാഗം, ചെമ്പകം, നെന്മേനി, വാക, ഞാവൽ തുടങ്ങിയ മരങ്ങളെ ശുഭസൂചകമായാണ് കരുതിപ്പോരുന്നത്. പ്ലാവ്, അയണി, താളി മാതളം, മാതളനാരകം തുടങ്ങിയ മരങ്ങളും ഇത്തരത്തിൽ വീട്ടുവളപ്പിൽ നട്ടു പിടിപ്പിക്കുന്നതു വഴി കുടുംബത്തിന് ഐശ്വര്യമുണ്ടാകുമെന്നാണ് വിശ്വാസം. വീടിന്റെ ഏതേതു ഭാഗങ്ങളിൽ ഏതേത് വൃക്ഷങ്ങളാണ് ഉണ്ടാകേണ്ടത് എന്നതിനെക്കുറിച്ചും കൃത്യമായ നിർണയങ്ങൾ പണ്ടുള്ളവർ നടത്തിയിരുന്നു. വീടിന്റെ കിഴക്കു ഭാഗത്ത് പേരാൽ, തെക്ക് അത്തി, പടിഞ്ഞാറ് അരയാൽ, വടക്ക് ഇത്തി എന്നീ ക്രമത്തിലുണ്ടാകുന്നത് ഐശ്വര്യപ്രദമാണെന്നൊരു വിശ്വാസവുമുണ്ട്.

"പൊന്നു കായ്ക്കുന്ന മരമായാലും പുരയ്ക്ക് ചാഞ്ഞാൽ മുറിക്കണ"മെന്നാണ് പഴയമൊഴി. വീട്ടിൽ ഒരു മരത്തിന്റേയും നിഴൽ വീഴാൻ അനുവദിക്കരുതെന്നും നിബന്ധനയുണ്ടായിരുന്നു. സുഗമമായ ജീവിതാന്തരീക്ഷം സൃഷ്ടിച്ചെടുക്കാൻ വേണ്ട പലതരം വിശ്വാസങ്ങൾ മരങ്ങളുമായി ബന്ധപ്പെട്ട് ഇന്നും പ്രബലമാണ്. രോഗവിമുക്തിക്കുള്ള ഉപാധിയായി രോഗകാരണമായ ബാധയെ ഏതെങ്കിലും വൃക്ഷത്തിലേക്ക് ആവാഹിച്ചു മാറ്റുകയെന്നത് ചില മന്ത്രവാദങ്ങളിലുള്ള വിശ്വാസമാണ്. പാല, ചെമ്പകം,

ആല്, പ്ലാവ്, ഇലഞ്ഞി, വേപ്പ്, കാഞ്ഞിരം തുടങ്ങിയ വൃക്ഷ സങ്കേതങ്ങളിൽ ദേവകളെ സങ്കൽപ്പിച്ച് പൂജിക്കുന്നവരുണ്ട്. കരിമ്പനകളിൽ ഭദ്രകാളി വസിക്കുന്നുണ്ട്. യക്ഷിയെന്ന അപരനാമം മറ്റു ചിലേടങ്ങളിലുമുണ്ട്. വേപ്പുമരത്തിന്റെ ദേവതയാണ് മാരിയമ്മ (കാളി). കൂവളത്തിലും നെല്ലിയിലും മഹാലക്ഷ്മിവസിക്കുന്നു എന്നാണ് വിശ്വാസം. ഉർവരതാരാധനയുമായി ബന്ധമുള്ള കാഞ്ഞിരത്തിൽ ഭദ്രകാളീവാസമുണ്ടെന്ന് മധ്യകേരളത്തിലും കാലിച്ചേകോൻ കുടി കൊള്ളുന്നുണ്ടെന്ന് ഉത്തരകേരളത്തിലും വിശ്വാസം നിലനിൽക്കുന്നു. ദുർബാധകളെ മന്ത്രം ജപിച്ച് കാഞ്ഞിരമരത്തിൽ തറപ്പിച്ചു നിർത്തി ആശ്വസിക്കുന്നവരുമുണ്ട്.

ഗർഭധാരണം മുതൽ മരണാനന്തര പ്രക്രിയകൾ വരെയുള്ള സംസ്കാര ചടങ്ങുകളുമായി ബന്ധപ്പെട്ടുള്ള നിരവധി വിശ്വാസങ്ങളിൽ കേരളീയർക്ക് തെങ്ങ് ഒരു സജീവ സാന്നിധ്യമാണ്. തെങ്ങ് ചതിക്കില്ലെന്നാണ് വിശ്വാസം. തെങ്ങ്, എണ്ണ, കൂമ്പ്, പൂവ്, ഇല, തേങ്ങാവെള്ളം എന്നു വേണ്ട തെങ്ങിന്റെ ഏതു ഭാഗവും കേരളീയരുടെ നിത്യജീവിതത്തിൽ ഒഴിച്ചു കൂടാനാവാത്ത ഘടകങ്ങളാണ്. ഉത്സവാഘോഷങ്ങൾക്ക് പന്തൽ അലങ്കരിക്കുമ്പോൾ കുരുത്തോല, പൂങ്കുല തുടങ്ങിയ വസ്തുക്കളോടൊപ്പം തേങ്ങാക്കുലകളും ഉപയോഗിക്കുന്നു. കളമെഴുതി പാട്ടുത്സവം നടത്തുമ്പോൾ കളത്തിനു ചുറ്റും എട്ടു സ്ഥാനങ്ങളിൽ നാക്കിലകളിൽ അരി, നാളികേരം എന്നിവകൊണ്ട് അലങ്കരിക്കുന്നു. സർപ്പപ്പാട്ട്, തീയ്യാട്ട്, കുറുമ്പൻപാട്ട് തുടങ്ങിയവയ്ക്കും മറ്റു മംഗളകർമങ്ങൾക്കും ഇങ്ങനെകാണാം. ഉത്തര കേരളത്തിലെ തെയ്യം, തിറ ഉത്സവങ്ങളിൽ തേങ്ങാ ശേഖരണം ക്ഷേത്രങ്ങളുടെ അവകാശമായി ഇന്നും നിലനിൽക്കുന്നു. നാളികേരം ഉടച്ച് ശകുനം നോക്കുക, ദുർദേവതകളേയും പരേതാത്മാക്കളേയും തേങ്ങാത്തൊണ്ടിൽ ആവാഹിക്കുക തുടങ്ങിയവയ്ക്കെല്ലാം പല പാഠഭാഗങ്ങളും ലഭ്യമാണ്. തേങ്ങ ഉടയ്ക്കുന്നതിനെ സംബന്ധിച്ചു പോലുമുണ്ട് പലതരം നിബന്ധനകൾ. ഉടച്ച തേങ്ങാമുറികൾ മലർത്തിവെച്ചു കൂടാ, തേങ്ങ കൈയിൽ എടുത്തു മാത്രമേ ഉടയ്ക്കാവൂ. തെക്കോട്ടു തിരിഞ്ഞ് ഉടയ്ക്കരുത്. തെങ്ങുമായും തേങ്ങയുമായും ബന്ധപ്പെട്ടുള്ള വിശ്വാസങ്ങളുടേയും ഉപയോഗങ്ങളുടേയും മുഴുവൻ പട്ടികയും നിരത്തുക പ്രയാസമാണ്.

പാലമരത്തിന് കേരളത്തിലെ നിരവധി അനുഷ്ഠാനങ്ങളുമായി ബന്ധമുണ്ട്. പാന എന്ന അനുഷ്ഠാന കർമത്തിന് പാലക്കൊമ്പെഴുന്നള്ളിപ്പ് പ്രധാനമാണ്. പനയോലയിലായിരുന്നു പഴയ എഴുത്ത് എന്നത് ചരിത്രമാണല്ലോ. ഉത്തര കേരളത്തിലെ പുലയരുടെ തിരണ്ടു കല്യാണത്തിന് വാകപ്പൊലിയെന്ന കർമം നടത്തുമ്പോൾ വാകക്കൊമ്പ് കുഴിച്ചിടുന്ന പതിവുണ്ട്. ഉത്തരകേരളത്തിലെ മീനപ്പൂരത്തിന് കാമനെ പൂജിച്ച പൂരപ്പൂക്കളെല്ലാം പ്ലാവിന്റെ മുരടിലാണ് അർപ്പിക്കുക. പിതൃക്കൾക്ക് പ്രിയങ്കരമാകയാൽ പ്ലാവ് നട്ടു പിടിക്കണമെന്നും പ്ലാവ് നടുന്നവരെ യമകിങ്കരന്മാർ സമീപിക്കില്ലെന്നുമാണ് വിശ്വാസം. ശ്രീകൃഷ്ണൻ കാലിൽ നിന്ന് നൂപുരം വലിച്ചെറിഞ്ഞത് തങ്ങിനിന്നാണത്രെ കൊന്നപ്പൂവുണ്ടായത്. വിഷുവും

കൊന്നയും *കേരളസംസ്കാരം* (അജിത്കുമാർ) മലയാളിക്ക് ഇന്നും ഗൃഹാതുരത്വം പകരുന്നു. അരയാലിന്റെ പാദത്തിൽ ബ്രഹ്മാവും മധ്യേ വിഷ്ണുവും അഗ്രത്തിൽ ശിവനും വസിക്കുന്നു. പാരമ്പര്യാർജിത വിശ്വാസങ്ങളെ ഒരു കൂട്ടായ്മയിൽ ബലമായി നിലനിർത്തുന്നത് നന്മ-തിന്മാ സങ്കൽപ്പങ്ങളാണ്. തിന്മയെ ജയിച്ച് നന്മയിലധിഷ്ഠിതമായ ഒരു ജീവിതം എന്ന ബോധത്തോടു കൂടിയാണ് വിശ്വാസങ്ങൾ സാമൂഹ്യക്രമത്തിന്റെ അബോധ വ്യവഹാരമായി മാറുന്നത്. കൂട്ടായ്മയുടെ ജീവിതബോധമായി വിശ്വാസങ്ങൾ സ്ഥാപിക്കപ്പെടുന്നതിനിടയിൽ അവയിൽ ഉണ്ടാകുന്ന നിരന്തര സംഘർഷങ്ങൾ ബഹുരൂപാത്മകമായ ചരിത്രത്തിന്റെ ഇന്ധനമായി മാറുന്നു. മാത്രമല്ല ചരിത്രത്തിലെ അനുഭവാത്മക ജ്ഞാന മാതൃകയായി മാറ്റുന്നതിനുവേണ്ടി ഓരോ ഫോക് ഘടകവും അതിന്റെ തന്നെ വൈരുധ്യങ്ങളെ ഉൾക്കൊള്ളുകയും തിരസ്കരിക്കുകയും പരിഷ്കരിക്കുകയും ചെയ്യുന്നുണ്ട്.

ശുഭസൂചകമെന്നതു പോലെ വൃക്ഷങ്ങളുമായി ബന്ധപ്പെട്ട് അശുഭ സൂചകമായ വിശ്വാസങ്ങളുമുണ്ട്. വീടിനടുത്ത് ആവണക്ക്, നീർമരുത്, ഉങ്ങ് തുടങ്ങിയ വൃക്ഷങ്ങൾ പാടില്ലെന്നാണ് വിശ്വാസം. മുള്ളുകളുള്ള മരങ്ങൾ ശത്രുഭയമുളവാക്കുമെന്നും, പാൽമരങ്ങൾ ധനനാശത്തിനിടയാക്കുമെന്നും കരുതുന്നവരുണ്ട്. കാട്ടുപഴങ്ങളുള്ളതും കട്ടിക്കാതലുള്ളതുമായ വൃക്ഷങ്ങൾ വീടിനടുത്തുനിന്ന് ഒഴിവാക്കണമെന്ന് പറയപ്പെടുന്നു. പടുമുളയായി വളരുന്ന മരങ്ങൾ എളുപ്പം മുറിച്ചു മാറ്റാൻ സാധിക്കുന്നവ എന്നിവ നട്ടുവളർത്താൻ നിർദേശിക്കുന്നു. നാരകം നട്ടിടം നാരി മുടിച്ചിടും, കടച്ചക്ക നട്ടാൽ കടമുണ്ടാകും. പതിനെട്ടാം പട്ട തെങ്ങ് കൊലയാളിയാണ് തുടങ്ങി നിരവധി അശുഭ വിശ്വാസങ്ങൾ മരങ്ങളുമായി ബന്ധപ്പെട്ട് നിലവിലുണ്ട്. ജ്യോതിഷത്തിലെ ഇരുപത്തെട്ട് നക്ഷത്രങ്ങൾക്കും മംഗളകരമായ ഓരോ വൃക്ഷത്തെ നിർദേശിക്കുന്നുണ്ട്.

ഭൂമിയുടെ സ്വഭാവം, ജലലഭ്യത മറ്റ് കാലാവസ്ഥാ ഘടകങ്ങൾ എന്നിവയെ സൂക്ഷ്മമായി നിരീക്ഷിക്കുകയും അതിന്റെ അടിസ്ഥാനത്തിൽ മരങ്ങൾ നട്ടു പിടിപ്പിക്കുകയും വേണമെന്ന അറിവ് കാടുകൾ സുലഭമായിരുന്ന കാലത്തും തലമുറകളിലൂടെ കൈമാറിക്കൊണ്ടിരുന്നു. വൃക്ഷങ്ങൾ വച്ചു പിടിപ്പിക്കാൻ ശ്രമിക്കുന്നിതനെക്കാളും ജീവിതവുമായി ബന്ധപ്പെടുത്തി അവയെ പരിപാലിക്കുക എന്നതായിരുന്നു നാടോടി കൂട്ടായ്മകളുടെ ആവശ്യം. വേപ്പ്, അശോകം, പുന്നാകം, നെന്മേനി വാക, ഞാവൽ, പ്ലാവ്, അയനി തുടങ്ങിയ വൃക്ഷങ്ങളെ തണ്ടു മുറിച്ച ചാണകം പുരട്ടിയശേഷം നടുന്ന സമ്പ്രദായം പണ്ടു മുതലേ ശീലമുള്ളതായി കാണാം. ധാന്യവിത്തുകൾ ഏഴുദിവസം രാത്രി മഞ്ഞിൽ പൊതിഞ്ഞു പകൽ വെയിലത്ത് ഉണക്കിയുമാണ് സംരക്ഷിച്ചിരുന്നത്. ഇന്ന് നിലനിൽക്കുന്ന കൃഷി സമ്പ്രദായങ്ങളിൽ പലതിന്റേയും സാങ്കേതിക വിദ്യകൾ നാട്ടറിവിന്റെ നവീകൃത രൂപങ്ങളാണെന്ന് കാണാം.

പ്രകൃതിദത്ത വളങ്ങൾ ഉണ്ടാകുന്നതിനെക്കുറിച്ചും അവ ഓരോ മര

ത്തിനും അനുയോജ്യമായ രീതിയിൽ ഉപയോഗിക്കുന്നതിനെക്കുറിച്ചും പരമ്പരയാ കൈമാറി വന്ന അറിവുകൾ ഇന്നും പ്രസക്തമാണ്. ചെമ്മരിയാടിന്റേയും കോലാടിന്റേയും കാട്ടം, ബാർലിപ്പൊടി, എള്ള്, മാട്ടിറച്ചി കഴുകിയ വെള്ളം തുടങ്ങിയവ കൊണ്ടുണ്ടാക്കിയ മിശ്രിതത്തിൽ മുക്കിയ മരങ്ങൾ നല്ല കായ്ഫലം തരുമെന്ന അറിവ് കൃത്രിമ വളങ്ങളൊന്നുമില്ലാതിരുന്ന കാലത്ത് പ്രധാനമായിരുന്നു. മാവിന് തണുത്ത മീൻചാറ് ഒഴിക്കുക പോലുള്ള സവിശേഷ പ്രയോഗങ്ങൾ നാടൻ അറിവുകളെ സമ്പന്നമാക്കുന്നു. കടുക്, നീർമരുത് എന്നിവയുടെ പൂക്കളും മുയലിറച്ചിയും വിഴാലരി, രക്തമഞ്ഞൾ എന്നിവയും ചേർത്ത് പുകച്ച് മരങ്ങളെ എല്ലാ ദോഷങ്ങളുമകന്ന് സമൃദ്ധമായി പൂക്കളും കായ്കളും തരുന്ന രീതിയിൽ സംരക്ഷിച്ചിരുന്നു. വാഴയില, കടുക്, കരിമീൻ എന്നിവ ചേർത്ത പുക ഇന്നും പ്രയോഗിക്കുന്നു. തെങ്ങ്, കവുങ്ങ് തുടങ്ങിയ നിത്യജീവിതത്തിലെ പ്രധാനപ്പെട്ട എല്ലാ മരങ്ങളും പ്രകൃതിദത്തമായി സംരക്ഷിക്കാനുള്ള അറിവുകൾ നാടോടി പാരമ്പര്യത്തിന്റേതായുണ്ട്. പലതും അനുഷ്ഠാന പൂർവമായ വിശ്വാസത്തോടെയാണ് നാട്ടിൻപുറങ്ങളിൽ പ്രയോഗിച്ചു വരുന്നത്. തടിയിൽ വൈക്കോൽ തൂക്കിയിടുകയും വയമ്പുനീരുകൊണ്ട് നനയ്ക്കുകയും ചെയ്താൽ പ്ലാവുകൾ അടി മുതൽ മുടിവരെ നിറയുമെന്നാണ് വിശ്വാസം. ഒരു വർഷത്തെ അവസാനത്തെ ചക്ക പിറക്കുമ്പോൾ ചരലു വാരിയെറിയണമെന്നുണ്ട്. അടുത്തവർഷം കൂടുതൽ ചക്കകളുണ്ടാവാനാണത്രെ ഇങ്ങനെ ചെയ്യുന്നത്.

നാട്ടു വൈദ്യത്തിന്റെ സവിശേഷമായ പ്രകൃതിദത്ത കുഴമ്പുകൾ പഴയ തലമുറയുടെ അളവിന്റെ ആഴമളക്കാവുന്ന സൂക്ഷ്മത പ്രദർശിപ്പിക്കുന്നവയാണ്. മരങ്ങളെ സംരക്ഷിക്കാൻ വേണ്ട മരുന്നുകൾ മാത്രമല്ല പ്രകൃതി കേന്ദ്രിത ജീവിതം ശീലിച്ചിരുന്ന ദീർഘകാല പാരമ്പര്യം മനുഷ്യനുണ്ടാകുന്ന മിക്ക രോഗങ്ങൾക്കും വേണ്ട ഔഷധങ്ങളും വികസിപ്പിച്ചിരുന്നു. മരങ്ങളുടെ തോൽ, വേര്, കായ്, പൂവ്, ഇല എന്നിവയിൽ നിന്ന് ഓരോ രോഗത്തിനും വേണ്ട പ്രത്യേകം പ്രത്യേകം ഔഷധക്കൂട്ടുകൾ- പച്ചമരുന്നുകൾ- നിത്യജീവിതത്തിന്റെ ഭാഗമായിരുന്നു. ഔഷധസസ്യ വിജ്ഞാനമെന്ന പേരിൽ ആയുർവേദം ഇവയെല്ലാം പിന്നീട് വ്യവസ്ഥപ്പെടുത്തുകയാണ് ചെയ്തത്. കേരളത്തിൽ സുലഭമായിക്കാണുന്ന ഒട്ടുമിക്ക വൃക്ഷങ്ങളുടേയും ഔഷധ പ്രയോഗങ്ങളെക്കുറിച്ച് ആയുർവേദത്തിൽ പ്രത്യേക പഠന ശാഖ തന്നെയുണ്ട്. പാരമ്പര്യ ആയുർവേദ വിജ്ഞാനത്തിന്റെ ഭാഗമായി ഇവയ്ക്കെല്ലാം ഇന്ന് വിപണന സാധ്യത ഏറിക്കൊണ്ടിരുന്നു. അതേ സമയം നാട്ടിൻപുറങ്ങളിലെ പ്രായോഗിക വിജ്ഞാനങ്ങൾ ലഘു കൂട്ടായ്മകൾക്കിടയിൽ നിന്നു അന്യമായിപ്പോവുകയും ചെയ്യുന്നു.

ഭീമമായ പാരിസ്ഥിതിക പ്രത്യാഘാതങ്ങൾ നേരിട്ടു കൊണ്ടിരിക്കുന്ന നവീന ജീവിതാവസ്ഥകളിൽ പ്രാദേശിക കൂട്ടായ്മകൾക്കിടയിൽ നിലനിൽക്കുന്ന പ്രകൃതി കേന്ദ്രിത അറിവുകൾ വളരെ പ്രധാനമായി മാറുന്നു.

അവയുടെ സംരക്ഷണവും സൂക്ഷ്മ പഠനങ്ങളുമായിരിക്കും ഭാവിയിൽ മനുഷ്യനും പ്രകൃതിക്കും നിലനിൽക്കാനുള്ള ഏറ്റവും പ്രധാന ഔഷധങ്ങൾ.

സഹായക ഗ്രന്ഥങ്ങൾ

അജിത്കുമാർ എൻ, *കേരളസംസ്കാരം.* തിരുവനന്തപുരം: സാംസ്കാരിക പ്രസിദ്ധീകരണ വകുപ്പ്, 2004

ഉണിത്തിരി, എൻ വി പി *വൃക്ഷായുർവേദഗ്രന്ഥങ്ങൾ ഒരു പഠനം.* തിരുവനന്തപുരം: കേരള ഭാഷാ ഇൻസ്റ്റിറ്റ്യൂട്ട്, 2007.

കരുണാകരൻ, പി കെ *കേരളത്തിലെ വനങ്ങൾ നൂറ്റാണ്ടുകളിലൂടെ.* തിരുവനന്തപുരം: കേരള ഭാഷാ ഇൻസ്റ്റിറ്റ്യൂട്ട്, 1985.

നാരായണൻകുട്ടി. മേലങ്ങാത്ത്. സംഘസാഹിത്യ ചരിത്രം. തിരുവനന്തപുരം: കേരള ഭാഷാ ഇൻസ്റ്റിറ്റ്യൂട്ട്, 2003

രാഘവൻ പയ്യനാട്, *ഫോക്‌ലോർ*, തിരുവനന്തപുരം: കേരള ഭാഷാ ഇൻസ്റ്റിറ്റ്യൂട്ട്, 1986.

വിഷ്ണുനമ്പൂതിരി. എം വി *ഫോക്‌ലോർ ചിന്തകൾ.* കോഴിക്കോട്: പൂർണ്ണ പബ്ലിക്കേഷൻസ്, 2005

ശ്രീകുമാർ, ടി ടി *ഉത്തരാധുനികതയ്ക്കപ്പുറം,* കോട്ടയം ഡി സി ബുക്സ്, 2000.

3

നാട്ടുവൈദ്യം

ഡോ. വി കെ ഉണ്ണികൃഷ്ണൻ

ചികിത്സയെന്നത് പാരമ്പര്യവഴിക്കുള്ള സിദ്ധിയായി വിലയിരുത്തിയ പാരമ്പര്യമാണ് നമ്മുടേത്. നാട്ടുവൈദ്യം, ഒറ്റമൂലിപ്രയോഗം, സിദ്ധി വൈദ്യം എന്നെല്ലാം വിളിച്ചുപോന്നിരുന്ന ഈ രോഗചികിത്സാരീതി ജാതി അടിസ്ഥാനത്തിൽ ആയിരുന്നില്ല, കുടുംബപരമായാണ് പിൻതുടർന്നിരുന്നത്. എല്ലാ ജാതിക്കൂട്ടായ്മകളുടെയിടയിലും ചികിത്സാപാരമ്പര്യമുള്ള തറവാടുകൾ നിലനിന്നിരുന്നു. ആധുനിക ചികിത്സാരീതിയുടെ വ്യാപനത്തിനുശേഷം ശോഷിച്ചു പോയ ഈ ചികിത്സാപാരമ്പര്യത്തെ അറിയാനുള്ള ശ്രമമാണ് ഈ ലേഖനം. എരുമാൻ കൊടക്കാട് ഗ്രാമത്തിലെ മണിയാണി വിഭാഗത്തിൽപ്പെട്ടവരുടെയിടയിലെ നാട്ടുവൈദ്യം ആണ് നിരീക്ഷിക്കപ്പെടുന്നത്.

കൃഷിയും കാലിവളർത്തലും ജാതി പാരമ്പര്യമായി കരുതിപ്പോന്നവരാണ് എരുമാൻ മണിയാണിമാർ. ഇവരുടെ ചില തറവാടുകൾക്ക് ചികിത്സാപാരമ്പര്യം ഉണ്ട്. ചില രോഗങ്ങൾക്ക് ചില പ്രത്യേക തറവാട്ടുവൈദ്യം ഫലവത്താണെന്ന വിശ്വാസം കൂട്ടായ്മയ്ക്കിടയിൽ ഉണ്ടായിരുന്നു. വിഷവൈദ്യത്തിന് പ്ലാക്കാവീട്, തോളൂര് വീട്, കുരു ചികിത്സയ്ക്ക് ആലക്കാടൻ വീട്, പുളീര് വീട്, ഉന്മാദചികിത്സയ്ക്ക് പുളുക്കൂൽ വീട് എന്നിങ്ങനെ പ്രത്യേക പരിഗണനകൾ ഉണ്ട്.

വിശ്വാസവും മരുന്നിന്റെ പ്രയോഗവും ചേർന്ന ചികിത്സയാണ് പാരമ്പര്യവഴി. വളരെ വിശാലമായ ഈ മേഖലയെ പൊതുവായി നോക്കികാണാനായി ചില രോഗങ്ങളും മരുന്നിന്റെ പ്രയോഗവും ശ്രദ്ധിക്കുക:

രോഗം	ചികിത്സ
കുരു	ഈർക്കിൽ കത്തിച്ച് കരിയും കോഴിക്കാഷ്ടവും വെണ്ണയിൽ ചാലിച്ച് പുരട്ടുക.
	വെണ്ണ കുരുവിന്റെ കണ്ണിനുചുറ്റും പുരട്ടുക.
	ആമത്തോട് ചാണകം മെഴുകിയ നിലത്ത് ചാലിച്ച് പുരട്ടുക.
തീപ്പൊള്ളൽ	തേനും പന്നിനെയ്യും പുരട്ടുക.
	വേപ്പിൻ കുരുവും പച്ചമഞ്ഞളും അരച്ച് പുരട്ടുക.
പല്ലുവേദന	ചെറുമണിച്ചിലിന്റെ തോല് കഷായം വെച്ച് കവിളുകളിൽ വെളുത്തുള്ളി കടിച്ചുപിടിക്കുക.
	ഉപ്പ് കല്ല് കടിച്ചുപിടിക്കുക.
മഞ്ഞപ്പിത്തം	മാവിന്റെ തളിര് ഇളനീർ വെള്ളത്തിൽ കുടിക്കുക.
	കീഴാർനെല്ലി അരച്ചുകലക്കി സേവിക്കുക.
രക്തസമ്മർദം	വാഴപ്പോള നീര് കുടിക്കുക.
വയറിളക്കം	ഇഞ്ചിനീര് ഉപ്പിട്ട് കുടിക്കുക.
	മലര് കഴിക്കുക.
ചേരൽ മരത്തിന്റെ പാൽവീണ് പൊള്ളിയാൽ	താന്നിത്തോല് അരച്ച് ലേപനം ചെയ്യുക.
	ചെറുചീര സമൂലം അൽപ്പം കടുക് ചേർത്ത് അരച്ച് സേവിക്കുക.
വിഷചികിത്സ	ചെവിക്കാട്ടം (കർണമലം) എടുത്ത് ഉമിനീരിൽ ചാലിച്ച് മുറിവായ്ക്കുചുറ്റും പുരട്ടുക.
	പെറ്റുവീണഉടനെ പശുക്കുട്ടിയുടെ വിസർജ്യം (കറ്റ് ചാണകം) എടുത്ത് പൊടിച്ച് പശുവിൻ നെയ്യിൽ ചാലിച്ച് സേവിക്കുക (ഇത് വൈദ്യര് സൂക്ഷിച്ചു വച്ചിട്ടുണ്ടാകും.)
	സ്വൽപ്പം കുരുമുളകുപൊടിയും തേനും ചേർത്ത് സേവിക്കുക.
	വേലിപ്പരുത്തി സമൂലം അരച്ച് ലേപനം ചെയ്യുക.
	അമരിവേര് പാലിൽ അരച്ച് പുരട്ടുക.
	ചെറുചീരയും അമരിവേരും ചേർത്തു സേവിക്കുക.

ഉറുതുക്കിയുടെ ഇല, വേര്, പൂവ് ഇതിലേതെങ്കിലും ഒറ്റയ്ക്കോ കൂട്ടായോ എടുത്ത് ശുദ്ധജലത്തിൽ അരച്ച് സേവിക്കുക.

എരിക്ക്, മുരിക്ക്, മുരിങ്ങ, കള്ളി, കാഞ്ഞിരം ഇവയുടെ തളിരുകൾ കടിവായിൽ തുടരെ പുരട്ടുക. ചുക്ക്, വേട്ടാവെളിയൻകൂട്, വേപ്പില, നീലഉമ്മത്തിൻ ഇല, എരിക്കില, പുളിയില, മുട്ടാമ്പുളി ഇവ സമമെടുത്ത് അരച്ച് പുരട്ടുക.

മരുന്നിന്റെ പ്രയോഗരീതി അറിയാനായി മാത്രമാണ് ഈ ഔഷധങ്ങളെ വർഗീകരിച്ച് രേഖപ്പെടുത്തിയത്. പ്രാദേശികമായി ലഭ്യമായ വിഭവങ്ങളാണ് ഔഷധങ്ങൾ. തനിക്കുചുറ്റുമുള്ള വസ്തുക്കളെ സോദ്ദേശ്യമായി സംസ്കരിച്ച് സൃഷ്ടിക്കുന്നവയാണിവ. സാമാന്യ ജീവിതത്തിൽ നിസ്സാരമായി ഗണിക്കപ്പെടാറുള്ള വസ്തുക്കളാണ് മരുന്ന് എന്നറിഞ്ഞാൽ രോഗിക്കുതന്നെയും ഇതിൽ അവിശ്വാസം തോന്നാം. അത് രോഗം ഭേദമാകുന്നതിൽ തടസം സൃഷ്ടിക്കുമെന്നതിനാൽ ഔഷധങ്ങൾ പരസ്യപ്പെടുത്താറില്ല. ഒരു രോഗത്തിനുതന്നെ വ്യത്യസ്ത ഔഷധങ്ങൾ നൽകുന്നതും കാണാം. അതുപോലെ ഒരു വൈദ്യരുടെ പ്രയോഗമല്ല മറ്റൊരാളുടേത്. വൈവിധ്യമുള്ള ഈ ചികിത്സാരീതി നാടൻ വൈദ്യത്തിന്റെ പ്രത്യേകതയാണ്.

മുമ്പേ സൂചിപ്പിച്ചതുപോലെ വിശ്വാസവും ഔഷധപ്രയോഗവും ഇടകലർത്തിയുള്ള പ്രയോഗമാണ് ചികിത്സ. മരുന്നിനോടൊപ്പം മന്ത്രവുമുണ്ട്. രോഗത്തെക്കുറിച്ചുള്ള സങ്കൽപ്പത്തിലധിഷ്ഠിതമായാണ് ഈ രീതി സ്വീകരിച്ചുപോന്നിരുന്നത്. ഉദാഹരണമായി മരുന്നും മന്ത്രവും ചേർന്ന വിഷചികിത്സാരീതിയുടെ പിന്നിലെ ധാരണ നോക്കാം.

'വിഷം' എന്നതെന്താണ് എന്നതിനെ ആശ്രയിച്ചാണ് ഇവിടെ ചികിത്സ. വൈദ്യർ വിഷത്തെ വിലയിരുത്തുന്നത് നോക്കുക.

പ്രജകളെ സൃഷ്ടിച്ചുക്കൊണ്ടിരിക്കുന്ന ബ്രഹ്മാവിന്റെ മുഖത്തുനിന്നും ഒരു ഭീകരരൂപി കീഴോട്ടുവീണു. അതുകണ്ട ദേവന്മാർ പരിഭ്രമിച്ച് വിഷണ്ണരായി.

ജഗദ്വിഷണ്ണം തം ദൃഷ്ട്വാ

തേനാസൗ വിഷസംജ്ഞിത...

ഈ വിഷാദത്തെയാണ് വിഷം എന്ന് പേരിട്ടത്. കേവലം ഒരു പുരാവൃത്തം എന്നനിലയിൽ കണക്കാക്കാവുന്നതല്ലിത്. ചികിത്സയുടെ കാതലായ ഭാഗത്തെ നിർണയിക്കുന്ന തത്വമാണ് പുരാവൃത്തം നൽകുന്നത്. മനസിനാണ് പ്രധാന പ്രശ്നം. വിഷാദം- എന്നതാണത്. പാമ്പുകടിയേറ്റ ഒരാൾക്ക് രണ്ടു ഘടകങ്ങളിലായി നൽകുന്ന ചികിത്സനോക്കുക.

1 മരുന്ന് പ്രയോഗം :

ദശകനെ (പാമ്പുകടിയേറ്റ ആൾ) പുല്ലുപായിൽ കിടത്തുന്നു. ശിരസ്സ്, വായ, മുറിവായ (കടിയേറ്റ സ്ഥലം) എന്നിവിടങ്ങളിൽ മരുന്നിടുന്നു. ചന്ദനം, മഞ്ഞൾപ്പൊടി, ഉറുതുക്കി, വയമ്പ്, അമരി എന്നിവയുടെ കൂട്ടാണ് ഔഷധം. വിഷം ഒഴിയും വരെ ഉപ്പിടാതെ കഞ്ഞിമാത്രം ഭക്ഷണമായി കഴിച്ച് മരുന്നുസേവിച്ച് പഥ്യത്തിൽ നിൽക്കണം. വിഷം ഒഴിഞ്ഞാൽ മരുന്നിന്റെ കയ്പ് രസം അനുഭവപ്പെടാൻ തുടങ്ങും. തുടർന്ന് വൈദ്യന്റെ ഉപാസനാമൂർത്തിക്ക് അടിയന്തരം നടത്തണം, കട്ടിയിറക്കണം.

2. കട്ടിയിറക്കൽ :

ഇത് മന്ത്രപ്രയോഗമാണ്. ഗണപതിക്ക് നിവേദ്യം വച്ചശേഷം മൂന്ന് കുടത്തിൽ ജലം നിറച്ചുവയ്ക്കുക. അതിനു മുകളിൽ കോടിവസ്ത്രം പൊതിയും ഗരുഡമന്ത്രം ജപിച്ച് കടിയേറ്റ ആളെ അരി, ഭസ്മം എന്നിവ കൊണ്ട് ഉഴിയും.

ഭസ്മം കൊണ്ട് ശിവചക്രം വരച്ച് കടിയേറ്റ ആളെ ചക്രത്തിന്റെ നടുവിൽ കാല് വരത്തക്കവിധം കിഴക്കോട്ട് തിരിച്ച് ഇരുത്തുന്നു. വിഷം ആവാഹിച്ച് കടിവായിൽ എത്തത്തക്കവിധം മന്ത്രം ചൊല്ലുന്നു. മർമംതോറും അരി, ഭസ്മം എന്നിവ തൊട്ടുഴിഞ്ഞ് ചക്രത്തിലേക്കിടുന്നു. കോഴിയെപിടിച്ച് മന്ത്രം ജപിച്ച് വീണ്ടും ഭസ്മം, അരി എന്നിവ കൂട്ടി ഉഴിയും. കോഴിയെക്കൊണ്ട് മുറിവായിൽ കൊത്തിച്ച് അവശേഷിക്കുന്ന വിഷം എടുക്കുന്നു. വിഷമുണ്ടെങ്കിൽ കോഴി ചത്തുവീഴും; ഒന്നും പറ്റുന്നില്ലെങ്കിൽ വിഷം ഒഴിഞ്ഞെന്നർഥം. മൂന്നുകുടത്തിലെയും വെള്ളമെടുത്ത് കടിയേറ്റ ആളിന്റെ ശിരസിലൂടെ ധാരചെയ്യുന്നതോടെ മന്ത്രചികിത്സ കഴിഞ്ഞു

ദേവതാസ്ഥാനത്തുവച്ച് നടത്തുന്നതായാലും ഇതുതന്നെയാണ് ചികിത്സാക്രമം. ചികിത്സയുടെ രണ്ടുതലം ഇവിടെ പ്രകടമാണ്. ഒന്ന്, മരുന്ന്- ഇത് ആദ്യഘട്ടത്തിൽ പ്രയോഗിക്കണം. രണ്ട്, രോഗിയുടെ മനസിനു വിശ്വസം വരുത്താൻ (വിഷം ഇറങ്ങിയെന്ന് വിശ്വസിപ്പിക്കൽ). കട്ടിയിറക്കൽ ചടങ്ങിന്റെ ലക്ഷ്യമിതാണ്. വിഷത്തെക്കുറിച്ച് കൂട്ടായ്മക്കിടയിലുള്ളതെന്ന് മുമ്പേ സൂചിപ്പിച്ച ധാരണക്കനുസൃതമാണ് ചികിത്സ എന്നർഥം.

വിഷചികിത്സ നടത്തുന്ന ആൾ സാധാരണയായി പാമ്പിനെ കൊല്ലാറില്ല. കടിയേറ്റ ആൾ പാമ്പിനെ കൊല്ലാതെ കൊണ്ടുവരുന്ന പക്ഷം അതിനെ വിശുദ്ധ സ്ഥാനങ്ങളിൽ ഇറക്കിവിടാറാണ് പതിവ്. ദേവതാസ്ഥാനത്തുവച്ചാകുമ്പോൾ കട്ടിയിറക്കിലിനുശേഷം ഒഴുക്കുവെള്ളത്തിൽ പാമ്പിനെ ഇറക്കിവിടും. കടിച്ചപാമ്പിനെ ശത്രുവായല്ല കൂട്ടായ്മ കരുതുന്നത്. പാമ്പു കടിക്കുന്നതും, വിഷം എൽപ്പിക്കുന്നതും എന്തുകൊണ്ടാണെന്ന വിശ്വാസം നോക്കുക.

വായുവിൽ വിഷം ഉണ്ട് (ഭക്ഷണ സാധനങ്ങൾ തുറന്നുവയ്ക്കരുതെന്ന് പറയുന്നത് അതുകൊണ്ടാണത്രെ). അതു വലിച്ചെടുത്ത് നമ്മെ രക്ഷിക്കുന്നത് നാഗങ്ങളാണ്. ദുഷ്ടന്മാരായവർക്ക് അതു നൽകാൻ നാഗങ്ങൾ മടിക്കില്ല. ഈ വിശ്വാസം കൊണ്ടാണ് പാമ്പിനെ കൊല്ലാതെ വിടുന്നത്. വൈദ്യരുടെ സിദ്ധിയെയടക്കം പുരാവൃത്തത്തിന്റെ അടിസ്ഥാനത്തിലുള്ള വിശ്വാസാധിഷ്ഠിതമായ നിലപാടുകളിലൂടെയാണ് കൂട്ടായ്മ കൊണ്ടു നടക്കുന്നത്. ഉദാഹരണമായി വിഷചികിത്സയ്ക്ക് പ്രശസ്തരായ തോളൂർ വീട്ടുകാർക്ക് ആ കഴിവ് ലഭിച്ചതെങ്ങനെയെന്ന് വിശദമാക്കുന്ന പുരാവൃത്തം നോക്കുക.

തോളൂർ വീട്ടിലെ കാരണവർ കമ്മാടത്ത്കാവിൽ തൊഴാനായി പോവുകയായിരുന്നു. കാവിനടുത്ത് എത്തിയപ്പോൾ കീരി വളച്ചുവച്ച സർപ്പത്തെ കണ്ടു. (കീരി, പാമ്പിനെകണ്ടാൽ അതിനുചുറ്റും മൂത്രമൊഴിച്ചുവയ്ക്കും. പാമ്പിന് പിന്നീട് ആ വലയം കടന്നു പുറത്തുപോകാനാകില്ലത്രേ) കീരി മരുന്നിന് പോയതാണ് (മരുന്ന് കൊണ്ടുവന്ന് പാമ്പിനെ മുറിച്ചിട്ടാണത്രേ കീരി കൊല്ലാറുള്ളത്). ദയാലുവായ കാരണവർ ഒരു കമ്പെടുത്ത് കീരി മൂത്രത്തിന് അകത്തും പുറത്തും എത്തത്തക്കവിധം ഇട്ടുകൊടുത്തു. പാമ്പ് അതിലൂടെ രക്ഷപ്പെട്ടു. ആ സർപ്പം കാരണവരെ അനുഗ്രഹിച്ചു. തോളൂർ വീട്ടിലെ കിണറ്റിൽനിന്നു കോരിയെടുത്ത വെള്ളമൊഴിച്ചാൽപ്പോലും വിഷഭയം മാറുമെന്ന കൂട്ടായ്മയുടെ വിശ്വാസത്തിന് ഹേതു ഇതാണ്.

ഇത്തരത്തിൽ പുരാവൃത്തങ്ങളിലൂടെ സൃഷ്ടിക്കപ്പെടുന്ന വിശ്വാസത്തിന്റെ പിൻബലത്തിലാണ് തറവാട്ടുചികിത്സാപാരമ്പര്യം നിലനിന്നിരുന്നത്. അതോടൊപ്പം പാരമ്പര്യവഴിക്ക് സിദ്ധമാകുന്ന ഔഷധപ്രയോഗരീതിയും ഉണ്ടായിരുന്നു. മരുന്നും മന്ത്രവും കൊണ്ടാണ് നാട്ടുവൈദ്യം നിലനിന്നിരുന്നത് എന്നർഥം.

ഗരുഡമന്ത്രം

ഓം നമോ ഭഗവതേ ചണ്ഡഗരുഡായ നമ:

പക്ഷിരാജായ നമ:

സർപ്പകുലനാശനായ നമ:

സർപ്പവിഷഭക്ഷണായ നമ:

മഹാതീക്ഷണായ നമ:

ദംക്ഷ്ടാകരാള വദനായ നമ:

സുവർണ ദേഹായ നമ:

ഇങ്ങനെ തുടരുന്ന മന്ത്രം ജപിച്ച് ഭസ്മം, അരി എന്നിവ രോഗിയുടെ മേൽ ഉഴിയും. വെള്ളം അമൃതമാക്കാനാണ് ഈ മന്ത്രം.

2. ഓം നമോ ഭഗവതേ അഭിബ്രഹ്മൻ മുടിവിഷ്ണു ആത്മത്തിലീശൻ അടിരണ്ടും ചെങ്കീരിയും കരിങ്കീരിയും ആടാടുഗണപതി ആലാല കണ്ഠത്തിൽ അമൃത് കണ്ഠത്തിൽ കൂർമകണ്ഠത്തിൽ വിഷമുണ്ടെങ്കിൽ അടികുലുങ്ങിതുള്ളി ചൊല്ലി ഇറങ്ങിപ്പോം സ്വാഹാം ഗുരുവിനാൽ ഇങ്ങനെ മന്ത്രം ജപിച്ച് അരി, ഭസ്മം ഇവതൊട്ടുഴിഞ്ഞ് ചക്രത്തിലിടും.

4

കേരളത്തിലെ ആദിവാസി വൈദ്യം

പ്രമീള കെ ടി

ലോകത്താകമാനം ഏകദേശം 5000 ആദിവാസിവർഗങ്ങളുണ്ടെന്നാണ് കണക്ക്. ഓരോ വർഗക്കാരും അവരുടെതായ ഭാഷ, സംസ്കാരം, ആചാരാനുഷ്ഠാനങ്ങൾ, പരമ്പരാഗത വിജ്ഞാനവിനോദങ്ങൾ എന്നിവയിൽ വ്യത്യസ്തത പുലർത്തുന്നവരുമാണ്.

കേരളത്തിലുടനീളം വ്യാപിച്ചു കിടക്കുന്ന പശ്ചിമഘട്ടത്തിന്റെ മലമടക്കുകളിലും അതിനോടു ചേർന്ന പ്രദേശങ്ങളിലുമായി ഏതാണ്ട് 35 ആദിവാസിവർഗങ്ങൾ അധിവസിച്ചു വരുന്നുണ്ട്. കേരളത്തിൽ ഏഴ് പ്രധാന ആദിവാസി മേഖലകളാണ് ഡോ.പി ആ ജി മാത്തൂർ എന്ന നരവംശ ശാസ്ത്രജ്ഞൻ രേഖപ്പെടുത്തിയിട്ടുള്ളത്. കാസർകോട്, വയനാട്, അട്ടപ്പാടി, നിലമ്പൂർ, പറമ്പിക്കുളം, ഇടുക്കി, തിരുവനന്തപുരം എന്നിവയാണ് ഈ മേഖലകൾ.

വയനാട്ടിലെ ആദിവാസികൾ

ആദിവാസികൾ കാട്ടിലലഞ്ഞ് ഭക്ഷണം തേടുന്നവരോ കാടിനോട് ചേർന്ന് കൃഷിസ്ഥലമുണ്ടാക്കി വർഷാവർഷം തീയിട്ട് കൃഷിയിറക്കുന്നവരോ ആണ് [പുനംകൃഷി] അട്ടപ്പാടിയിലെ കുറുമ്പർ. നിലമ്പൂരിലെ ചോലനായ്ക്കർ തുടങ്ങിയ

ആദിവാസി വർഗങ്ങൾ വളരെ പ്രാചീനമായ സംസ്കാരങ്ങൾക്ക് ഉടമകളാണ്. ഇവരെല്ലാം തന്നെ വംശീയ വൈദ്യത്തിൽ പ്രാവീണ്യമുള്ളവരാണ്.

ആദിവാസി വിജ്ഞാനത്തിന്റെ ഉറവിടം

നൂറുകണക്കിന് വർഷങ്ങൾക്ക് മുമ്പ് കാട്ടിൽ അലഞ്ഞുതിരിഞ്ഞു നടക്കുന്ന കാലത്ത് പല മാറാ രോഗങ്ങൾ കൊണ്ടും പൊറുതിമുട്ടിയ ആദിവാസികളുടെ പൂർവികർ കരദൈവത്തോട് ഉള്ളഴിഞ്ഞു പ്രാർഥിച്ചിരുന്നു. രാത്രിയിൽ തിളങ്ങി നിൽക്കുന്ന ചില സസ്യഭാഗങ്ങളെ ഉപയോഗിച്ച് രോഗം മാറ്റാൻ കരദൈവം സ്വപ്നത്തിൽ ആവശ്യപ്പെട്ടുവത്രേ. അന്നുമുതൽ വെളിപാടായി കണ്ടും കേട്ടുമറിഞ്ഞ ഔഷധ പാരമ്പര്യമാണ് അവരുടേതെന്ന് പറഞ്ഞവസാനിപ്പിക്കുന്ന മൂപ്പന്റെ കണ്ണിലെ തിളക്കം മനുഷ്യനും പ്രകൃതിയും തമ്മിലുള്ള നിരന്തര സഹവർത്തിത്വത്തിലൂടെ ഉരുത്തിരിഞ്ഞ പച്ചയായ അനുഭവങ്ങളുടെ സാക്ഷാൽക്കാരമാണ്. ആദിവാസികളുടെ ഔഷധ വിജ്ഞാനം പൂർണമായും മന്ത്രതന്ത്രങ്ങളിൽ അധിഷ്ഠിതമാണ്. പ്രകൃതിയാണ് ഭൂരിഭാഗം ആദിവാസികളുടേയും പരമമായ ദൈവിക ചൈതന്യം. അതിനാൽ ദൈവതുല്യനായി അവർ വൈദ്യക്കാരനെ കാണുന്നു. അയാൾ പറിച്ചുകൊടുക്കുന്ന എന്തും രോഗശാന്തിക്കുതകുമെന്ന പൂർണമായ വിശ്വാസമാണ് ഈ ചികിത്സാ സമ്പ്രദായത്തെ നാളിതുവരെ നിലനിർത്തിയത്. ഓരോ ആദിവാസി വർഗവും ഔഷധ വിജ്ഞാനത്തിലും വ്യത്യസ്തരാണ്. സസ്യങ്ങൾക്ക് അവർ നൽകിയ പേരും അവരറിഞ്ഞ ഔഷധഗുണങ്ങളും മറ്റൊരു വിഭാഗത്തിന് തികച്ചും അന്യമാണ്. കയ്പ്പനരച്ചി എന്ന സസ്യം വയനാട്ടുകാരായ കുറിച്യർക്ക് വിഷഹാരിയാണെങ്കിൽ അട്ടപ്പാടിയിലെ മുഡുഗർക്കത് ആടുമാടുകളുടെ പൊക്കിളും ശരീരഭാഗങ്ങളും പുഴുത്താൽ ഭേദമാക്കുന്ന പുഴുകൊല്ലിയാണ്.

സസ്യാരാധനയും പുരാവൃത്തങ്ങളും

കാട്ടിൽ അലഞ്ഞു നടന്നിരുന്ന ആദിമനുഷ്യന് ആഹാരവും ആരൂഢവും നൽകിയിരുന്നത് മരങ്ങളായിരുന്നു. അതിനാലവ അവന് ആരാധ്യങ്ങളായി. ശുദ്ധമായ വൃക്ഷാരാധനയിൽ നിന്നും പ്രതിരൂപാത്മകമായ വിഗ്രഹാരാധനയിലേക്ക് ആരാധനാ സമ്പ്രദായം വികസിച്ച പിൽക്കാലത്ത് ദേവീ വിഗ്രഹങ്ങൾ മരച്ചുവട്ടിൽ പ്രതിഷ്ഠ ലഭിച്ചു. അങ്ങനെ വിഗ്രഹത്തിനൊപ്പം മരവും വിശുദ്ധമായി. കാലിച്ചാൻ കാഞ്ഞിരവും പൊലിയന്തറപ്പാലയും കന്നിമരത്തേക്കുമൊക്കെ ആരാധ്യമായി.

മയൂരവർമന്റെ പടയോട്ട കാലത്ത് വംശശുദ്ധി നിലനിർത്താൻ കാടുകയറിയ തുളുനാട്ടധിപന്മാരായ കൊറഗർക്കും വിജയ നഗര സാമ്രാജ്യ സ്ഥാപനം അഭയാർഥികളാക്കിയ അട്ടപ്പാടിയിലെ ഉരുളർക്കും അഭയം നൽകിയത് കുറിഞ്ഞിത്തിണയാണ്. 'തിണ'യുടെ സംസ്കാരം നിലനിർത്താനായതുകൊണ്ടു തന്നെ മുരുകൻ സ്ഥലദൈവവും ഇഷ്ടസുമ

മായി. കുറിഞ്ഞി വിശുദ്ധമാണെന്ന പ്രാചീന വിശ്വാസം ഇപ്പോഴും തുടരുന്നു.

കുറിഞ്ഞി പൂക്കുന്ന കാലം മുരുകൻ കോവിലുകളിൽ ഉത്സവമാണ്. നീലക്കുറിഞ്ഞിപ്പൂകൊണ്ടുള്ള മാലയാണത്രേ വിവാഹവേളയിൽ മുരുകൻ വള്ളിയുടെ കഴുത്തിൽ ചാർത്തിയത്. വ്യാഴവട്ടത്തിലൊരിക്കൽ മാത്രം കൺതുറക്കുന്ന നീലക്കുറിഞ്ഞിയുടേതു മാത്രമായ വസന്തകാലത്തെ മുതുവാന്മാർ ഭക്തിയോടും വിശുദ്ധിയോടും കൂടിയാണ് സ്വാഗതം ചെയ്യുന്നത്. കുറിഞ്ഞി പൂക്കുന്ന വർഷം മുതുവാ ഗ്രാമങ്ങളിൽ ആരും തന്നെ വിവാഹം കഴിക്കാറില്ല. വിവാഹം മൂലം ദമ്പതിമാർക്കുണ്ടാവുന്ന അശുദ്ധി ഒഴിവാക്കാനാണത്ര ഇത്.

ഭക്ഷണം

ആഹാരം തന്നെ ഔഷധമാക്കിയതിലൂടെ രോഗങ്ങളെ അകറ്റി നിർത്തിയവരാണ് ആദിവാസികൾ. കാട്ടുകിഴങ്ങുകൾ, ഇലകൾ, പഴങ്ങൾ, കുമിളുകൾ, മുളയരി, കാട്ടുനെല്ലുകൾ തുടങ്ങിയവയാണ് ആദിവാസിക്കു കാടു നൽകുന്ന സസ്യാഹാരം.

കാട്ടുകിഴങ്ങുകൾ

കേരളത്തിലെ ആദിവാസികൾ ഉപയോഗിക്കുന്ന കിഴങ്ങുകളിൽ എൺപതുശതമാനവും വിവിധയിനം കാട്ടുകാച്ചിലുകളാണ്. അട്ടപ്പാടിയിലെ മുഡുഗർ മാത്രം ഒൻപതു തരം കാട്ടുകാച്ചിലുകൾ ഉപയോഗിക്കുന്നുണ്ട്. പന്നിപ്പിടുക്ക് എന്നവർ വിളിക്കുന്ന ഔഷധവും ഒരു കാട്ടുകാച്ചിലിനമാണ്. മിക്ക കാച്ചിലുകളുടേയും വിളവെടുപ്പുകാലം കന്നി-തുലാം മാസങ്ങളാണ്. പെരുക്കുപോലുള്ള ചില കാച്ചിലുകൾ കുംഭം-മീനം മാസങ്ങളിലാണ് കിളച്ചെടുക്കുക. ചോലവെന്നി ചോലനായ്ക്കന്മാരെ സംബന്ധിച്ചിടത്തോളം മാംസാഹാരത്തിനു തുല്യമാണ്. മുരുക്കിൻ കിഴങ്ങ് പച്ചയ്ക്കു വേവിച്ചാൽ വിഷമാകുമെന്നതിനാൽ കഷണമാക്കി 12 മണിക്കൂർ വെള്ളത്തിൽ മുക്കി വെച്ച് വെള്ളമൂറ്റിക്കളഞ്ഞ് വീണ്ടും വേവിച്ചാണ് ഇവർ കഴിക്കുന്നത്.

കാട്ടിലകളും കാട്ടുപഴങ്ങളും

മുളങ്കൂമ്പാണ് പല ആദിവാസികളുടേയും പ്രധാന ഇലക്കറി. മുതുക്കിനില മലയർ കറി വയ്ക്കുന്നു. ചക്കരവള്ളിയിലയാണ് ചോലനായ്ക്കർ ഉപയോഗിക്കുന്നത്. കുരുമുളകിന്റെ വംശക്കാരനായ 'ലെപിയാനൂസ് അംബല്ലേറ്റ്' എന്ന ചെടി കാണിക്കാർ കറി വയ്ക്കുന്നു. പന്നൽച്ചെടിയായ 'ചുരുളി' അട്ടപ്പാടിയിലും 'പഴുതാരക്കല' നിലമ്പൂരിലും ആദിവാസികൾ കറിക്കെടുക്കുന്നു. ചിലുവ്, കാക്ക സാഗ് (മണിത്തക്കാളി) തുടങ്ങിയ കാട്ടിലകളും അട്ടപ്പാടിയിൽ ഉപയോഗിക്കുന്നുണ്ട്.

ചെറുനെല്ലിക്കയുടെ വലുപ്പത്തിൽ കായുണ്ടാവുന്ന 'കാട്ടുതക്കാളി'

അട്ടപ്പാടി ജനത ഉപയോഗിക്കുന്നുണ്ട്. മാഞ്ചുണ്ട, വിരി എന്നീ പഴങ്ങളും ഇവരെടുക്കുന്നു. പൂവം, പാലി, അത്തി, ചടവ്വി, നെല്ലി, കാട്ടുനാവലുകൾ എന്നിവയുടെ പഴങ്ങളും ഉപയോഗിക്കാറുണ്ട്.

സസ്യഭാഗങ്ങളും രോഗാതുരമായ ശരീരഭാഗവും ഔഷധ പ്രയോഗവും

സസ്യങ്ങളുടെ പൂർണമായ ബാഹ്യരൂപം പാറകളിലും മറ്റും പറ്റിപ്പിടിച്ചു വളരുന്ന ചെറുസസ്യങ്ങളായ ലൈക്കനുകൾ അവയുടെ രൂപത്തിലും ഉപയോഗത്തിലും സാമ്യത നൽകുന്നു. അട്ടപ്പാടിയിലെ ആദിവാസികൾ ഹൈഫോട്രക്കിന, സാനോപാർമേലിയ തുടങ്ങിയ ലൈക്കനുകൾ പാറയിൽ നിന്നും ചുരണ്ടിയെടുത്ത് ചുണങ്ങുവന്നാൽ എണ്ണ കാച്ചി ഉപയോഗിക്കുന്നു.

സസ്യങ്ങളുടെ വേരിന്റെ രൂപത്തിന് സാമ്യമുള്ള ചില കാട്ടറിവുകളുണ്ട്. ചിറ്റമൃതിന്റെ വായവമൂലങ്ങൾ നീണ്ട് മുടിപോലുള്ളതാണ്. ഇത് മുടിയിൽ കെട്ടിവച്ച് ഉറങ്ങിയാൽ അതുപോലെ മുടി വളരുമെന്നാണ് അട്ടപ്പാടിയിലെ മുഡുഗപെൺകുട്ടികളുടെ വിശ്വാസം.

മാംസളമായ കാണ്ഡഭാഗമുള്ള കള്ളിമുൾച്ചെടികളെ കത്താളെ എന്നാണ് ഇരുളർ വിളിക്കുന്നത്. നീരുവന്നു വീർത്ത ഭാഗങ്ങളിൽ ഇത്തരം ചെടികളുടെ തണ്ട് ചതച്ച് പുരട്ടുന്നു.

വൃക്ഷങ്ങളുടെ പരുപരുത്ത തൊലിക്കും രോഗചികിത്സയ്ക്കുമുണ്ട് ചില സാമ്യതകൾ. ചൊറി പിടിച്ചതുപോലെ നേർത്ത തൊലികൾ അടർന്നു വരുന്ന രൂപത്തിലുള്ള കടലാവണക്കിന്റെ തൊലി ചൊറി, ചിരങ്ങ് എന്നിവയ്ക്ക് ചതച്ചരച്ചു പുരട്ടുന്നത് ഇരുളരുടെ ഇടയിൽ സർവസാധാരണമാണ്.

പട്ടിച്ചെവി എന്നറിയപ്പെടുന്ന പന്നലിന്റെ ഇലയ്ക്ക് പട്ടിയുടെ ചെവിയുടെ ആകൃതിയായതിനാലാണത്രേ പട്ടികടിച്ചാൽ ഇടുക്കിയിലെ മുതുവാന്മാർ കടിയേറ്റ ഭാഗത്ത് ഈ സസ്യം സമൂലം അരച്ച് പുരട്ടുന്നത്.

ചെമ്പർ വർഗത്തിലുള്ള സസ്യങ്ങൾക്കെല്ലാം പാമ്പിന്റെ ഫണത്തിനുതുല്യമായ ആകൃതിയിലുള്ള പൂക്കളാണ്. കീരിക്കിഴങ്ങ്, പാമ്പിൻ കിഴങ്ങ്, ശൂലിക്കിഴങ്ങ് എന്നീ പേരുകളിലറിയപ്പെടുന്ന സസ്യങ്ങൾ വിഷഹാരിയായി ഉപയോഗിക്കുന്നു.

കല്ലുവാഴപ്പഴത്തിലുള്ള കല്ലുകൾ (വിത്ത്) സേവിക്കുന്നത് മൂത്രക്കല്ലു സുഖപ്പെടുത്തുമെന്ന് മുഡുഗർ വിശ്വസിക്കുന്നു. വിര പിരിഞ്ഞിക്കുന്നതുപോലുള്ള കായ്കൾ ഉള്ള ഇടംപിരിവലംപിരിയുടെ വിത്ത് വിരശല്യത്തിന് ഉത്തമമാണെന്ന് അട്ടപ്പാടിയിലെ ആദിവാസികൾ പറയുന്നു. കൊന്നയുടെ കായ്കൾക്കും മൂലക്കുരുവിനുമുള്ള സാമ്യവും തത്തുല്യമായ ചികിത്സയ്ക്ക് ഇരുളരുടെ ഇടയിൽ പ്രചാരം കൊടുത്തു.

വയറുവേദന, വയറെരിച്ചിൽ എന്നിവ ഉണ്ടാകുന്നത് വയറ്റിൽ പിശാചുബാധയും കൃമി കീടങ്ങളും ഉള്ളതുകൊണ്ടാണെന്നു വിശ്വസിക്കുന്ന ആദിവാസികൾ എരിവോടുകൂടിയ ഔഷധങ്ങൾ സേവിക്കുന്നു. കാട്ടുകുരുമുളക്, കാട്ടിഞ്ചി, കാട്ടുതിപ്പലി എന്നിവ വയറ്റിൽ ചെന്നാൽ കൃമി കീടങ്ങളെയും പുഴുക്കളെയും കൊന്നൊടുക്കുമെന്ന് അവർ വിശ്വസിക്കുന്നു.

വംശീയ വൈദ്യം

ഏതെങ്കിലുമൊരു വിശ്വാസത്തിലധിഷ്ഠിതമായി പരമ്പരാഗത രീതിയിൽ നടന്നുവരുന്ന ക്രിയകളെ ആചാരമെന്നു വിളിക്കുന്നു. വിശ്വാസമാണു നാടോടി വൈദ്യത്തിന് അടിസ്ഥാനം. അതുകൊണ്ടുതന്നെ ഇത് ഒരാചാരം കൂടിയാവുന്നു.

വംശീയ വൈദ്യം

1. കയ്യറുപ്പൻ - കണ്ണിൽ മുറിഞ്ഞാൽ മുലപ്പാൽ ചേർത്ത് ഇറ്റിക്കുന്നു.
2. പാതാളപ്പെട്ടി- വയറ്റിൽ നിന്നും കഫം വരുന്നതിന്
3. പൊക്കണം - പേപ്പട്ടി വിഷത്തിന് അരിക്കാടിയിൽ ചേർത്ത് കൊടുക്കുന്നു.
4. കവണ - ചുട്ടുകരിച്ച് തീപ്പൊള്ളലിന്
5. ചുള്ളി - കുട്ടികളുടെ മൂക്കടപ്പിന് തണ്ടു പിഴിഞ്ഞു തേക്കുക.

ചെടിക്ക് അതുപയോഗിക്കുന്ന രോഗത്തിന്റെ പേരുള്ളവ

1. തീവേക്ക് കിഴങ്ങ് : അട്ടപ്പാടിയിൽ തീവേക്കിന് (പൊള്ളലിന്) എടുക്കുന്നു.
2. പനിശൊപ്പ് - (പാണൽ) പണിയർ പനിക്ക് ഉപയോഗിക്കുന്നു.
3. കുരമടക്കി - (ആടലോടകം) കുറിച്യർ ചുമയ്ക്ക് എടുക്കുന്നു.
4. ഹേമദണ്ഡപച്ച : കാണിക്കാർ ക്ഷയത്തിനും ഇടി, ചതവ് എന്നിവയ്ക്ക് ഉണക്കലരിയിൽ വേവിച്ചും ഉപയോഗിക്കുന്നു.

പഴുതാരക്കാലി: കൽക്കുളത്തെ കാട്ടുനായ്ക്കർ പന്നൽ വർഗത്തിലെ ഈ ചെടി പഴുതാര വിഷത്തിനെടുക്കുന്നു.

വളർത്തു പൂച്ചയ്ക്കു കുഞ്ഞുങ്ങളുണ്ടാവാതിരിക്കാൻ: നക്ക പുല്ലു വിത്ത് പൊടിച്ചു കൊടുക്കുന്നു.

തലവേദനയ്ക്ക് : കൊടിഞ്ഞിക്കായയും അരച്ചിടുന്നു.

കണ്ണിലെ മുറിവിന് : കുളക്കോഴി തണ്ടു ചതച്ച് തലയിൽ തേക്കുന്നു.

കുട്ടികളുടെ മൂക്കൊലിപ്പിന് : ചുള്ളിത്തണ്ടു പിഴിഞ്ഞ് നീര് തലയിൽ തേക്കുന്നു.

പൊള്ളലിന് : കൊങ്ങിണി നീരും വെളിച്ചെണ്ണയും ചേർത്ത് പൊള്ളലിന് പുരട്ടുന്നു.

വെട്ടുമുറിവിന് : കമ്യൂണിസ്റ്റു പച്ചയും ചുണ്ണാമ്പും ചേർത്തു പിഴിഞ്ഞ് നീരെടുത്ത് പുരട്ടുന്നു.

വിഷചികിത്സ

അണലി വിഷത്തിന്- കയ്പനരഞ്ചി അണലി വിഷത്തിനുപയോഗിക്കുന്നു.

പാമ്പുവിഷത്തിന് - അണലിവേഗവും പടം ചുരുക്കിയും അരച്ച് പാലിൽ കഴിക്കുന്നു. അണലിവേഗത്തിന്റെ കീഴിലെത്തിപ്പെടുന്ന പാമ്പുകൾ ചത്തുപോകുമെന്നും വിശ്വസിക്കുന്നു. പടം ചുരുക്കി മണപ്പിച്ചാൽ പാമ്പ് പമ്പകടക്കുമെന്നും മലയർ വിശ്വസിക്കുന്നു. കാണിക്കാരുടെ മൃതസഞ്ജീവനിയാണ് പാലകൻ.

5

ദശപുഷ്പങ്ങൾ

കെ യു ഹരിദാസ്

നാടോടി വൈദ്യം എന്ന വിഷയത്തിലൂടെ ഒരു ജനതയുടെ മാന സികതലവും പ്രകൃതിയും മനുഷ്യനും തമ്മിലും മനുഷ്യനും അഭൗമശ ക്തികൾ തമ്മിലും ഉള്ള ബന്ധത്തെപ്പറ്റി ജനത്തിനുള്ള ബോധപൂർവവും ബോധാതീതവുമായ ധാരണ എന്താണന്ന് മനസിലാക്കാൻ കഴിയുന്ന താണ്. എല്ലാവർക്കും അറിയാവുന്നതും, എല്ലാവരും പ്രയോഗിച്ചു വരു ന്നതുമായ ചികിത്സാരീതികളുണ്ട് നാടൻ വൈദ്യത്തിൽ. രോഗം വന്ന തിനുശേഷം ഇല്ലാതാക്കുന്നതാണ് ഒരു രീതി. രോഗം വരാതിരി ക്കാൻവേണ്ടി ചികിത്സിക്കുന്നതാണ് മറ്റൊന്ന്. ഇതെല്ലാം പ്രധാനമായും കൈകാര്യം ചെയ്തിരുന്നത് വീട്ടമ്മമാരാണ്. എന്നാൽ പിന്നീട് വൈദ്യ ശാലകൾ ഇവ ഏറ്റെടുത്ത് ചെയ്യാൻ തുടങ്ങി. ഇങ്ങനെ കേരളത്തിലെ നാടോടി വൈദ്യത്തിൽ നിന്ന് വ്യത്യസ്തമായി ജനകീയ വൈദ്യം എന്നു വിളിക്കാവുന്ന മറ്റൊരു രീതിയിലുള്ളതാണ് ആയുർവേദം. അലോപ്പതി ചികിത്സ വന്നതിനുശേഷം ഇത് നാട്ടുവൈദ്യം എന്ന പേരിൽ അറിയപ്പെ ടുന്നു. എങ്കിലും ചില നാടൻ ചികിത്സകൾ ആയുർവേദത്തിൽപ്പെടുന്നില്ല എന്നുകൂടി വ്യക്തമാക്കുന്നതാണ് ഇവയുടെ പ്രയോഗം. പണ്ട് കാലത്ത് പനി വന്നാൽ കഷായം ഉണ്ടാക്കി കഴിക്കുന്നു. നമ്മുടെ ചുറ്റുപാടിൽ നിന്ന് കിട്ടുന്ന ഔഷധ ച്ചെടികൾ ഉപയോഗിച്ച് അടുക്കളയിലെ അയമോദകം, ജീരകം, ചുക്ക് എന്നിവ കൂട്ടി കഷായം ഉണ്ടാക്കുന്നു. ഇത് ആയുർവേദചി കിത്സയല്ല. നാടൻ ചികിത്സയാണ്. അടുക്കളത്തോട്ടത്തിലെ ഔഷധച്ചെടി കളെ കുറിച്ച് പ്രതിപാദിക്കുന്നതാണ് ഈ ചെറിയ പ്രബന്ധം.

ആയുർവേദത്തിൽ "ദശപുഷ്പം" എന്നു പറയുന്നത് ഔഷധ വീര്യ മുള്ള പത്ത് ചെടികളാണ്. ഈ ഔഷധച്ചെടികൾ രോഗപ്രതിരോധ

ത്തിനും, രോഗം വന്നതിനുശേഷം ചികിത്സിക്കാനും ഉപയോഗിക്കുന്നു. കളരി ചികിത്സയിൽ വളരെ പ്രാധാന്യം കൊടുക്കുന്ന ചെടികളാണ് "ദശ പുഷ്പം." ദശപുഷ്പങ്ങൾക്ക് പത്ത് തരത്തിലുള്ള ദേവതകളെയും ദേവ ന്മാരെയും പ്രതിനിധാനം ചെയ്യുന്നുണ്ട് . അതുകൊണ്ട് തന്നെ രാമായണ മാസങ്ങളിൽ സ്ത്രീകൾ ദശപുഷ്പം ചൂടാറുണ്ട്. പത്ത് ചെടികൾ ചുവടെ ചേർക്കുന്നു.

1. കറുക (Botanical Name :- Cynodon dactylon)

ഇതിന്റെ ദേവൻ ആദിത്യൻ ആണ്. കറുക ഉപയോഗിക്കുന്നത് സമൂ ലമാണ്. കറുകപുല്ല് സമൂലം എടുത്ത് കഴുകി ഉണക്കിപ്പൊടിച്ച് നസ്യം ചെയ്താൽ മൂക്കിലൂടെയുള്ള രക്തപ്രവാഹം നിലയ്ക്കും.

മുറിവുകളിൽ രക്തം ഉണ്ടാവുമ്പോൾ കറുക അരച്ചുവച്ചുകെട്ടിയാൽ രക്തപ്രവാഹം കുറയുന്നു. ഉന്മാദം, അപസ്മാരം, മാനസിക രോഗം എന്നി വയ്ക്ക് കറുകനീര് ഔഷധമാണ്. കറുകയുടെ നീര് നാഡികൾക്ക് ബല മുണ്ടാക്കുന്നു. പ്രസവിച്ച സ്ത്രീകൾ കൂവളം, കറുക എന്നിവ കഴിച്ചാൽ അവർക്ക് ഉണ്ടാവുന്ന കുട്ടികൾക്ക് "കോങ്കണ്ണ്" മാറി കിട്ടും.

2. മുക്കുറ്റി (Botanical Name:- Biophytum Sensitivum)

ഇതിന്റെ ദേവത പാർവതിയാണ്. സമൂലമാണ് ഇത് പ്രയോഗിക്കാറ്. മുക്കൂറ്റിയുടെ ഇല അരച്ച് മോരിൽ കലക്കി കുടിച്ചാൽ വയറിളക്കം മാറി കിട്ടും മുക്കുറ്റിയുടെ ഇല അരച്ച് മുറിവിൽ പുരട്ടിയാൽ മുറിവ് എളുപ്പം ഉണങ്ങും. മുക്കുറ്റി തേനിൽ ചേർത്ത് കഴിക്കാമെങ്കിൽ ചുമ, കഫകെട്ട് എന്നിവ ശമിക്കും.

പ്രസവാനന്തരം ഗർഭപാത്രം ശുദ്ധിയാക്കുന്നതിന്, മുക്കുറ്റിയുടെ ഇല ശർക്കരയും ചേർത്ത് കുറുക്കി കഴിച്ചാൽ മതി.

മുക്കുറ്റിയുടെ ഇലയും പറങ്കിമാവിന്റെ തൊലിയും അരച്ച് തേച്ചാൽ ശരീരത്തിലുണ്ടാകുന്ന വെള്ളപ്പാടുകൾ മാറി കിട്ടും.

3. മുയൽ ചെവിയൻ (Botanical Name : Emilia Sonchifolia)

കാമദേവൻ ആണ് ഇതിലെ ദേവൻ. മുയൽച്ചെവി സമൂലമായി ഉപ യോഗിച്ചുവരുന്നു. ഇലകൾ മാത്രമെടുത്ത് നല്ലതുപോലെ കഴുകിച്ചതച്ച് നീര് അൽപ്പംപോലും കരടില്ലാതെ അരിച്ചെടുത്ത് കണ്ണിൽ ഒഴിക്കുകയാ ണെങ്കിൽ കണ്ണിലെ അസുഖങ്ങൾ മാറുന്നു. മുയൽച്ചെവിയൻ ഇല പച്ച കഴുകിത്തുടച്ചശേഷം ഉപ്പുകല്ലുകൂട്ടി ഞവിടി കിട്ടുന്നനീര് ടോൺസ് ലൈറ്റിസ് ഉള്ള ഭാഗത്തു പുരട്ടിയാൽ ശമനം കിട്ടുന്നു. മുയൽച്ചെവിയൻ സമൂലം ഇട്ട് വെള്ളം തിളപ്പിച്ച് കുടിച്ചാൽ പനി ശമിക്കും. ഉദരവിരയ്ക്കും ശമനമുണ്ടാവും.

4. വിഷ്ണുക്രാന്തി (Botanical Name :- Evolvalus Alsinoides)

ശ്രീകൃഷ്ണനാണ് ഇതിലെ ദേവൻ. വിഷ്ണുക്രാന്തി ഇടിച്ചു പിഴിഞ്ഞ് 5 മി ലി, 10 മി ലി നെയ്യ് ചേർത്ത് ദിവസവും രണ്ടുനേരം എന്ന കണക്കിൽ ഉപയോഗിച്ചാൽ ബുദ്ധിമാന്ദ്യം, ഓർമക്കുറവ് എന്നിവ ഇല്ലാതാക്കുന്നു.

നീര് കുടിച്ചാൽ ബുദ്ധിശക്തി വർധിക്കും, തലമുടി വർധിപ്പിക്കും, വിഷ്ണു ക്രാന്തി സമൂലം 25 ഗ്രാം, 200 മി ലി വെള്ളത്തിൽ കഷായം വെച്ച് 50 മി മി ആക്കി വറ്റിച്ച് 25 മി മി രാവിലെയും വൈകിട്ടും തുടർന്ന് 7 ദിവസം കഴിച്ചാൽ പനികുറയ്ക്കും രക്തശുദ്ധിയുണ്ടാക്കും.

5. പൂവാങ്കുറുന്നില അല്ലെങ്കിൽ പൂവാങ്കുറുന്തൽ (Botanical Name :- Vernonia Cineria)

പൂവാങ്കുറുന്തൽ സമൂലം തിളപ്പിച്ച് ആറിയ വെള്ളം കുടിച്ചാൽ എത്ര കഠിനമായ പനിയും മാറിക്കിട്ടും. അതുപോലെ ശരീരത്തിലെ താപം കുറയ്ക്കുന്നു, രക്തശുദ്ധി ഉണ്ടാക്കുന്നു. പൂവാങ്കുറുന്തല നീര് അരിച്ചെടുത്ത് കണ്ണിൽ ഒഴിച്ചാൽ കണ്ണിലെ അസുഖങ്ങൾ മാറിക്കിട്ടും. പൂവാങ്കുറുന്തല നീരും ചന്ദനവും പാലിൽ ചതച്ചിട്ട് ആ പാൽ കണ്ണിൽ ഒഴിച്ചാൽ കണ്ണിലെ ചെങ്കണ്ണ് മാറിക്കിട്ടും. പൂവാങ്കുറുന്തല സമൂലം കാട്ടുതുളസി, പേരയ്ക്ക ഇല, കരിനൊച്ചി ഇവയോടൊപ്പം തിളപ്പിച്ച് ആ ആവികൊണ്ടാൽ എത്ര വലിയ പനിയും മാറിക്കിട്ടും, തൊണ്ടയടപ്പ് രോഗവും ഇതുമൂലം ഒഴിവാകുന്നു.

6. നിലപ്പന:- (Botanical Name:- Curculigo orchioids)

മൂലകാണ്ഡമാണ് (Root stock) ഉപയോഗിക്കുന്നത്. ഭൂമിദേവിയാണ് ദേവത. 3 ഗ്രാം മുതൽ 6 ഗ്രാം വരെ വേര് ഉണക്കിപ്പൊടിച്ച് പൊടി തേനിൽ ചേർത്തോ പാലിൽ കലക്കിയോ ദിവസം രണ്ടു നേരം വീതം ഉപയോഗിച്ചാൽ സ്ത്രീകളിലെ വെള്ളപോക്ക്, മൂത്രച്ചൂട്, പുരുഷന്മാരിലെ ലൈംഗിക ദൗർബല്യം എന്നിവ ശമിപ്പിക്കും. മഞ്ഞപ്പിത്തത്തിന് പാലിൽ കലക്കി 3 മുതൽ 6 ഗ്രാം വരെ രണ്ടു നേരം കുടിച്ചാൽ രോഗം മാറിക്കിട്ടും. നിലപ്പന വലിയ വിഷഹാരിയാണ്.

7. ഉഴിഞ്ഞ (Botanical Name: Cardiospermum Halicacabum)

ദേവൻ ഇന്ദ്രൻ ആണ്. ചെടി സമൂലം ഉപയോഗിക്കുന്നു. വാതരോഗത്തിന് ഉഴിഞ്ഞ കഷായം വെച്ച് കഴിക്കുന്നു. പനി ശമിപ്പിക്കുന്നു. ഉഴിഞ്ഞ ഇല വെള്ളത്തിലിട്ട് ഞവിടി ആ വെള്ളംകൊണ്ട് തലമുടി കഴുകിയാൽ

മുടിശുദ്ധിയാവുന്നു. ആർത്തവതടസം ദൂരീകരിക്കുന്നതിന് ഇല വറുത്ത് അരച്ച് കുഴമ്പാക്കി അടിവയറ്റിൽ പുരട്ടിയാൽ മതിയാകും.

വൃഷ്ണ വീക്കം മാറാൻ ഉഴിഞ്ഞയുടെ ഇല അരച്ച് ലേപനം ചെയ്താൽ മതി. ഉഴിഞ്ഞ ഇല ആവണക്കെണ്ണയിൽ വേവിച്ച് അരച്ചുപുരട്ടിയാൽ വാതം, നീര്, സന്ധികളിലുണ്ടാകുന്ന വേദനയോടുകുടിയ നീര് എന്നിവ ശമിപ്പിക്കുന്നു.

8. കയ്യോന്നി (Botanical Name :Eclipta Alba)

ദേവൻ ശിവൻ ആണ്. ചെടി സമൂലം ഉപയോഗിക്കുന്നു. കഫവാത രോഗങ്ങൾ ശമിപ്പിക്കുന്നു. വേദനകുറയ്ക്കുന്നു. മുടിവളരാൻ സഹായിക്കുന്നു. വ്രണത്തെ ശുദ്ധീകരിക്കുന്നു. കാഴ്ചശക്തി വർധിപ്പിക്കുന്നു. കയ്യോന്നി സമൂലം അരച്ചു പിഴിഞ്ഞ നീര് എന്നും രാവിലെ കഴിക്കാമെങ്കിൽ പ്ലീഹ കരൾ എന്നീ അവയവങ്ങൾക്കുള്ള വീക്കം ശമിപ്പിക്കുന്നു. മഞ്ഞപ്പിത്തം, നിശാന്ധത എന്നീ അസുഖങ്ങൾ ശമിപ്പിക്കുന്നു. കയ്യോന്നി ഇടിച്ചു പിഴിഞ്ഞനീരിൽ കൽക്കമാക്കി ച്ചേർത്ത് എള്ളെണ്ണയിൽ വിധിപ്രകാരം കാച്ചി അരിച്ചെടുത്ത് എണ്ണ പതിവായി തലയിൽ പുരട്ടിയാൽ മുടികൊഴിച്ചിൽ ഒഴിവാക്കുകയും മുടി ധാരാളമായി വളരുകയും ചെയ്യുന്നു.

9. ചെറൂള (Botanical Name : Aerva Ianatu)

ഇതിലെ ദേവൻ യമധർമനാണ്. സമൂലമാണ് ഉപയോഗിക്കുന്നത് എങ്കിലും വേരാണ് അധികം ഉപയോഗിക്കുന്നത്. ബലിയിടാൻ ചെറൂള ഉപയോഗിക്കാറുണ്ട്. ചെറൂള കഷായം വെച്ചുകഴിച്ചാൽ മൂത്രാശയക്കല്ല് ദ്രവിച്ച് പോകുന്നു. ഗർഭകാലത്തെ രക്തസ്രാവം ശമിപ്പിക്കുന്നു. ചെറൂള തേങ്ങാപ്പാലിൽ അരച്ച് തുണിയിൽ കെട്ടി ഒട്ടിച്ചാൽ നീര് മാറി കിട്ടും. കളരി മർമ ചികിത്സയിൽ ചെറൂള വളരെ ഉപയോഗമുള്ളതാണ്.

10. തിരുതാളി (Epomia Cepiyeria)

തിരുതാളിയുടെ ദേവത ശ്രീ ഭഗവതിയാണ്. ഫലം ഐശ്വര്യവും കുട്ടികൾ ഇല്ലാത്തവർക്ക് സന്താനഭാഗ്യം ഉണ്ടാകുന്നതിന് തിരുതാളി ഇല കഷായം വെച്ച് കൊടുക്കുന്നു. തിരുതാളി ഇലയാണ് കൂടുതലായി ഉപയോഗിക്കാറ്. ഗർഭാശയരോഗങ്ങൾ ശമിപ്പിക്കാനും ഇതിന് കഴിയും.

കളരി മർമ ചികിത്സയിൽ മരുന്നുകഞ്ഞിയിൽ ദശപുഷ്പങ്ങൾ ചേർക്കാറുണ്ട്. ഇതിന് അനുബന്ധമായി പല ഔഷധച്ചെടികൾ ഉപയോഗിക്കുമെങ്കിലും ദശപുഷ്പത്തിന്റെ സ്ഥാനം ഗണനീയമാണ്. ആയുർവേദ ചികിത്സയിലും, നാടൻ ചികിത്സാരംഗത്തും "ദശപുഷ്പങ്ങൾ " ഉപയോഗിക്കുന്നത് സർവസാധാരണമാണ്.

6

കളരി മർമചികിത്സ

കെ യു ഹരിദാസ്

ലോക ആയോധന സമ്പ്രദായങ്ങളിൽ പ്രഥമ സ്ഥാനം വഹിക്കുന്നതാണ് കളരിപ്പയറ്റ്. കേരളോൽപ്പത്തിയോട് അനുബന്ധിച്ച് ഉണ്ടായതാണ് കളരിപ്പയറ്റെന്നാണ് ഐതിഹ്യം. പരശുരാമൻ ബ്രാഹ്മണർക്ക് ദാനം

ചെയ്ത കേരള നാടിന്റെ രക്ഷയ്ക്കായി അവർക്ക് ആയോധന വിദ്യകളും ഉപദേശിച്ചു എന്നാണ് വിശ്വാസം.

"തട്ടിവീഴ്ത്തുക, തൊട്ടുണർത്തുക" തുടങ്ങിയ ചില കൊച്ചുകൈ സമ്പ്രദായങ്ങൾ അടങ്ങിയിരിക്കുന്ന ഒരു രഹസ്യ വിദ്യയാണ് കളരിപ്പയറ്റ്. കളരിയിൽ ഗുരുപ്രീതി, ഗുരുസ്നേഹം മുതലായവ വേണം. എല്ലാം പഠിച്ചതിനുശേഷം ഗുരുവിനോട് അനുഗ്രഹം തേടണം. എങ്കിൽ മാത്രമേ ഈ വിദ്യകൾ മറ്റുള്ളവരിൽ പ്രയോഗിക്കാൻ കഴിയുകയുള്ളു.

അടി, ഇടി, വീഴ്ച, ഒടിയുക, പൊട്ടുക എന്നിവയ്ക്ക് ഉഴിച്ചിൽ (തിരുമ്മൽ) (കൈ ഉഴിച്ചിൽ, കാൽ ഉഴിച്ചിൽ,) ആണ് ചികിത്സ.

കളരിചികിത്സാ സമ്പ്രദായത്തിൽ മർമത്തിന് വളരെ പ്രാധാന്യമുണ്ട്. എന്താണ് മർമം? ആഘാതഫലമായി ജീവഹാനിയോ അംഗവൈകല്യമോ അസഹനീയ വേദനയോ ഉണ്ടാക്കുവാൻ കഴിവുള്ള പ്രാണകേന്ദ്രങ്ങളാണ് മർമങ്ങൾ. മാംസ-സിരാ-സ്നായു-അസ്ഥികളുടെ സംഗമസ്ഥാനങ്ങളും കൂടിയാണിവ. ഓരോ മർമങ്ങൾക്കും അതിന്റേതായ ഭാഗങ്ങളിൽ ഏൽക്കുന്ന ആഘാതത്തിന്റെ ശക്തിയും വ്യാപ്തിയും അനുസരിച്ചായിരിക്കും അനന്തരഫലങ്ങളുടെ ഏറ്റക്കുറച്ചിലുകൾ.

കളരി ചികിത്സ

കളരിയിൽ ശരീരപുഷ്ടിക്കും, ധാതുക്ഷയത്തിനും ഭംഗം, ക്ഷതം, നാഡീരോഗങ്ങൾ, വാതരോഗങ്ങൾ മുതലായവയ്ക്കും പ്രത്യേക രീതിയിൽ ഉള്ള ഉഴിച്ചിൽ ഉണ്ട്. ദേഹത്തിൽ ചില ഭാഗങ്ങളിൽ മാത്രം ചെയ്യുന്ന ഉഴിച്ചിലിന് ആംശികമെന്നും, എല്ലാ ഭാഗങ്ങളിലും ചെയ്യുന്ന ഉഴിച്ചിലിന് സാർവാംഗികം എന്നും പറയുന്നു. ആദ്യത്തേതിന് 20 മുതൽ 30 വരെ മിനിട്ടും സാർവാംഗികത്തിന് ഒന്നു മുതൽ ഒന്നരമണിക്കൂർ വരെയും സമയം എടുക്കാവുന്നതാണ്.

മധ്യാഹ്നത്തിന് മുമ്പാണ് ഉഴിച്ചിൽ ചെയ്യുന്നതിന് പറ്റിയ സമയമെങ്കിലും ചില പ്രത്യേക പരിതസ്ഥിതിയിൽ സൗകര്യത്തിനനുസരിച്ച് വൈകുന്നേരം നാലുമണിക്കും, ആറുമണിക്കും ഇടയിലായി ഉഴിച്ചിൽ ചെയ്യാവുന്നതാണ്. ഭക്ഷണം കഴിച്ചയുടൻ ഉഴിച്ചിൽ ചെയ്യുന്നത് ആരോഗ്യത്തിന് ഹാനികരമാണ്. ഉഴിച്ചിൽ കാലങ്ങളിൽ ശരീരത്തിന് പൂർണമായ വിശ്രമം ആവശ്യമാണ്. അതുപോലെ ഉഴിച്ചിൽ കഴിഞ്ഞ് അത്രയും ദിവസം കൂടി പഥ്യാചരണത്തോട് കൂടിയിരിക്കണമെന്ന് വിധിയുണ്ട്.

കൈതിരുമ്മ്, കാൽത്തിരുമ്മ് (ചവിട്ടിത്തിരുമ്മ്) കിഴിത്തിരുമ്മ്, രക്ഷ, കച്ച എന്നിവയാണ് പാരമ്പര്യമായ സാധാരണ തിരുമ്മുകൾ.

കൈത്തിരുമ്മ്:-

കടത്തനാടൻ പ്രദേശങ്ങളിൽ കൊച്ചുകുട്ടികൾക്കും വൃദ്ധന്മാർക്കും യോജ്യമായ തൈലങ്ങൾ കൊണ്ട് കൈകൾ ഉപയോഗിച്ച് ലാഘവത്തോടെ തിരുമ്മുന്നതാണ് കൈത്തിരുമ്മ്. എന്നാൽ തെക്കോട്ട് കൈകൊണ്ടുള്ള തിരുമ്മ് കളരിയിൽ നിൽക്കുന്ന തരത്തിൽ വലിഞ്ഞമർന്ന്

രോഗിയെ കമഴ്ത്തിക്കിടത്തി കുണ്ഡലിയിൽ നിന്ന് രോഗിയുടെ ഭാരം അനുസരിച്ച്, ഘനം താരതമ്യപ്പെടുത്തി ഉഴിയുന്നു. മർമ്മ സ്ഥാനങ്ങളിൽ കൈ അമരാതെ വളരെ ശ്രദ്ധയോടെ ഉഴിയുന്ന രീതിയാണത്. കളരിപ്പയറ്റ് പരിശീലിച്ച ഒരാളിന് മാത്രമെ കൈ തിരുമ്മ് നടത്താൻ കഴിയുകയുള്ളൂ. കൈതിരുമ്മ് ഏകദേശം ഒരു മണിക്കൂർവേണ്ടിവരും. പാരമ്പര്യമായ രീതിയിൽ പായയിൽ കിടത്തിയാണ് ഉഴിച്ചിൽ നടത്തുന്നത്. മാവിൻ പലകയുടെ മുകളിൽ കിടത്തിയും വേണമെങ്കിൽ ഉഴിച്ചിൽ നടത്താം. തൈലവും, കുഴമ്പും തേച്ചുള്ള ഉഴിച്ചിൽ കേരളത്തിന്റെ പ്രത്യേകതയാണ്. ഓരോ പ്രായക്കാർക്കും പലതരത്തിലുള്ള തൈലങ്ങൾ തേയ്ക്കാറുണ്ട്. കുട്ടികൾ, വൃദ്ധന്മാർ എന്നിവർക്ക് സാധാരണയായി, പിള്ളതൈലം, ധന്വന്തരം എന്നിവ ഉപയോഗിക്കുന്നു ചെറുപ്പക്കാർക്ക് അശ്വഗന്ധാതി തൈലം, ബലാശ്വഗന്ധാതിതൈലം എന്നിവ ഉപയോഗിച്ച് വരുന്നു. വയസായവർക്ക് സഹചരാദിതൈലം, വലിയ നാരായണ തൈലം എന്നിവ ഉപയോഗിക്കുന്നു

കാൽതിരുമ്മ്: (ചവിട്ടിത്തിരുമ്മ്)

ആരോഗ്യവാന്മാർക്കും, കായികാഭ്യാസികൾക്കും കളരിപ്പയറ്റ് പരിശീലിക്കുന്നവർക്ക് മെയ്യ് വഴക്കത്തിനും, കാര്യമായ പരിക്കുകൾ ഏറ്റവർക്കും രോഗസ്വഭാവത്തിനനുസരിച്ച് തൈലങ്ങൾ ഉപയോഗിച്ച് കാൽപ്പാദങ്ങൾ കൊണ്ട് രോഗിയുടെ ശരീരത്തെ വേണ്ടും വണ്ണം മർദിച്ച് തിരുമ്മുന്നു.

കിഴിത്തിരുമ്മ്:

ധാന്യക്കിഴി, ഇലക്കിഴി തുടങ്ങിയ കിഴി പ്രയോഗങ്ങൾ അടങ്ങിയ ചികിത്സാ സമ്പ്രദായമാണിത്. യോഗ്യമായ ഇലകൾ അരിഞ്ഞ് ഒരു തുണിയിൽ കെട്ടി ആവശ്യമായ തൈലത്തിൽ മുക്കി ചൂടാക്കി രോഗിയുടെ കേടുപറ്റിയ ശരീരഭാഗങ്ങളിൽ പ്രയോഗിക്കുന്നു. ഇലക്കിഴിക്ക് ആവശ്യമായ ചെടികൾ ഉമ്മത്തിന്റെ ഇല, മുളങ്കൂമ്പ്, മുരിങ്ങയില, കരിതെച്ചിയുടെ ഇല, എരുക്കിൻ ഇല, ചെറുള്ള എന്നിവയാണ്.

വാതസംബന്ധമായ എല്ലാ രോഗത്തിനും ഇലക്കിഴികൾ ഉപ

ചവിട്ടിത്തിരുമ്മ്

യോഗിക്കാറുണ്ട്. പലതരത്തിലുള്ള ധാന്യങ്ങൾ പാകം ചെയ്ത് കിഴി യാക്കി ചെയ്യുന്നതാണ് ധാന്യക്കിഴി. ഇവയെല്ലാം നാഡിഞരമ്പുകൾക്കും മാംസപേശികൾക്കും ദോഷകോപത്തെ മാറ്റി പുത്തനുണർവ് പ്രദാനം ചെയ്യുന്നു.

ഉമ്മിക്കിഴി:-

ധാന്യങ്ങൾ പൊടിച്ച് ഉണ്ടാക്കുന്ന ഉമ്മി ഉപയോഗിച്ച് കിഴി വയ്ക്കുന്നു. തണുത്ത ശരീരത്തെ ചൂടുള്ളതാക്കി തീർക്കാൻ വേണ്ടിയാണ് ഉമ്മിക്കിഴി ഉപയോഗിക്കുന്നത്.

മുതിര, പയർപ്പൊടി, കടലപ്പൊടി മുതലായവകൊണ്ട് തിരുമ്മ് നടത്താറുണ്ട്, ശരീരത്തിലെ കൊഴുപ്പ് കളയാൻ വേണ്ടിയാണ് ഇത്തരത്തിലുള്ള പൊടികൾ ശരീരഭാഗങ്ങളിൽ തേക്കാറുള്ളത്. എണ്ണതേച്ച് വ്യായാമം ചെയ്ത് വിയർക്കുമ്പോൾ കൈകൊണ്ടോ കാൽ കൊണ്ടോ ശരീരം മുഴുവൻ തിരുമ്മുക എന്നത് ആരോഗ്യസംരക്ഷണത്തിന് വളരെ ഗുണകരമാണ്. കഴപ്പ്, വേദന, തരിപ്പ് എന്നിവയ്ക്ക് തദനുസാരികളായ എണ്ണയോ കുഴമ്പോ ശരീരത്തിൽ പുരട്ടിയശേഷം തിരുമ്മുന്നത് നല്ലതാണ്.

സംവാഹനം (തലോടൽ) സമ്മർദനം (അമർത്തിത്തടവൽ) ഉദ്വർത്തനം (മോലോട്ടും കീഴോട്ടും തേച്ചു തിരുമ്മൽ) എന്നിങ്ങനെ ഉഴിച്ചിൽ പലവിധത്തിലുണ്ട്.

മർമ ചികിത്സ:-

മനുഷ്യശരീരത്തിൽ അംഗങ്ങളെയും പ്രത്യംഗങ്ങളെയും ആശ്രയിച്ച് 107 മർമങ്ങൾ ഉണ്ടെന്ന് പറയപ്പെടുന്നു.

രണ്ടു കാലുകളിലും കൈകളിലും കൂടി 44 എണ്ണവും ഉദരത്തിൽ 3 ഉം മാറിടത്തിൽ 9 ഉം പൃഷ്ഠത്തിൽ 14 ഉം കഴുത്തുമുതൽ മേലോട്ട് 37 ഉം ആയാണ് സ്ഥിതിചെയ്യുന്നത്.

ത്രിദോഷങ്ങളെയും (കഫം, പിത്തം,വാതം) രക്തത്തേയും വഹിക്കുന്ന സ്രോതസുകൾ മർമ സ്ഥാനങ്ങളുമായി ബന്ധപ്പെട്ടിരിക്കുന്നതിനാൽ ആഘാതഫലമായി ദോഷകോപവും, ധാതുക്ഷയവും ഉണ്ടാവുന്നു. സിരാമർമങ്ങൾ 41, സ്നായുമർമങ്ങൾ 27, അസ്ഥിമർമങ്ങൾ 8, സന്ധിമർമങ്ങൾ 20, മാംസമർമങ്ങൾ 11 എന്നിങ്ങനെ 107 മർമ സ്ഥാനങ്ങൾ.

ആഘാതമേറ്റാൽ ഏഴ് ദിവസത്തിനിടയിൽ മരണം സംഭവിക്കുന്ന വിഭാഗത്തെ പ്രാണ ഹരണ മർമങ്ങൾ എന്നും 14 ദിവസത്തിനകം മരണം സംഭവിക്കുന്നവയെ കാലാന്തര പ്രാണഹരണ മർമങ്ങൾ എന്നും തറയ്ക്കപ്പെട്ട ആയുധം വലിച്ചൂരി കഴിഞ്ഞാൽ രക്തസ്രാവം മൂലം മരണം സംഭവിക്കുന്നവയെ വിശല്യഘ്ന മർമങ്ങൾ എന്നും ആഘാതമേറ്റാൽ കാലാന്തരത്തിൽ വൈകല്യം സംഭവിക്കുന്നവയെ വൈകല്യകര മർമങ്ങൾ എന്നും കഠിനവേദനയും രോഗവും ഉണ്ടാക്കുന്നവയെ രുജാകര മർമങ്ങൾ എന്നും വേർതിരിച്ചിരിക്കുന്നു.

നേരത്തെ സൂചിപ്പിച്ചതുപോലെ സിരാ, സ്നായു, സന്ധി, അസ്ഥി, മാംസപേശി എന്നിങ്ങനെ മർമങ്ങളെ 5 വിഭാഗങ്ങളായി തിരിക്കാം. സിരാ മർമം മുറിഞ്ഞാൽ രക്തം കട്ടിയായി വരികയും രക്തശ്രുതി നിമിത്തം തലചുറ്റലും, ദാഹം, ശ്വാസം , മോഹം, എക്കിൽ ഇവ വന്ന് ആ മർമമേറ്റ വന് ജീവഹാനി സംഭവിക്കുകയും ചെയ്യുന്നു. സ്നായുമർമത്തിന്റെ ക്ഷത ത്തിനാൽ ശരീരത്തിന് കോച്ചലും വെട്ടലും അതിവേദനയും സ്തംഭനവും വന്ന് അംഗങ്ങൾ വികലമായി മരണം സംഭവിക്കുന്നു. സന്ധി മർമത്തിന് മുറിവ് പറ്റിയാൽ ആ സ്ഥാനം ഓവു തറച്ചപോൽ തോന്നുകയും മുറിവ് മാറിയാലും മുടന്തനോ സന്ധിശോഷിച്ചവനോ ആയി മാറുകയും ചെയ്യുന്നു. അസ്ഥിമർമത്തിന് മുറിവ് പറ്റിയവന് മജ്ജകലർന്നതിന് തെളി വായി രക്തം സ്രവിക്കും. അതിവേദനയും ഉണ്ടാവും. മാംസമർമം മുറി ഞ്ഞാൽ മാംസം കഴുകിയ ജലംപോലെ രക്തം വരികയും ശരീരം വിളറി ഉടൻ മരണമടയുകയും ചെയ്യും.

രോഗി തന്റെ ചികിത്സാകാലം കഴിയുംവരെ വൈദ്യനിർദേശം അനു സരിക്കുകയും, തന്റെ കാര്യങ്ങൾ വൈദ്യനെ ഗ്രഹിപ്പിക്കാൻ തക്ക ശക്തി യുള്ളവനും ആയിരിക്കണം. പരിചാരകൻ രോഗിയോട് സ്നേഹമുള്ള വനും ബുദ്ധിയുള്ളവനും ശുചിത്വബോധമുള്ളവനും ആയിരിക്കണം. ഇതോടൊപ്പം പരമകാരുണ്യവാനായ മഹാവൈദ്യന്റെ (ഈശ്വരന്റെ) കൃപാകടാക്ഷവും ഉണ്ടെങ്കിലേ ഇതെല്ലാം മംഗളമായി നടക്കുകയുള്ളൂ എന്നാണ് വിശ്വാസം.

വാസ്തുവിദ്യ

1

വാസ്തുശാസ്ത്രം എന്നാൽ

ആർ വി ആചാരി

പാർപ്പിടം അലങ്കാരമല്ല. ഒരാവശ്യം മാത്രമാണ്. ഈ ആവശ്യമാകട്ടെ മനുഷ്യനുമാത്രമുള്ളതുമല്ല; എല്ലാ ജീവജാലങ്ങൾക്കുമുള്ളതാണ്. മറ്റു ജീവികൾ പരിസരത്തുള്ള അവസരങ്ങൾ തെരഞ്ഞെടുക്കുമ്പോൾ മനുഷ്യൻ അതു നിർമിച്ചുപയോഗിക്കുന്നു. ആദിമമനുഷ്യനും നാഗരിക മനുഷ്യനും തമ്മിൽ ഊഹിക്കാൻ പറ്റാത്തവിധമുള്ള കാലവിളംബമുണ്ട്. ഇതിനിടയിൽ മറ്റു ജീവികളെപ്പോലെ നാമും ഭൂമിയിലുള്ള ഗുഹകളും മറ്റും പാർപ്പിടമാക്കിയിരുന്നു. ഇന്ന് നാഗരികതയുടെ അടയാളങ്ങളായി രമ്യഹർമ്യങ്ങൾ മാറിയിരിക്കുന്നു. കിടപ്പാടം മനുഷ്യനു സ്വപ്നസാക്ഷാത്കാരമാണ്. കാലാവസ്ഥയുമായി പൊരുത്തപ്പെടുന്ന, കാറ്റും വെളിച്ചവും പ്രദാനം ചെയ്യുന്ന, ശുചിത്വവും വെടിപ്പുമുള്ള ഭക്ഷണം ഉണ്ടാക്കാനും കൂടിയിരുന്നു ഭക്ഷിക്കാനും സൗകര്യമുള്ള, വിശ്രമിക്കാൻ തിണ്ണയും കളിക്കാൻ മുറ്റവുമുള്ള, സ്ത്രീ-പുരുഷബന്ധത്തിന് അനുയോജ്യമായ സ്വകാര്യതയുള്ള, കൊച്ചുകള്ളന്മാരിൽ നിന്നു സുരക്ഷപ്രദാനം ചെയ്യുന്ന, പാർപ്പിടം സാമൂഹ്യ മനുഷ്യന്റെ അഭിലാഷങ്ങളിൽ ഒന്നായിക്കഴിഞ്ഞു. സാധാരണക്കാർക്ക് തങ്ങളുടെ ജീവിതവൃത്തിയുമായി പൊരുത്തപ്പെടുന്നതാണ് പാർപ്പിടം. ആടിനെയോ പശുവിനെയോ കൂടെ താമസിപ്പിച്ചിരുന്നത് പോയകാലത്തിന്റെ അടയാളങ്ങളാണ്. ധാന്യങ്ങൾ സൂക്ഷിക്കുന്ന അറകൾ കർഷകരുടെ വീടിന്റെ ഭിത്തിയുടെ ഭാഗമായിരുന്നു. അറകൾക്കു മുകളിലുള്ള ശയനം മുതൽകാത്തു സൂക്ഷിക്കലും കൂടി ആയിരുന്നു. അങ്ങനെ സാമൂഹ്യ മനുഷ്യന്റെ അവിഭാജ്യഘടകമായി മാറിയ പാർപ്പിടം എല്ലാ തരത്തിലും ഉത്തമമായിരിക്കണം എന്നതിൽ ആർക്കും തന്നെ തർക്കമുണ്ടാകില്ല. അതോടൊപ്പം തന്നെ അന്ധവിശ്വാസം പരത്തി

വാസ്തുശാസ്ത്രത്തിന്റെ പേരിൽ വ്യാമോഹങ്ങൾ നിർമിച്ചു വിൽക്കുന്ന പ്രവണതയെ കാണാതിരിക്കാനും വയ്യ.

വാസ്തുശാസ്ത്ര സങ്കൽപ്പങ്ങളെ ഇങ്ങനെ സംഗ്രഹിക്കാം. പാർപ്പിടം പണിയുന്ന ഭൂമിയുടെ വീതി (വിസ്താരം) 'നീളം' അനുപാതം എത്രയായിരിക്കണമെന്നും പുരയിടം എങ്ങോട്ടു ചാഞ്ഞുകിടക്കണമെന്നും ചില നിയതികൾ ഉണ്ട്. അതേപോലെ പുരയിടത്തിന്റെ ചുറ്റളവ് സംബന്ധിച്ച് നിരവധി നിയതികളും കണക്കുകളും ഉണ്ട്. ഗൃഹത്തിന്റെ ചുറ്റിനെ മുന്നിൽ പെരുക്കി എട്ടുകൊണ്ട് ഹരിച്ചാൽ ശേഷിക്കുന്നത് യോനി, 14 കൊണ്ടംശിച്ചാൽ ശേഷിക്കുന്നത് വ്യയം, ചുറ്റിനെ എട്ടിൽ പെരുക്കി 12 കൊണ്ട് അംശിച്ചാൽ ശേഷിക്കുന്നത് ആയം, 27 കൊണ്ടംശിച്ചാൽ ശേഷിക്കുന്നത് നക്ഷത്രം, 30 കൊണ്ടംശിച്ചാൽ ശേഷിക്കുന്നത് വെളുത്ത പ്രതിപദം മുതലുള്ള പക്കം, ഏഴുകൊണ്ടംശിച്ചാൽ ശേഷിക്കുന്നത് ആഴ്ച. ഇങ്ങനെ ശേഷം വരുന്ന സംഖ്യയിൽ നിരവധി ഗുണങ്ങളും ദോഷങ്ങളും കൂടിയിരിക്കുന്നു. ഗൃഹത്തിന്റെ ദർശനം എങ്ങോട്ടായിരിക്കണമെന്നും വാതിൽ ഏതുഭാഗത്തായിരിക്കണമെന്നും വ്യവസ്ഥകളുണ്ട്. ഭക്ഷണം പാകം ചെയ്യാനും ധനവും ധാന്യവും സൂക്ഷിക്കാനും കൽപ്പിതസ്ഥാനങ്ങൾ ഉണ്ട്. ഇന്നിന്ന ദിക്കിൽ ഇന്നിന്ന വൃക്ഷങ്ങൾ ശുഭമാണെന്നും ഭ്രംശം സംഭവിച്ചാൽ എന്തൊക്കെ ദോഷങ്ങൾ ഉണ്ടാകും എന്നൊക്കെയുള്ള വിവക്ഷകളും ഉണ്ട്. നിയതികളൊക്കെ പാലിച്ചാൽ ഉത്തമം. ലംഘിച്ചാൽ അധമം. ഗുണങ്ങളുടേയും ദോഷങ്ങളുടേയും ഒരു നീണ്ടനിര തന്നെയുണ്ട്. സന്താനലാഭം, ഐശ്വര്യം, സമ്പദ്സമൃദ്ധി, പൂർണആരോഗ്യം, കീർത്തി മുതലായവയാണ് ഗുണങ്ങൾ. രോഗം, ദാരിദ്ര്യം, ആരോഗ്യം, കീർത്തി മുതലായവയാണ് ഗുണങ്ങൾ. രോഗം, ദാരിദ്ര്യം, അപകീർത്തി, ഭാര്യയ്ക്കു വേശ്യാദോഷം തുടങ്ങിയതാണ് ദോഷങ്ങൾ.

വാസ്തുശാസ്ത്രത്തിനാധാരം ഒരു ഐതിഹ്യമാണ്. ഗർവിഷ്ഠനായ ഒരസുരനുണ്ടായിരുന്നു. പേര് വാസ്തുപുരുഷൻ. അവൻ തന്റെ ഭുജബലാദികളെക്കൊണ്ട് സകല ദിക്കുകളേയും ജയിക്കുകയും ദേവന്മാരെ ദ്വേഷിക്കുകയും ചെയ്തിരുന്നു. ഒടുവിൽ അവൻ യുദ്ധത്തിൽ അസ്ത്രങ്ങളേറ്റ് മുറിപ്പെട്ട് ഭൂമിയിൽ വീണു. അതിനുശേഷം ഭൂമിയിൽ കിടന്നുരുണ്ടുകൊണ്ട് എല്ലാ ദിക്കിലുമെത്തി മനുഷ്യരെ മർദിച്ചു തുടങ്ങി. അപ്പോൾ മനുഷ്യരും ഋഷിമാരും ദേവന്മാർ പോലും പരിഭ്രമിച്ചു. ഒരിക്കൽ നിര്യതി കോണിൽ (തെക്കുപടിഞ്ഞാറുമൂല) കാലും ഈശാന കോണിൽ (വടക്കുകിഴക്കുമൂല) തലയുമായി വീണു കിടക്കുമ്പോൾ ദേവന്മാർ ക്ഷണത്തിൽ വന്ന് അവന്റെ ദേഹത്തിൻ മേൽ പല ഭാഗങ്ങളിലായി സ്ഥിതി ചെയ്തു. മൂർധാവിൽ ശിവനും പൊക്കിളിൽ ബ്രഹ്മാവും കയറിയിരുന്നപ്പോൾ ഇടത്തെ ചുമലിൽ ഇന്ദ്രനും വലത്തെ ചുമലിൽ അർഗളനും കടന്നിരുന്നു. അങ്ങനെ മൊത്തത്തിൽ 45 ദേവന്മാരാണ് വാസ്തുപുരുഷന്റെ വിവിധ അവയവങ്ങളിലിരുന്ന് ഭൂമിയോടമർത്തി ആ അസുരനെ കീഴ്പ്പെടുത്തിയത്. ഈ ദേവന്മാരെ പ്രസാദിപ്പിച്ചാൽ അവർ ശുഭഫലത്തെ

പ്രദാനം ചെയ്യുന്നതാണ്. പ്രസാദിപ്പിച്ചില്ലെങ്കിൽ അശുഭഫലത്തെയും നൽകും. ഓരോരോ ദേവന്മാരിരുന്ന സ്ഥാനത്തിന് അതാതു ദേവന്റെ പേരിട്ടു.

വാസ്തു ശാസ്ത്രത്തിൽ മേൽ വിവരിച്ച നിയതികളും കണക്കുകളും ഐതിഹ്യവും അതിന്റെ അടിസ്ഥാനത്തിലുള്ള ഗുണദോഷങ്ങൾക്കും പുറമേ മരപ്പണി സംബന്ധമായും കൽപ്പണി സംബന്ധമായുമുള്ള ക്രമങ്ങളും കണക്കുകളും അടങ്ങിയിരിക്കുന്നു. എന്നാൽ ഇന്നത്തെ സാങ്കേതിക നിറവിൽ അതെല്ലാം ലയിച്ചു ചേർന്നിരിക്കുന്നു.

വാസ്തുശാസ്ത്രത്തിൽ കുടുങ്ങിപ്പോയ മനുഷ്യൻ നേടിയെടുത്ത അറിവിന്റേതായ കണക്കുകളും ക്രമങ്ങളും അപ്രസക്തമായിരിക്കുന്നു. അതുകൊണ്ടുതന്നെ വാസ്തുശാസ്ത്രത്തെപ്പറ്റിയുള്ള ഇന്നത്തെ ഭ്രമം അത്തരം അറിവുകളെയോ കണക്കുകളെയോ ക്രമങ്ങളെയോ കൊണ്ടല്ല, ദോഷം അകറ്റാൻ വേണ്ടി മാത്രമാണെന്നു തറപ്പിച്ചു പറയാം. തലചായ്ക്കാനുള്ള ഗൃഹം ദോഷമാണെന്നും ദോഷത്തെ അകറ്റിനിർത്താൻ പൂർവികർ കൽപ്പിച്ചുവച്ച നിയതികളുണ്ടെന്നും ആ നിയതികൾ പാലിക്കുന്നതിലൂടെ ഐശ്വര്യപൂർണമായ ജീവിതം ഉറപ്പാക്കാമെന്നുമുള്ള ധാരണയോ നിയതിയെ ധിക്കരിച്ചാലുള്ള ദോഷങ്ങളെപ്പറ്റിയുള്ള ആശങ്കയോ ആണ് ഇന്നുള്ള ഭ്രമം. വാസ്തുശാസ്ത്രവുമായി ബന്ധപ്പെട്ട് ചില പത്രങ്ങളിലും മറ്റു ലേഖനങ്ങളിലും വരുന്ന സംശയനിവാരണവിധികളും വായനക്കാരിൽ ഈ ഭ്രമം വളർത്തിയെടുക്കാൻ മാത്രമേ പ്രയോജനപ്പെടൂ. അതെന്തിനുവേണ്ടി? 15 വർഷങ്ങൾക്കു മുമ്പ് ഇത്തരം ഒരു ഭ്രമം ബാംഗ്ലൂരിൽ തുടങ്ങി. നിർമിച്ചു വിൽക്കുന്ന ഫ്ളാറ്റുകളുടെ തുടക്കം ഈ ഘട്ടത്തിലായിരുന്നു. മാളത്തിൽ കാണുന്ന പാമ്പ് സത്യമാണ്. എന്നാൽ കയറിൽ കാണുന്ന പാമ്പ് ഭ്രമമാണ്. വാസ്തുശാസ്ത്രം സത്യമാണോ അതോ ഭ്രമമോ? മറ്റൊരധ്യായത്തിലേക്ക് ഈ അന്വേഷണത്തെ മാറ്റുന്നു.

ജനുവരി 16- ലെ *മാതൃഭൂമി*യിൽ വന്ന 'നിർമാണം വാസ്തുവിദ്യയുടെ വഴിയിലേക്ക്' എന്ന ലേഖനത്തിലെ നിരീക്ഷണം ശ്രദ്ധിക്കുക:

കാലം പരിഷ്കാരങ്ങൾക്ക് വഴിമാറിയെങ്കിലും കേരളീയരിൽ വാസ്തുശാസ്ത്രത്തിൽ വിശ്വാസവും ഭ്രമവും വർധിച്ചുവരികയാണ്. എന്തു പണിയാനും ജനങ്ങൾ വാസ്തുവിദ്യയുടെ സഹായം തേടുന്നു. അന്ധവിശ്വാസമെന്ന് ചിലരെല്ലാം കരുതുന്നുണ്ടെങ്കിലും വാസ്തുശാസ്ത്രം ഇന്ന് നിർമാണപ്രവർത്തനങ്ങളിലെ അവിഭാജ്യഘടകമായി മാറിയിട്ടുണ്ട്

തച്ചുശാസ്ത്രവിധി പ്രകാരമായിരുന്നു 1960-കളിൽ വരെ കേരളീയർ വീടും മറ്റും പണിതിരുന്നത്. പിന്നീട് ഈ മേഖലയും പാശ്ചാത്യാശയങ്ങളുടെ സ്വാധീനത്തിലായി. എന്നാൽ, ഇന്ന് ആധുനിക എഞ്ചിനീയറിങ് പാരമ്പര്യവാസ്തുശാസ്ത്രത്തിലേക്ക് തിരിച്ചുപോയിക്കൊണ്ടിരിക്കുകയാണ്. വ്യക്തികളുടേയും കുടുംബങ്ങളുടേയും അസ്വസ്ഥതകൾക്കും ആശങ്കകൾക്കും പരിഹാരം എന്ന നിലയിലാണ് മിക്കവരും വാസ്തുവിദ്യയെ സമീപിക്കുന്നത്. ഇതിലാവട്ടെ, ജാതി മതഭേദമില്ലെന്ന് ശ്രീശ

ങ്കര സർവകലാശാലയിലെ വാസ്തുവിദ്യാവിഭാഗം മേധാവി ഡോ. പി വി ഔസേപ്പ് പറയുന്നു. വാസ്തുശാസ്ത്രത്തോട് പ്രിയം തുടങ്ങിയിട്ട് 15 വർഷത്തോളമായി. ആർക്കിടെക്ട് വരച്ചു നൽകുന്ന പ്ലാനുമായി വാസ്തുശാസ്ത്രവിദഗ്ധന്റെ അടുത്തുപോയി അതിൽ മാറ്റങ്ങൾ വരുത്തുകയാണ് ഇപ്പോഴത്തെ പതിവ്.

വാസ്തുവിദ്യ എന്നത് പരിണമിച്ചുകൊണ്ടിരിക്കുന്ന നിർമാണ സാങ്കേതികവിദ്യയാണെന്നും സ്ഥലകാലങ്ങൾക്കതീതമായ ആ പരിണാമത്തിന് അവസാനവാക്കില്ലെന്നും പരിസ്ഥിതിപ്രവർത്തകനും വാസ്തുവിദഗ്ധനുമായ ഡോ. എ അച്യുതൻ അഭിപ്രായപ്പെടുന്നു. അന്ധവിശ്വാസം പരത്തി വാസ്തുവിദ്യയുടെ പേരിൽ മുതലെടുക്കുന്നത് മഹാകഷ്ടമാണെന്നും അദ്ദേഹം പറയുന്നു.

മുമ്പൊക്കെ വീടുപണിയാൻ മാത്രമാണ് വാസ്തുശാസ്ത്രത്തിന്റെ പിന്നാലെ പോയിരുന്നത്. ഇന്ന് പട്ടിക്കൂട് ഉണ്ടാക്കാൻ പോലും വാസ്തു നോക്കുന്നുണ്ട്. ഫ്ളാറ്റ് നിർമാതാക്കളുടെ കാര്യം പറയുകയും വേണ്ട. ഫ്ളാറ്റ് വാങ്ങാനെത്തുന്നവർ ആദ്യം അന്വേഷിക്കുന്നത് ഇക്കാര്യം ആകുമ്പോൾ നിർമാതാക്കൾക്ക് മറ്റൊന്നും ചെയ്യാനാവില്ല. 'വാസ്തു' ശരിയല്ലാത്ത ഫ്ളാറ്റുകൾക്ക് ആവശ്യക്കാരില്ലെന്ന് കൊച്ചിയിലെ വാസ്തുശാസ്ത്രവിദഗ്ധൻ കെ കെ രവീന്ദ്രൻ പറയുന്നു.

പ്രകൃതിയും കലയും ഒത്തിണങ്ങുന്ന വാസ്തുവിദ്യ പഠിക്കാൻ യുവതലമുറയിലും താൽപ്പര്യം കൂടിയിരിക്കുന്നു. വാസ്തുവിദ്യയിൽ ആധുനികശാസ്ത്രനിരീക്ഷണങ്ങൾ കൂടി ഉൾപ്പെടുത്തി പുനരാവിഷ്കരിക്കുകയാണ് സാംസ്കാരികവകുപ്പിന്റെ കീഴിൽ ആറന്മുളയിൽ പ്രവർത്തിക്കുന്ന വാസ്തുവിദ്യാ ഗുരുകുലം നിർവഹിക്കുന്നതെന്ന് ഡയറക്ടർ പി എൻ സുരേഷ് പറയുന്നു. കേരള വാസ്തുവിദ്യാ അക്കാദമി കണ്ണൂർ, സംഹിത ട്രസ്റ്റ് സ്കൂൾ ഗുരുവായൂർ, വാസ്തുവിദ്യാ അക്കാദമി തൃപ്രയാർ, വാസ്തുവിദ്യാ പ്രതിഷ്ഠാനം കോഴിക്കോട് തുടങ്ങിയവ ഈ രംഗത്ത് പ്രവർത്തിക്കുന്ന ഗുരുകുലങ്ങളാണ്.

വാസ്തുവിദ്യയെക്കുറിച്ച് അറിവുകൂടിയതാണ് ഈ മേഖലയോട് ഇപ്പോൾ ഭ്രമം കൂടാൻ കാരണമെന്ന് വാസ്തുശാസ്ത്ര ആചാര്യൻ കാണിപ്പയ്യൂർ കൃഷ്ണൻ നമ്പൂതിരിപ്പാട് പറയുന്നു.

ആചാര്യൻ കാണിപ്പയ്യൂർ കൃഷ്ണൻ നമ്പൂതിരിപ്പാട് പറയുന്നതുപോലെ വാസ്തുവിദ്യയെക്കുറിച്ചുള്ള അറിവു കൂടിയതല്ല ഈ ഭ്രമത്തിനു കാരണം. മകരവിളക്കു കാണാനുള്ള തിരക്കുകൂടിയത് മകരവിളക്കെങ്ങനെ തെളിയുന്നു എന്ന അറിവുകൂടിയിട്ടല്ല. ഇതൊരു ഭ്രമം എന്നതുതന്നെ. ഭ്രമത്തിനു കാരണം ആവശ്യമില്ലല്ലോ.

വ്യക്തികളുടേയും കുടുംബങ്ങളുടേയും അസ്വസ്ഥതകൾക്കും ആശങ്കകൾക്കും പരിഹാരം എന്ന നിലയിലാണ് മിക്കവരും വാസ്തുവിദ്യയെ സമീപിക്കുന്നത് എന്നാണ് ഡോ. പി വി ഔസേപ്പ് പറയുന്നത്. ഈ പ്രവണതയെ അപഹസിക്കുകയാണ് ഒരു സർവകലാശാലയിലെ വാസ്തു

വിദ്യാവിഭാഗം മേധാവി എന്നു കരുതിയാൽ നമുക്കു തെറ്റി. ഉറങ്ങാൻ കിടക്കുന്നതിന്റെ ദിശാവൈപരീത്യം കൊണ്ടുമാത്രം ക്ലേശമനുഭവിക്കുന്നവരെ കട്ടിൽ തിരിച്ചിടൂ എന്ന നിർദേശം കൊണ്ട് സുഖവാസസ്ഥാനങ്ങളാക്കുവാനും സാധിച്ചിട്ടുണ്ട് എന്നാണ് *കേരളീയ വാസ്തുവിദ്യാ പാരമ്പര്യം* എന്ന അദ്ദേഹത്തിന്റെ പുസ്തകത്തിലെ ഒരു പ്രസ്താവന. (പേജ് - 21) ഇതു ശാസ്ത്രമോ അതോ ശാസ്ത്രത്തിന്റെ ഒരു വിഭാഗമായ സൈക്കോളജിയുമായി ബന്ധപ്പെട്ടു കിടക്കുന്നതോ എന്ന അവബോധമെങ്കിലും ഒരു സർവകലാശാലയുടെ വകുപ്പുമേധാവിയിൽ നിന്ന് പ്രതീക്ഷിക്കുന്നത് തെറ്റാകുമോ?

വാസ്തു ശരിയല്ലാത്ത ഫ്ളാറ്റുകൾക്ക് ആവശ്യക്കാരില്ലെന്ന് വാസ്തു ശാസ്ത്രവിദഗ്ധൻ കെ കെ രവീന്ദ്രൻ പറയുന്നു. ഫ്ളാറ്റുകളെ പരാമർശിക്കുന്ന മൂലഗ്രന്ഥം ഏത് എന്നറിയാൻ ഇതെഴുതുന്ന എനിക്ക് താൽപ്പര്യമുണ്ട്. ഒരു പക്ഷേ ഇത്തരം വിദഗ്ധരെക്കുറിച്ചായിരിക്കും ഡോ. ഔസേപ്പ് തന്റെ പുസ്തകത്തിൽ 'വിശ്വാസത്തിന്റെ പേരിൽ ശാസ്ത്രത്തെ വളച്ചൊടിച്ച് വ്യാപാരത്തിൽ ധനാഗമ മാർഗമായി മാറ്റുന്നു' (അതേ പുസ്തകം പേജ് - 85) എന്നെഴുതിയിരിക്കുന്നത്.

അന്ധവിശ്വാസം പരത്തി വാസ്തുവിദ്യയുടെ പേരിൽ മുതലെടുക്കുന്നത് മഹാകഷ്ടമാണെന്നു ഡോ. അച്യുതൻ പറയുന്നു. ഇപ്പറഞ്ഞത് ആത്മാർഥതയോടെയാണോ? അദ്ദേഹം ഡോ. ബാലഗോപാല പ്രഭുവുമായി ചേർന്ന് വാസ്തുശാസ്ത്രത്തിന്റെ പ്രമാണഗ്രന്ഥമായി കരുതപ്പെടുന്ന *മനുഷ്യാലയ ചന്ദ്രിക*യുടെ ഒരു എഞ്ചിനീയറിങ് വ്യാഖ്യാനം രചിച്ചിട്ടുണ്ട്. അതിൽ ഒന്നാം അധ്യായത്തിലെ ഒമ്പതാം ശ്ലോകത്തിലെ "ബ്രാഹ്മണ ക്ഷത്രിയ വൈശ്യ ശൂദ്ര വർണങ്ങളിലെ ഏതെങ്കിലും വ്യക്തി" എന്നതു വ്യാഖ്യാനിച്ചപ്പോൾ 'ഏതെങ്കിലും വ്യക്തി' എന്നു മാത്രമായത് അക്ഷന്തവ്യമായ തെറ്റുതന്നെയാണ്. *മനുഷ്യാലയ ചന്ദ്രിക* ഒരു സവർണ പ്രത്യയശാസ്ത്രമാണ്. അവർണർ ഈ പ്രത്യശാസ്ത്രത്തിനു പുറത്താണ്. കേരളത്തിൽ ഇവർ 75 ശതമാനത്തോളമുണ്ട്. ഡോ. അച്യുതൻ ഇവരെക്കൂടി സവർണ പ്രത്യയശാസ്ത്രത്തിന്റെ ഇരകളാക്കുകയാണ് ചെയ്തത്. എന്റെ പ്രിയപ്പെട്ട ഈ ഗുരുനാഥൻ ഈ സവർണർ കുഴിച്ച പടുകുഴിയിൽ വീണുപോയതു ബോധപൂർവമായിരുന്നോ? 17-ാമത്തെ ശ്ലോകം വ്യാഖ്യാനിച്ചപ്പോൾ വസ്തു കിഴക്കു താഴ്ന്നതായി ചരിഞ്ഞു കിടക്കണമെന്നും അത് ഉദിച്ചുയരുന്ന സൂര്യനെ കാണാനായിരിക്കാമെന്നും സാധൂകരിക്കുകയും ചെയ്തിരിക്കുന്നു. ഇങ്ങനെ ഒരു സമർഥനം ആ ശ്ലോകത്തിലില്ല. വാസ്തു എങ്ങോട്ട് ചരിഞ്ഞു കിടക്കണം എന്നു നിർദേശിക്കുന്ന ശ്ലോകം 29-ാമത്തെതാണ്. അതിങ്ങനെയാണ്. വസ്തുവിനു ചരിവു വേണമെന്നും അതിൽ ഉയർന്ന ഭാഗം ബ്രാഹ്മണനു തെക്കും ക്ഷത്രിയനു പടഞ്ഞാറും വൈശ്യനു കിഴക്കും ശൂദ്രനു വടക്കുകിഴക്കും ആകണമെന്നും നിർദേശിക്കുന്നു. "വർണത്തിൽ ഭേദവും ഭേദത്തിൽ വർണവും കൽപ്പിക്കുന്ന" ഈ സവർണ തത്വം കുമാരനാ

ശാൻ തിരിച്ചറിഞ്ഞിരുന്നു. ശാസ്ത്രബോധമുള്ള ഡോ. അച്യുതൻ ഈ സവർണ പ്രത്യയശാസ്ത്രത്തിന്റെ ഇരയാണോ? എന്നു സംശയിക്കണം.

*ബ്രഹത്സംഹിത*യിൽ വെള്ളം വാർന്നുപോകാൻ സൗകര്യമുള്ള ഏതു ദിക്കിലേക്കും ഉള്ള ചരിവ് സ്വീകാര്യമാണെന്ന നിർദേശം സാമാന്യബോധത്തിനും അതിന്റെ അടിസ്ഥാനത്തിൽ ഉയർന്നുവന്ന എഞ്ചിനീയറിങ് തത്വങ്ങൾക്കും നിരക്കുന്നതിന്റെ വെളിച്ചത്തിൽ വർണഭേദത്തിൽ ഊന്നിയ ശ്ലോകത്തിന്റെ വ്യാഖ്യാനത്തിൽ ഊഹാപോഹത്തിലൂടെ ന്യായീകരിച്ചതിന്റെ പൊരുൾ പിടികിട്ടുന്നില്ല. വൈശ്യനും ശൂദ്രനും ഉദിച്ചുയരുന്ന സൂര്യനെ കാണരുതെന്നുണ്ടോ?

ഈ വാസ്തുശാസ്ത്ര വിദഗ്ധന്മാർ എല്ലാവരും ഒത്തുചേർന്ന് മനുഷ്യരെ ഒരു പ്രത്യയശാസ്ത്രത്തിന്റെ -അതും സവർണപ്രത്യയ ശാസ്ത്രത്തിന്റെ - ഇരയാക്കുകയാണ്. ഈ വിദഗ്ധർക്കു തമ്മിൽ ഒരു യോജിപ്പുണ്ടാക്കിക്കൂടെ!

കുഴിയിൽ നിറച്ച വെള്ളം കുറയുന്നതു പരിശോധിക്കാൻ സ്ഥപതി ഏഴടി പിന്നോക്കവും ആ ദൂരം മുന്നോക്കവും നടന്നുവരണമെന്നാണ് ഡോ. ഔസേപ്പ് വ്യാഖ്യാനിച്ചിരിക്കുന്നത്. (പേജ് - 80) ഇത് ഡോ.അച്യുതന്റെ വ്യാഖ്യാനത്തിൽ 100 ചുവടുകളാണ് (പേജ് - 34). വാസ്തുശാസ്ത്രത്തെപ്പോലെ ചൈനയിലും ഒരു പാരമ്പര്യ ആചാരമുണ്ടെന്ന് (പേജ് - 106) ഡോ. ഔസേപ്പ് ഓർമിപ്പിക്കുന്നു. 'ഫെങ്ങ് ഷി'ആണ് അദ്ദേഹം സൂചിപ്പിക്കുന്നത്. അതവിടെ നിരോധിച്ചിരിക്കുന്നു എന്നുകൂടി അദ്ദേഹത്തിന് ഓർമിപ്പിക്കാമായിരുന്നു.

ഇതെല്ലാം സൂചിപ്പിക്കുന്നത് മനുഷ്യന്റെ ഭയാശങ്കകളെ വിപണനം ചെയ്യാനുള്ള അടിത്തറ നിർമിക്കാനാണ് ഈ വാസ്തുവിശാരദൻമാർ ഒറ്റയ്ക്കും കൂട്ടായും ശ്രമിക്കുന്നത് എന്ന വസ്തുതയാണ്.

2

വാസ്തുശാസ്ത്രത്തിലെ സമസ്യകൾ

അനിൽ കെ എം

ആർ വി ആചാരി രചിച്ച *വാസ്തുശാസ്ത്രം പൊരുളും പൊരുത്തക്കേടും* എന്ന കൃതിയാണ് ഈ കുറിപ്പിന് ആധാരം. വാസ്തുവിദ്യയിലെ കലയെയും ശാസ്ത്രത്തെയും അടുത്തറിയാനും എന്നാൽ അതിനുമേൽ പടുത്തുയർത്തിയിരിക്കുന്ന 'വാസ്തുശാസ്ത്ര'ത്തിന്റെ പ്രത്യയശാസ്ത്ര വിവക്ഷകൾ അനാവരണം ചെയ്യാനും ഗ്രന്ഥകർത്താവ് ഇതിൽ ശ്രമിക്കുന്നുണ്ട്. "ഒരേ സമയം സൗന്ദര്യാത്മക കലയും പ്രയോജനമൂല്യമുള്ള ഉപജീവനശാസ്ത്രവുമാണ് വാസ്തുശിൽപ്പം എന്നും അതുകൊണ്ടുതന്നെ സമൂഹപരിണാമത്തിലെ ഗതിവിഗതികളും സമൂഹഘടനയിലെ വർഗ-ജാതി വ്യതിരേകങ്ങളും വാസ്തുശിൽപ്പത്തെ ബാധിക്കാതിരിക്കയില്ല എന്നതും ആധുനിക ദാർശനികർ മാത്രമല്ല വാസ്തുശിൽപ്പ വിദഗ്ധന്മാരും പൂർവാധികം അംഗീകരിച്ചുവരുന്ന ഒരു കാലമാണിത്" എന്ന് അവതാരികയിൽ പി ഗോവിന്ദപ്പിള്ള പ്രസ്താവിക്കുന്നുണ്ടെങ്കിലും മലയാളത്തിൽ ഇത്തരത്തിലുള്ള സൈദ്ധാന്തിക സംവാദങ്ങളൊന്നും ഇതുവരെയായി രൂപപ്പെട്ടിട്ടില്ല. ഈയടുത്ത കാലത്തായി മാധ്യമങ്ങൾ 'സ്പോൺസർ' ചെയ്യുന്ന 'വാസ്തുശാസ്ത്ര' ചർച്ചകളിലാകട്ടെ, വാർത്തകളുടെ (വിജ്ഞാനത്തിന്റെ) ഉപഭോക്താക്കളായ വായനക്കാരുടെ (പ്രേക്ഷകരുടെ) മോഹങ്ങളെയും ഉൽക്കണ്ഠകളെയും മുൻനിർത്തി യുക്തിയുടെ ഈ ഗ്രഹണവേളയിൽ വാസ്തു ചർച്ചയുടെ ഒരു പുതിയ വഴി തുറക്കാൻ ആർ വി ആചാരിക്ക് തന്റെ കൃതിയിലൂടെ കഴിഞ്ഞിട്ടുണ്ട്.

അതിഭൗതികവും ആശയവാദപരവുമായ ഏതൊരു ചർച്ചയെയും ആന്തരികമായി തകർക്കാനുള്ള ഒറ്റവഴി, ആ ചർച്ചയുടെ ഉള്ളടക്കത്തെ

ചരിത്രവൽക്കരിക്കുക എന്നത് മാത്രമാണ്. ചരിത്രവൽക്കരണം ആരംഭിക്കുന്നതോടെ, ആശയവാദത്തിന്റെ എല്ലാ പൊയ്ക്കാലുകളും ദുർബലമായി നിലം പൊത്തുകയും വൈരുധ്യങ്ങളുടെയും അവ തമ്മിലുള്ള സങ്കീർണ ബന്ധങ്ങളുടെയും ഒരു പുതുലോകം തുറക്കുകയും ചെയ്യുന്നു. പരിമിതമായ അർഥത്തിലെങ്കിലും വാസ്തുവിദ്യയുടെ ചരിത്രപരത അന്വേഷിച്ചുകൊണ്ടാണ് ഗ്രന്ഥകർത്താവ് തന്റെ വാദഗതികളിലേക്ക് പ്രവേശിക്കുന്നത്:

> മറ്റു ജീവികളെപ്പോലെ നാമും ഭൂമിയിലുള്ള ഗുഹകളും മറ്റും പാർപ്പിടമാക്കിയിരുന്നു. ഇന്ന് നാഗരികതയുടെ അടയാളങ്ങളായി രമ്യഹർമ്യങ്ങൾ മാറിയിരിക്കുന്നു. കിടപ്പാടം മനുഷ്യന് സ്വപ്ന സാക്ഷാത്കാരമാണ്. കാലാവസ്ഥയുമായി പൊരുത്തപ്പെടുന്ന, കാറ്റും വെളിച്ചവും പ്രദാനം ചെയ്യുന്ന, ശുചിത്വവും വെടിപ്പുമുള്ള ഭക്ഷണം ഉണ്ടാക്കാനും കൂടിയിരുന്ന് ഭക്ഷിക്കാനും സൗകര്യമുള്ള, വിശ്രമിക്കാൻ തിണ്ണയും കളിക്കാൻ മുറ്റവുമുള്ള, സ്ത്രീ-പുരുഷ ബന്ധത്തിന് അനുയോജ്യമായ സ്വകാര്യതയുള്ള, കൊച്ചുകള്ളന്മാരിൽനിന്ന് സുരക്ഷ പ്രദാനം ചെയ്യുന്ന, കിടപ്പാടം, സാമൂഹ്യ മനുഷ്യന്റെ അഭിലാഷങ്ങളിൽ ഒന്നായി കഴിഞ്ഞു

എന്ന നിരീക്ഷണത്തിൽ, വീടിനെ, സാമൂഹ്യബന്ധങ്ങൾ സൂചിതമായിവരുന്ന ഒരു സൂചകമായി കാണാനുള്ള ശ്രമമുണ്ട്. പാർപ്പിടത്തിന്റെ സാമൂഹ്യപരത ഗ്രന്ഥകർത്താവിന്റെ ചർച്ചയുടെ പരിധിയിൽ വരുന്നതല്ലെങ്കിലും, ആ ദിശയിൽ ചിന്തിക്കാനുള്ള പ്രേരണ അദ്ദേഹം പലയിടങ്ങളിലും നൽകുന്നുണ്ട്.

വീട് സാമൂഹ്യമായ നിരവധി അർഥങ്ങളിലേക്ക് നീളുന്ന ഒരു സൂചകമാണ്. നിസ്സാരമായ ചില ഉദാഹരണങ്ങളിലൂടെ ഇത് വിശദമാക്കാൻ കഴിയും. കേരളീയമായ വാസ്തുവിദ്യയിൽ, ഇന്ന് ഏതാണ്ട് സാർവത്രികമായിക്കഴിഞ്ഞ (ജാതിവ്യത്യാസത്തെ മറികടന്നുകൊണ്ട് എന്ന അർഥത്തിലാണ് ഇവിടെ സാർവത്രികമെന്ന പദം ഉപയോഗിച്ചിരിക്കുന്നത്. കയറിക്കിടക്കാൻ ഒരു കൂരപോലുമില്ലാത്തവരെ ഇതിൽ ഉൾപ്പെടുത്തിയിട്ടില്ല) ഉമ്മറം/അടുക്കള എന്നത് ഒരു സാംസ്കാരിക ദ്വന്ദ്വമാണ്. ഒരു വീട്ടിലേക്ക് കയറിവരുന്ന അതിഥികളിൽ പുരുഷന്മാർ ഉമ്മറത്തും സ്ത്രീകൾ അടുക്കളയിലുമാണ് ഇടം കണ്ടെത്തേണ്ടത് എന്നത് ഒരു നാട്ടുവഴക്കമായി ഇപ്പോഴും നിലനിൽക്കുന്നു. സമൂഹത്തിൽ നിലനിൽക്കുന്ന വിധി - വിലക്കുകൾ, വീടിന്റെ ഘടനയിലൂടെ പുനഃസൃഷ്ടിക്കപ്പെടുന്നുണ്ട്. ഋതുമതികളായ സ്ത്രീകൾക്ക് പ്രത്യേകമായി താൽക്കാലികമായ ഒരു പുര കെട്ടിയുണ്ടാകുന്നതും, ആർത്തവ കാലത്തിനുശേഷം അതിന് തീയിടുന്നതുമായ ആചാരം ഇപ്പോഴും കേരളത്തിലെ ചില ഗോത്രവിഭാഗങ്ങൾ പിന്തുടരുന്നുണ്ട്. ജാതിവ്യവസ്ഥ പ്രബലമായിരുന്ന സന്ദർഭത്തിൽ പടിപ്പുരയും പത്തായപ്പുരയും തെക്കിനിയും വടക്കിനിയും പടിഞ്ഞാറ്റയും

ഉൾക്കൊണ്ട അന്തർമുഖമായ നാലുകെട്ടുകൾക്ക് സവിശേഷമായ സാമൂഹ്യാർഥങ്ങൾ ഉൽപ്പാദിപ്പിക്കാൻ സാധിച്ചിരുന്നു. 'അപ്പുണ്ണി' നാലുകെട്ട് പൊളിച്ച് കൊച്ചുവീട് നിർമിക്കാൻ തീരുമാനിക്കുമ്പോൾ, ഒരു കെട്ടിടമല്ല, ഒരു വ്യവസ്ഥയാണ് നിലം പൊത്തുന്നത്. ഇപ്രകാരം കിടപ്പാടത്തിന്റെ സാമൂഹ്യപരതയെ ചരിത്രവൽക്കരിച്ചാൽ നാം ഓരോ സന്ദർഭത്തിലും നിലവിലുണ്ടായിരുന്ന വർഗ/ലിംഗ ബന്ധങ്ങളുടെ സങ്കീർണതകളിലാണ് എത്തിച്ചേരുക.

ഇക്കാര്യം വ്യക്തമാക്കാൻ ഗ്രന്ഥകർത്താവുതന്നെ ചില ഉദാഹരണങ്ങൾ നൽകുന്നുണ്ട്. *ചൈനയ്ക്ക് മുകളിലെ ചുവന്ന നക്ഷത്രം* എന്ന കൃതിയിൽ ഗ്രന്ഥകർത്താവായ എഡ്ഗാൻ സ്നോ ചൈനീസ് സമൂഹത്തിന്റെ ചരിത്രം പരിശോധിക്കാൻ, തെരഞ്ഞെടുത്ത മാർഗം ജനങ്ങളുടെ പാർപ്പിടത്തിൽ വന്ന മാറ്റങ്ങൾ നോക്കിക്കാണുകയായിരുന്നു. മോഹൻജദാരോ-ഹാരപ്പ നാഗരികതയുടെ കാലം തുടങ്ങി, വൈദികകാലം, ബുദ്ധമതക്കാലം എന്നിങ്ങനെ വ്യത്യസ്ത ഘട്ടങ്ങളിലൂടെ വികസിച്ച ഇന്ത്യൻ വാസ്തുവിദ്യയുടെ ചരിത്രത്തെ ഈ കൃതിയിൽ വിശദാംശങ്ങളോടെയല്ലെങ്കിലും പരാമർശിക്കുന്നുണ്ട്. ഇപ്രകാരം വാസ്തുവിദ്യയെ നിർത്തിയുള്ള എല്ലാ ആശയവാദചർച്ചകളുടെയും കടയ്ക്കൽ കത്തിവെക്കാൻ കഴിയുന്ന മൗലികചിന്താപദ്ധതി ചരിത്രപരവും വൈരുധ്യാത്മകവുമായ ഭൗതികവാദമാണെന്ന തിരിച്ചറിവ് ഗ്രന്ഥകർത്താവിനുണ്ട്.

വാസ്തുവിദ്യയും വാസ്തുശാസ്ത്രവും

പദങ്ങളെയും പ്രയോഗങ്ങളെയും കേവലമായി സ്വീകരിക്കാൻ ഒരു മാർക്സിസ്റ്റിന് കഴിയുകയില്ല. ഓരോ പദവും രൂപപ്പെടുന്നതിന് പിന്നിൽ അനന്യമായ ഒരു ചരിത്ര സമ്മർദം പ്രവർത്തിക്കുന്നുണ്ട്. ഇക്കാര്യം ആശങ്കയ്ക്കിടയില്ലാത്ത വിധം ലൂയി അൽത്തൂസെ വിശദീകരിക്കുന്നുണ്ട്. ഓരോ ചരിത്രഘട്ടത്തിലും പരസ്പരം ഏറ്റുമുട്ടുന്ന നിരവധി ലോകബോധങ്ങൾ (World out look) ഉണ്ടായിരിക്കും. യഥാർഥത്തിൽ ഇവ സംഘർഷത്തിലിരിക്കുന്ന വർഗതാൽപ്പര്യങ്ങൾ തന്നെ. എന്നാൽ വർഗതാൽപ്പര്യങ്ങൾ പ്രതിനിധാനം ചെയ്യപ്പെടുന്നത് ദർശനങ്ങളിലൂടെയാണ്. ശാസ്ത്രത്തിന്റെ മണ്ഡലത്തിൽ നടക്കുന്നത് ദർശനങ്ങൾ തമ്മിലുള്ള സംഘർഷങ്ങളാണ്. ഇവയെ വിലയിരുത്തിക്കൊണ്ടുമാത്രമേ സമൂഹത്തിലെ വർഗസമരത്തെ മനസിലാക്കാൻ കഴിയൂ എന്ന് അൽത്തൂസെ പറയുന്നു. ഈ അർഥത്തിൽ വാസ്തുവിദ്യയിൽ ഒളിഞ്ഞിരിക്കുന്ന വർഗതാൽപ്പര്യങ്ങളുടെ ദാർശനിക പ്രതിനിധാനമായി വേണം വാസ്തുശാസ്ത്രത്തെ വിലയിരുത്താൻ. വാസ്തുശാസ്ത്രത്തിന് വാസ്തുവിദ്യയുമായി നേരിട്ട് ബന്ധമില്ല. വാസ്തു വിദ്യയിൽ നടക്കുന്ന വർഗസംഘർഷത്തോടാണ് അതിന് ബന്ധം. അതുകൊണ്ടുതന്നെ പ്രത്യയശാസ്ത്ര വിവക്ഷകളോടുകൂടിയല്ലാതെ 'വാസ്തുശാസ്ത്രം' എന്ന പദത്തെ സ്വീകരിക്കാൻ കഴിയുകയില്ല.

വാസ്തുവിദ്യയെയും വാസ്തുശാസ്ത്രത്തെയും കൃത്യമായി വേർതി

രിക്കുന്നു എന്നതാണ് ഈ കൃതിയുടെ മുഖ്യസവിശേഷത. വാസ്തുവിദ്യ, മനുഷ്യന്റെ ഭൗതിക ജീവിതവുമായി ബന്ധപ്പെട്ടതും, ഓരോ കാലഘട്ട ത്തിന്റെയും സാമൂഹ്യാവശ്യങ്ങൾക്കനുസരിച്ച് വികസിച്ച് വന്നതുമാണ്. എന്നാൽ, വാസ്തുവിദ്യയെ അതിന്റെ ഭൗതികസന്ദർഭത്തിൽനിന്ന് അടർത്തിമാറ്റിക്കൊണ്ട് ദാർശനികമായ മേൽക്കോയ്മ നേടാനുള്ള ശ്രമ ത്തിന്റെ മുഖം മൂടിയണിയിച്ച് അവതരിപ്പിക്കാൻ ശ്രമിച്ചാലും വാസ്തു ശാസ്ത്രത്തിന്, അതിന്റെ ആന്തരിക ദൗർബല്യങ്ങളെ മറികടക്കാനാവില്ല. നിലവിലുള്ള 'വാസ്തുശാസ്ത്രം' സവർണ പ്രത്യയശാസ്ത്രത്തിന്റെ പുനരാവിഷ്കാരം മാത്രമാണെന്നും, അതിന് വാസ്തുവിദ്യയുമായി യാതൊരു ബന്ധവുമില്ലെന്നും സ്ഥാപിക്കാൻ ഈ കൃതിയുടെ കർത്താ വിന് സാധിച്ചിട്ടുണ്ട്. സാമൂഹ്യപരിണാമത്തിൽ, അധ്വാനം വഹിച്ച പങ്കി നെക്കുറിച്ച് എംഗൽസ് ഊന്നിപ്പറയുന്നുണ്ട്. മനുഷ്യാധ്വാനത്തിന്റെ ഫല മായി സൃഷ്ടിക്കപ്പെട്ടതും സാങ്കേതികവികാസവും കലാമേന്മയും പ്രതി ഫലിപ്പിക്കുന്നതുമായ ആവിഷ്കാര രൂപങ്ങളിൽ ഒന്നാണ് വാസ്തുവിദ്യ. എന്നാൽ ഈ ഭൗതിക രൂപത്തെ അധ്വാനത്തിൽ നിന്ന് അടർത്തിമാറ്റി, ധ്യാനാത്മകമായ ഒരിടത്തിൽ കുടിയിരുത്തുന്നതോടെ വീട് ഭയത്തി ന്റെയും മോഹഭംഗത്തിന്റെയും ഭാർഗവീനിലയമായിത്തീരുന്നു.

ചുരുക്കത്തിൽ വാസ്തുശാസ്ത്രത്തിനകത്ത് ഭൗതികവാദവും ആശ യവാദവും തമ്മിലുള്ള സംഘർഷം നടക്കുന്നുണ്ട്. താൽക്കാലികമായെ ങ്കിലും ഈ സംഘർഷത്തിൽ ആശയവാദത്തിന് മേൽക്കോയ്മ നേടാ നാവുന്നുണ്ടെന്നതാണ് നമ്മുടെ പൊതുബോധം തെളിയിക്കുന്നത്.

> ഭാരതീയ വാസ്തുവിദ്യ ആത്മീയനിർവൃതി'യാണെന്ന പ്രസ്താ വന വിമർശന ബുദ്ധിയോടെ അന്വേഷിക്കേണ്ട ഒരു വലിയ വിഷ യമാണ്. വാസ്തുശാസ്ത്ര മായാവലയത്തിന്റെ അടിവേരുകൾ ഈ പ്രസ്താവനയിൽ കുടുങ്ങിക്കിടക്കുന്നു. ഭാരതീയ ദർശനം അടി മുടി ആത്മീയവാദമാണെന്ന ധാരണയിൽ മെനഞ്ഞെടുത്തതാണീ പ്രസ്താവന. ഭാരതീയ ദർശനം, ആത്മീയത, മതം, ശാസ്ത്രം എന്നതിനെപ്പറ്റി വ്യക്തമായ അറിവോ നിലപാടുകളോ ഇല്ല എന്നത് ഒരു വശത്തും വാസ്തുവിദ്യയുടെ വിധേയത്വം ആത്മീയതയോടോ അനശ്വരത്വത്തോടോ അല്ല എന്ന കാഴ്ചപ്പാടിന്റെ അഭാവം മറുവ ശത്തു ഒത്തുചേർന്ന ഒരു പ്രസ്താവനയാണിത്. (പുറം 46- 47)

ഇന്ത്യൻ ദർശനത്തിനകത്തെ വർഗസംഘർഷങ്ങളെ മൂടിവെക്കാൻ കഴിയുകവഴി മേൽക്കോയ്മ നേടുന്ന ഒരു സാമാന്യ പ്രസ്താവനയെ നിശിതമായി വിശകലനം ചെയ്യുകയാണ് ഗ്രന്ഥകർത്താവ് ഇവിടെ. “ഭാര തീയ വാസ്തുവിദ്യ ആത്മീയ നിർവൃതിയാണ് എന്നൊക്കെ എഴുതി പിടി പ്പിക്കുന്നതും ഭാരതീയ ദർശനത്തെ ഉപരിപ്ലവമായി കാണുന്നതുകൊണ്ടും ജനതയുടെ കിടപ്പാടമാണ് വാസ്തു എന്ന അടിസ്ഥാനപരമായ യാഥാർഥ്യം അംഗീകരിക്കാനുള്ള സാമൂഹ്യബോധത്തിന്റെ അഭാവം

കൊണ്ടുമാണ്." (പുറം 47-48) എന്ന പ്രസ്താവന വാസ്തുശാസ്ത്രത്തിനകത്തെ വർഗ സംഘർഷങ്ങളെ ശങ്കയ്ക്കിടയില്ലാത്ത വിധം വെളിപ്പെടുത്തുന്നുണ്ട്.

വാസ്തുശാസ്ത്രത്തിനെതിരെ, മാർക്സിസ്റ്റുകാർ വിമർശനം ഉന്നയിക്കുന്നത്, അത് പാരമ്പര്യമായി കൈമാറിവരുന്നതും പഴഞ്ചനും ആയതുകൊണ്ടല്ല. മറിച്ച് അത് പാരമ്പര്യത്തിന്റെ തുടർച്ചയെ നിഷേധിക്കുന്നതുകൊണ്ടാണ്. അനുദിനം വികസിച്ചുകൊണ്ടിരിക്കുന്ന ഒന്നാണ് വാസ്തുവിദ്യ. ഓരോ ഘട്ടത്തിലും അത് പാരമ്പര്യത്തെ പുതുക്കിക്കൊണ്ടിരിക്കുന്നു. പാരമ്പര്യത്തിന്റെ തുടർച്ചയാണ്, ഏതൊരു ശാസ്ത്രത്തിന്റെയും ഭൗതികാടിത്തറ. ഗ്രന്ഥകർത്താവ് ഇക്കാര്യം വളരെ ലളിതമായ ഭാഷയിൽ അവതരിപ്പിക്കുന്നു:

> ഒരു കുടുംബത്തിന്റെ വളർച്ചയോടൊപ്പം വളരേണ്ട ഒന്നാണ് കിടപ്പാടം. അംഗങ്ങൾ കൂടിയാൽ ഒരു മുറി ചേർത്തു കെട്ടുക, ഒന്നോ രണ്ടോ വശത്തേക്കിറക്കിക്കെട്ടി മുറി തിരിക്കുക, വാർത്ത കെട്ടിടമാണെങ്കിൽ മുകളിൽ മുറികൾ കെട്ടി സൗകര്യപ്രദമായി ഗോവണി കെട്ടുക. അങ്ങനെ വളരുന്ന വീടാണ് നമ്മുടെ 'പാരമ്പര്യം', അതാണ് സംസ്കാരത്തിന്റെ വഴിയും. കഴിഞ്ഞ അധ്യായത്തിൽ സൂചിപ്പിച്ചതുപോലെ തെറ്റിയും തിരുത്തിയും വികസിപ്പിച്ചെടുത്ത ഇന്നും അനസ്യൂതം വികസിച്ചുകൊണ്ടിരിക്കുന്ന ശാസ്ത്രവും കലയും അനുരഞ്ജിക്കുന്ന കൂടുതൽ വാസയോഗ്യമായ പുതിയ നിർമാണപദാർഥങ്ങളെ സൗന്ദര്യാത്മകമായി കൂട്ടിചേർത്തുകൊണ്ട് ജനതയുടെ ജീവിത നിലവാരത്തിനൊപ്പം മുന്നേറുന്ന നിർമാണ പ്രക്രിയകളുടെ സംഗ്രഹാവിഷ്കാരമാണ് വാസ്തുവിദ്യ.

പാരമ്പര്യവും സംസ്കാരവും തമ്മിലുള്ള ബന്ധത്തെക്കുറിച്ച് ലേഖകൻ നടത്തുന്ന നിരീക്ഷണം ഏറെ പ്രസക്തമാണ്. പാരമ്പര്യത്തിന്റെ കേവലമായ സ്വീകരണമോ നിഷേധമോ അല്ല സംസ്കാരം. മറിച്ച് ഓരോ ഘട്ടത്തിലും പാരമ്പര്യത്തെ പുതുക്കിപ്പണിയുന്ന കർമമാണ് സംസ്കാരത്തെ സൃഷ്ടിക്കുന്നത്. ഈ അർഥത്തിൽ ഏറുമാടം മുതൽ പുതിയ ഫ്ളാറ്റുകൾ വരെ നിലനിൽക്കുന്ന വാസ്തുവിദ്യ നമ്മുടെ സംസ്കാരത്തെ സമ്പന്നമാക്കിയ ശാസ്ത്രമാണ്. എന്നാൽ വാസ്തുശാസ്ത്രം പാരമ്പര്യത്തെ നിഷേധിക്കുകയും അതിന്റെ വളർച്ചയെ തടയുകയുമാണ് ചെയ്യുന്നത്. *മനുഷ്യാലയചന്ദ്രിക*യിലോ അതുപോലുള്ള കൃതികളിലോ പാരമ്പര്യം നിശ്ചലമാക്കപ്പെട്ട ഒന്നാണ്. മറ്റൊരർഥത്തിൽ, സംസ്കാരത്തിന്റെ ജൈവ വളർച്ചയെ തടയുന്ന പ്രത്യയശാസ്ത്ര പ്രയോഗമാണ് വാസ്തുശാസ്ത്രം.

"കേരളത്തിലെ ആശാരിമാർക്കിടയിൽ പ്രചാരമുണ്ടായിരുന്ന വാസ്തുശാസ്ത്രം *ശിൽപ്പരത്ന*മാണ് എന്ന് പണ്ഡിതരാജൻ കാണിപ്പെ

യ്യൂർ ശങ്കരൻ നമ്പൂതിരിപ്പാട് പോലും സമ്മതിച്ചിട്ടുണ്ട്. ആശാരിമാരായിരുന്നല്ലോ പരമ്പരാഗത ഗൃഹങ്ങളെല്ലാം നിർമിച്ചിരുന്നത്. അപ്പോൾ ചോദ്യം ഇതാണ്. എന്തുകൊണ്ട് *മനുഷ്യാലയചന്ദ്രിക?* എന്തുകൊണ്ട് *ശിൽപ്പരത്നത്തെ* തമസ്കരിച്ചു."

ശിൽപ്പരത്നത്തെ തമസ്കരിച്ചുകൊണ്ട് *മനുഷ്യാലയചന്ദ്രിക* കടന്നുവരുന്നത് വാസ്തുശാസ്ത്രത്തിനകത്ത് നടക്കുന്ന വർഗസമരത്തെയും സവർണത അതിൽ നേടുന്ന മേൽക്കൈയേയും സൂചിപ്പിക്കുന്നു. വാസ്തുശാസ്ത്രത്തെയും വാസ്തുവിദ്യയെയും പ്രശ്നവൽക്കരിക്കുക വഴി, കേരളീയ സംസ്കാരത്തിന്റെ അടിപ്പടവായ അധ്വാനത്തിന്റെ പാരമ്പര്യത്തെ കണ്ടെടുക്കുകയാണ് ഗ്രന്ഥകർത്താവ് ചെയ്യുന്നത്. യഥാർഥത്തിൽ പാരമ്പര്യം എന്നത്, ഒരു തലമുറയിൽനിന്ന് മറ്റൊന്നിലേക്ക് പകരുന്നതല്ല. മറിച്ച് പുതിയ തലമുറ, പഴയതിൽനിന്ന് തെരഞ്ഞെടുക്കുന്നതാണ്. വാസ്തുവിദ്യയുടെ മൗലിക സ്വഭാവം ഈ തെരഞ്ഞെടുപ്പാണ്. അതുകൊണ്ടുതന്നെ വാസ്തുവിദ്യ, സംസ്കാരത്തിന്റെ മാനവിക മുഖത്തേയും വാസ്തുശാസ്ത്രം അതിന്റെ അപമാനവീകരിക്കപ്പെട്ട വശത്തേയും കാണിക്കുന്നു.

II

വാസ്തുശാസ്ത്രത്തെ മുൻനിർത്തിയുള്ള ഒരു പ്രതിബോധ ചിന്തയ്ക്ക് ഈ കൃതി വഴിതുറക്കുന്നുണ്ടെങ്കിലും ഇത് ഇവിടെ പൂർണമാകുന്നു എന്ന് പറയാനാവില്ല. വാസ്തുവിദ്യയുടെ സാങ്കേതിക യുക്തികൊണ്ട് മാത്രം മറികടക്കാവുന്ന പ്രതിസന്ധികളല്ല ഈ രംഗത്ത് ഇന്ന് നിലനിൽക്കുന്നത്. മറ്റ് നിരവധി സാംസ്കാരിക രൂപങ്ങളും സാമൂഹ്യഘടനയും എല്ലാം ചേർന്ന ഒരു സാംസ്കാരിക പാഠം സൃഷ്ടിച്ചുകൊണ്ടും അതിനെ വിമർശനാത്മകമായി വ്യാഖ്യാനിച്ചുകൊണ്ടും മാത്രമേ 'വാസ്തുശാസ്ത്ര'ത്തെ സാധ്യമാക്കുന്ന ഭൗതികപരിസരത്തെ വിശദീകരിക്കാൻ കഴിയൂ. കേവലയുക്തിവാദത്തിന് പകരം വിപുലമായി ഒരു സാംസ്കാരിക പ്രതിരോധം തന്നെ ഇതിനായി സൃഷ്ടിക്കേണ്ടിവരും.

മനുഷ്യൻ രൂപപ്പെട്ട കാലം മുതൽ, നിരവധി വിശ്വാസങ്ങളും ആചാരാനുഷ്ഠാനങ്ങളും അവനോടൊപ്പമുണ്ട്. ഉപകരണവ്യവസ്ഥയിലുണ്ടാവുന്ന വികാസത്തിനനുസരിച്ച് അവയിൽ പലതും കാലഹരണപ്പെടുകയും പരിഷ്കരിക്കപ്പെടുകയും ചെയ്തിട്ടുണ്ട്. ഉദാഹരണമായി ആധുനിക വൈദ്യശാസ്ത്രത്തിലുണ്ടായ വളർച്ച, 'കരുകലക്കി' മുതലായ ദുർദേവതകളെക്കുറിച്ചുള്ള ഭീതിയകറ്റുകയും 'ബലിക്കള' പോലുള്ള അനുഷ്ഠാനങ്ങളെ ഇല്ലാതാക്കുകയും ചെയ്തിട്ടുണ്ട്. ഇതുപോലെ നിരവധി ഉദാഹരണങ്ങൾ ചൂണ്ടിക്കാട്ടാനാകും. എന്നാൽ 'വാസ്തുശാസ്ത്രം' പോലുള്ളവ കാലത്തെയും സാങ്കേതിക വിദ്യകളേയും മറികടന്ന് ഇപ്പോഴും സജീവമായി സമൂഹത്തിൽ നിലനിൽക്കുന്നു. ഇതെങ്ങനെയെന്ന അന്വേഷണം ഈ സന്ദർഭത്തിൽ പ്രസക്തമാണ്.

യുക്തിയുടെ ഗ്രഹണം

രണ്ടാം ലോകമഹായുദ്ധത്തിന് ശേഷമുണ്ടായ കൊടിയ നിരാശാബോധം, ശാസ്ത്ര യുക്തിയിലുള്ള വിശ്വാസത്തിൽ ആഴത്തിലുള്ള വിള്ളലുണ്ടാക്കി. വസ്തുനിഷ്ഠമായ യുക്തി വ്യക്തിനിഷ്ഠമായിത്തീരുകയും പിന്നീടത് ഉപകരണാത്മകമായിത്തീരുകയും ചെയ്തു. ഉപകരണാത്മകമായ യുക്തി, ഉള്ളടക്കം ചോർന്നുപോയ കേവലരൂപം മാത്രമാണ്. യുക്തിയുടെ ഉറവിടത്തിൽനിന്ന് അതിനെ മുറിച്ച് മാറ്റുകയും, അതുവഴി അത് ചരിത്ര നിരപേക്ഷമായിത്തീരുകയും ചെയ്യുന്നു. ചരിത്രനിരപേക്ഷമായ ഈ യുക്തിയെയാണ് ഉപകരണാത്മകയുക്തി എന്ന് വിവക്ഷിക്കുന്നത്.

ഉപകരണാത്മകയുക്തി, സൃഷ്ടിക്കുന്ന രാഷ്ട്രീയ പ്രതിസന്ധിയെ, ഹൊക്കീമർ പ്രശ്നവൽക്കരിക്കുന്നുണ്ട്. ഉപകരണാത്മകയുക്തി, ജീവിതത്തിന്റെ സകല മണ്ഡലങ്ങളേയും ആഞ്ഞുപുൽകുന്ന സന്ദർഭത്തെയാണ് അദ്ദേഹം 'യുക്തിയുടെ ഗ്രഹണകാലം' എന്ന് വിശേഷിപ്പിക്കുന്നത്.

വസ്തുനിഷ്ഠയുക്തിയെ ആത്മനിഷ്ഠയുക്തി പകരം വെക്കുന്നതിന് ദൃഷ്ടാന്തമായി ഹൊക്കീമർ സൂചിപ്പിക്കുന്നത്, ജനാധിപത്യത്തിന് വന്ന അർഥ പരിണാമമാണ്. സാമൂഹ്യനന്മയും വ്യക്തിയുടെ കേവലാനന്ദത്തേക്കാൾ, സമൂഹത്തിന്റെ ക്ഷേമവുമാണ് ജനാധിപത്യത്തിന്റെ വസ്തുനിഷ്ഠമായ ഉള്ളടക്കം. എന്നാൽ ഒരു ബൂർഷ്വാ സമൂഹത്തിൽ, ജനാധിപത്യം എന്നത് വ്യക്തിസ്വാതന്ത്ര്യം കാത്തുസൂക്ഷിക്കാനുള്ള ഒരു രാഷ്ട്രീയ സംവിധാനം മാത്രമാണ്. ആധുനിക മുതലാളിത്ത സമൂഹത്തിൽ പൊതുജനാഭിപ്രായമെന്നത്, വിപണനമൂല്യമുള്ള ഒരു പരസ്യവാചകമാണ്. ഇതുവഴി 'ജനാധിപത്യം' എന്ന അർഥസാന്ദ്രതയുള്ള ഒരു രാഷ്ട്രീയസംജ്ഞ, ചരക്കുകളുടെ കമ്പോളത്തിൽ പ്രയോഗസാധ്യതയുള്ള ഒരു ഉപകരണമായിത്തീരുന്നു.

പ്രകൃതിയെ നിയന്ത്രിക്കാൻ, കേവലം ഉപകരണങ്ങളുടെ യുക്തിയുടെ അടിസ്ഥാനത്തിൽ അധിനിവേശം നടത്തുന്ന മുതലാളിത്തം, അതേ യുക്തിയോടെ മനുഷ്യനെയും നിയന്ത്രിക്കുന്നു. ഈ സാഹചര്യത്തെയാണ് മാർക്സ്, 'യന്ത്രത്താൽ ഭരിക്കപ്പെടുന്ന മനുഷ്യന്റെ അവസ്ഥ' എന്ന് വിശേഷിപ്പിച്ചത്. മുതലാളിത്തം അതിന്റെ പുതിയ ഘട്ടത്തിലേക്ക് പ്രവേശിച്ചിരിക്കുന്ന വർത്തമാന ആഗോളവൽക്കരണ ഘട്ടത്തിൽ ഈ ഉപകരണാത്മകയുക്തി കൂടുതൽ രൗദ്രഭാവം കൈക്കൊള്ളാനാരംഭിച്ചിരിക്കുന്നു.

മുതലാളിത്ത സമൂഹത്തിനകത്തെ അധ്വാനത്തിന്റെ സവിശേഷതകൾ മാർക്സ് വിശദീകരിക്കുന്നുണ്ട്. മനുഷ്യന്റെ ഏത് പ്രവൃത്തിയെയും - കലാസൃഷ്ടി തുടങ്ങി അവിദഗ്ധ തൊഴിൽവരെ ഏതിനെയും അളക്കാനുപയോഗിക്കുന്ന ഒരേ ഒരു മാനദണ്ഡം സമയമാണ്. ഇക്കാര്യം ഹൊക്കീമറും സ്വീകരിക്കുന്നു. ഉപകരണാത്മകയുക്തിയുടെ ഉറവിടമായി അദ്ദേഹം

പരിഗണിക്കുന്നത് മുതലാളിത്ത ഉൽപ്പാദന സമ്പ്രദായത്തെത്തന്നെയാണ്. ഇരുപതാം നൂറ്റാണ്ടിലെത്തുമ്പോഴേക്കും, വസ്തുതകളുടെ കേവലഗ്ര ഹണമാണ് അനുഭവം എന്ന് വ്യാഖ്യാനിക്കപ്പെട്ടു. അനുഭവത്തിലേക്ക് തുളച്ചിറങ്ങുന്ന ക്രിയാത്മകയുക്തിക്ക് മുതലാളിത്തത്തിന്റെ ഈ ഘട്ട ത്തിൽ ഇടമില്ല. സൂപ്പർമാർക്കറ്റിൽ, സാധനങ്ങൾക്കിടയിൽ നിൽക്കുന്ന സാന്താക്ലോസിന്റെ വേഷം ധരിച്ച വിൽപ്പനക്കാരനെക്കാണുന്ന കുട്ടി, കച്ച വടവും മതവും തമ്മിലുള്ള ബന്ധത്തെയാണ് ഗ്രഹിക്കുന്നത്. സ്വയം വിൽപ്പനച്ചരക്കാവാതെ മതത്തിന് കമ്പോളയുക്തിയിൽ നിലനിൽക്കാനാ വില്ല. പുരോഹിതന്മാരും എം എൽ എമാരും പത്രമുതലാളിമാരും സ്വാശ്ര യകോളേജ് ട്രസ്റ്റികളും എല്ലാം ചേർന്നതാണ് ഇന്ന് മതം. ഈ ബഹുത്വ പൂർണമായ നില, മതത്തെ അതിന്റെ മൂല്യങ്ങളിൽനിന്ന് പിഴുതെറിയുന്നു. മൂല്യങ്ങൾ, ഉപകരണാത്മകയുക്തിയാൽ പകരം വെയ്ക്കപ്പെടുന്നു. യാഥാർഥ്യത്തിന്റെ ബഹുത്വപൂർണമായ ഈ നില ആധുനിക ജീവിത ത്തിൽ ഷിസോഫ്രീനിക് അവശിഷ്ടങ്ങൾ ബാക്കിയാക്കുന്നതായി ഹൊക്കീ മർ നിരീക്ഷിക്കുന്നു.

ചുരുക്കത്തിൽ രോഗാതുരമായ ഒരു സമൂഹത്തിന്റെ ലക്ഷണമാണ് വാസ്തുശാസ്ത്രം. നിരന്തരം ഒറ്റപ്പെട്ടു കൊണ്ടിരിക്കുന്ന, സമൂഹത്തിൽ നിന്ന് അന്യവൽക്കരിക്കപ്പെട്ടുകൊണ്ടിരിക്കുന്ന, വ്യക്തികളുടെ ഗണമാണ് നമ്മുടെ സമൂഹം. ഉപകരണാത്മക യുക്തികളാൽ മാത്രം നിയന്ത്രിക്ക പ്പെടുന്നവരാണ് അവർ. ഇത്തരത്തിൽ ശിഥിലമാക്കപ്പെട്ട വ്യക്തികളുടെ രോഗാതുരമായ മനസ്സ് പ്രാചീനകാലം തുടങ്ങി, മനുഷ്യനിൽ നില നിൽക്കുന്ന ശങ്കാകുലമായ ലോകബോധത്തിന്റെ പിന്തുടർച്ചയാണ്.

"സർവശക്തമായ ചിന്തകളെ' പ്രമാണമായി എടുക്കുകയും ബാഹ്യ ലോകത്തിലെ യാഥാർഥ്യങ്ങളെ അവഗണിക്കുകയും ചെയ്യുന്നത് ഞര മ്പുരോഗത്തിന്റെ (neurosis) ലക്ഷണമാണെന്ന് ഫ്രോയ്ഡ് ചൂണ്ടിക്കാ ണിക്കുന്നു. ഹിസ്റ്റീരിയ ബാധിച്ച രോഗികൾ, സങ്കൽപ്പങ്ങളുടെ ലോകത്ത് മാത്രം ജീവിക്കുകയും ഭൗതികലോകത്തെ പാടെ വിഗണിക്കുകയും ചെയ്യുന്നു.

കൊലപാതകം എന്ന യാഥാർഥ്യമല്ല, കൊലപാതകത്തെക്കുറിച്ചുള്ള ചിന്തകളാണ് obsessional renosis ന്റെ ലക്ഷണം. ഇതേവിധം, സാമൂഹ്യ ജീവിതത്തിൽനിന്ന് വേറിട്ട് പോകുന്ന വ്യക്തികളെ ഭരിക്കുന്നത് യാഥാർഥ്യങ്ങളല്ല, കൽപ്പനകളും സങ്കൽപ്പനങ്ങളുമാണ്. രോഗം, മരണം, ധനനഷ്ടം എന്നിങ്ങനെയുള്ള വിഷാദാത്മകചിന്തകളും, കഠിനമായ പാപ ബോധവും വേട്ടയാടുന്ന വ്യക്തികളാണ് നമ്മുടെ സമൂഹത്തിലുള്ളത്. തങ്ങളുടെ മനസിലുള്ള ആശയങ്ങളുടെ (കൽപ്പനകളുടെ) ശക്തികൊണ്ട് ലോകത്തെ മാറ്റിത്തീർക്കാമെന്ന ഉറ്റ ബോധ്യം പ്രാചീന മനുഷ്യനുണ്ടാ യിരുന്നു. പ്രാചീന മനുഷ്യനും, ആധുനികസമൂഹത്തിൽ അന്യവൽക്ക രിക്കപ്പെട്ട വ്യക്തിയും തമ്മിലുള്ള ഈ സമാനത ഫ്രോയ്ഡ് വിശദീകരി ക്കുന്നുണ്ട്. വാതിലും ഗേറ്റും മാറ്റിവെച്ചും, പൂമുഖത്തിന്റെ അളവ് വ്യത്യാ

സപ്പെടുത്തിയും അതിഭൗതിക ശക്തികളെ വരുതിക്ക് നിർത്താമെന്ന് കരുതുന്നത്, ഈ അർഥത്തിൽ പ്രാകൃതമനുഷ്യന്റെ മനസിനെ ഓർമിക്കുന്നുണ്ട്. അതിഭൗതിക ശക്തികളും, അതിന്റെ വ്യാഖ്യാനവും പ്രതിനിധീകരിക്കുന്നത് തീർത്തും ഒരു ആശയലോകത്തെയാണ്. ആശയലോകത്തിനകത്ത് മാത്രം വ്യവഹരിക്കുന്ന ഈ മനസ്സ്, പ്രകടമായ ന്യൂറോട്ടിക് ലക്ഷണമുള്ളതാണെന്ന് കാണാൻ പ്രയാസമില്ല. പ്രത്യേകിച്ചും കേരളം പോലുള്ള സമൂഹത്തിൽ ഇവരിലേറെയും പരിധിക്കകത്തോ പുറത്തോ നിൽക്കുന്ന മനോരോഗികളാണ്. ഇത്തരമൊരു രോഗാതുരമായ സമൂഹത്തിന്റെ ലക്ഷണമാണ് ഗ്രന്ഥകർത്താവ് ചർച്ചയ്ക്കെടുത്ത 'വാസ്തുശാസ്ത്രം'. കേവലം യുക്തിവാദപരമായ നിലപാടുകൾകൊണ്ട് ഈ പ്രതിസന്ധി മറികടക്കാനാവില്ല. മറിച്ച് സാമൂഹ്യജീവിതത്തിലേക്ക് ഓരോരുത്തരേയും കൈപിടിച്ചെത്തിക്കാൻ കഴിയുന്ന രാഷ്ട്രീയമുന്നേറ്റങ്ങളാണ് ഇതിനുള്ളപ്രതിവിധി.

യുക്തിയുടെ ഈ ഗ്രഹണ നിലയുടെ പശ്ചാത്തലത്തിൽ വേണം വാസ്തുശാസ്ത്ര പ്രചാരണത്തെക്കാണാൻ. യുക്തിയെക്കുറിച്ച് നിലനിന്നിരുന്ന ശുഭാപ്തി വിശ്വാസം പതിയെപ്പതിയെ മങ്ങിക്കൊണ്ടിരിക്കുന്നു. യാഥാർഥ്യം ഒന്നാണെന്ന പ്രബുദ്ധതാ സങ്കൽപ്പം നിരാകരിക്കപ്പെടുകയും യാഥാർഥ്യത്തിന്റെ ബഹുസ്വരതയെ നാം ആഘോഷിക്കാൻ തുടങ്ങുകയും ചെയ്തിട്ടുണ്ട്. മുതലാളിത്ത ശാസ്ത്രബോധം ഒടുവിലെത്തിച്ചേർന്നിരിക്കുന്ന പ്രതിസന്ധി തന്നെയാണിത്. വസ്തുനിഷ്ഠതയിൽനിന്ന് ഉപകരണാത്മകതയിലേക്കുള്ള വ്യക്തിയുടെ സങ്കോചം, 'വാസ്തുശാസ്ത്ര' ത്തിനും യാഥാർഥ്യപദവി കൽപ്പിച്ചു നൽകുന്നുവെന്നതാണ് പ്രധാനം.

3

വാസ്തുവിദ്യയും പരിസ്ഥിതിയും

മിർസാ ഗാലിബ്

താമസം എന്നർഥമാക്കുന്ന 'വസ്' എന്ന സംസ്കൃത ധാതുവിൽ നിന്നും ഉത്ഭവിച്ച വാസ്തുവിദ്യ ഇന്ത്യയിൽ പൂർണതയിലെത്തിയ നിർമാണ സങ്കേതിക വിദ്യയാണ്. ആധുനികതയുടെയും നഗരവൽക്കരണത്തിന്റെയും ഫലമായി വാസ്തുവിദ്യ ഇന്ത്യയിൽ തകർച്ച നേരിട്ടെങ്കിലും, കേരളത്തിൽ തനിമ നിലനിർത്തി അത് ഇന്നും ഏറെക്കുറെ നിലനിന്നു പോരുന്നു.

പുരാതനഗ്രന്ഥമായ *പത്മസംഹിത* ഭവനനിർമാണത്തിനനുയോജ്യമായ പ്രദേശങ്ങളെ ഭദ്രാ, പൂർണാ, സുപദ്മാ, ധൂമ്രാ എന്നിങ്ങനെ നാലായി തരം തിരിച്ചിട്ടുണ്ട്. ഇതിൽ കടലിനോ, പുഴയ്ക്കോ അടുത്തു നിൽക്കുന്ന ഭദ്രയാണ് ഭവനനിർമാണത്തിന് ഏറ്റവും അനുയോജ്യമായ പ്രദേശം. 'പൂർണ' എന്ന് വിളിക്കുന്ന രണ്ടാമത്തെ പ്രദേശം മലയടിവാരങ്ങളാണ്. സമതലപ്രദേശമായ സുപദ്മയും നിർമാണത്തിനനുയോജ്യമാണ്. എന്നാൽ നാലാമത്തെ പ്രദേശമായ 'ധൂമ്രാ' തുടർച്ചയായി കാലാവസ്ഥാവ്യതിയാനത്തിന് വിധേയമാകുന്ന പാറക്കെട്ടുകൾ നിറഞ്ഞ പ്രദേശമാണ്. അതുകൊണ്ടുതന്നെ ഈ പ്രദേശം താമസത്തിനനുകൂലമെല്ലെന്ന് *പത്മസംഹിത* പറയുന്നു.

വാസ്തുവിദ്യ സംബന്ധിച്ച ഗ്രന്ഥങ്ങളായ *മനുഷ്യാലയചന്ദ്രിക*യും *ശിൽപ്പരത്ന*യും ഭവനനിർമാണം സാധ്യമായ ആറ് സ്ഥലങ്ങളെക്കുറിച്ച് കുറച്ചുകൂടി വ്യക്തമായ നിർദേശങ്ങൾ നൽകുന്നുണ്ട്. പശുക്കൾ, മനുഷ്യൻ, ഫലം നൽകുന്ന മരങ്ങൾ എന്നിവയെക്കൊണ്ട് സമ്പുഷ്ടമായ പ്രദേശങ്ങൾ നിർമാണത്തിനനുയോജ്യമാണ്. അതുപോലെത്തന്നെ കിഴക്ക് ഭാഗത്തേക്ക് ചെരിവുള്ളതും ഘടികാരമാതൃകയിൽ നീരൊഴുക്കുള്ളതുമായ

പ്രദേശത്ത് വേണം വീട് നിർമിക്കാൻ. ഇത്തരത്തിലുള്ള പ്രദേശങ്ങൾ വെള്ളം, വെളിച്ചം, കാർഷിക വിളകൾ എന്നിവയെക്കൊണ്ട് സമ്പുഷ്ടമായിരിക്കും.

നിയത രൂപമില്ലാത്തതും സൂര്യപ്രകാശം പതിക്കാത്തതുമായ ചതുപ്പു നിലങ്ങളും നിർമാണത്തിനനുയോജ്യമല്ല. തീക്കനൽ നിറഞ്ഞ പ്രദേശങ്ങൾ, എല്ല്, മുടി, കീടങ്ങൾ, പുറ്റ് എന്നിവ കാണപ്പെടുന്ന പ്രദേശങ്ങളും ഭവന നിർമാണത്തിന് ഉത്തമമല്ല.

ശിൽപ്പരത്നയുടെ രചയിതാവായ ശ്രീകുമാരൻ മൊത്തം ഭൂപ്രദേശത്തെ ഇത്തരത്തിൽ വിഭജിച്ചിരിക്കുന്നു.

പേര്	മണ്ണിന്റെ സ്വഭാവം
പൂർണാ	ധാരാളം വെള്ളം കിട്ടുന്ന ഉയർന്ന പ്രദേശം താമസിക്കാനനുയോജ്യം.
സുപത്മാ	ധാരാളം വെള്ളം
ഭദ്രാ	ഹോമ പൂജാദികൾ നടത്തുന്ന പുരോഹിതർക്ക് അനുയോജ്യം
ധൂമ്രാ	പാറക്കെട്ടുകൾ നിറഞ്ഞ് പരുന്തുകൾ കാണപ്പെടുന്ന ഈ പ്രദേശം ഹോമാദികൾ നടത്തുന്നവർക്ക് താമസിക്കാനനുയോജ്യമല്ല.

ശ്രീകുമാരൻ മറ്റൊരു വിധത്തിലും ഭൂമി വിഭജിച്ചിരിക്കുന്നു.

പേര്	സവിശേഷതകൾ
വാരുണി	കുറ്റിച്ചെടികളും പുഷ്പിക്കുന്ന മരങ്ങളും തടാകങ്ങളുമുള്ള വനപ്രദേശം.
ഐന്ദ്രി	ധാരാളം വെള്ളം ലഭിക്കുന്ന പാടങ്ങൾ.
ആഗ്നേയീ	കാക്ക, പന്നി, കുറുക്കൻ, ഇഴജന്തുക്കൾ, മുതലായവ അധിവസിക്കുന്നു. വെള്ളത്തിന് ദൗർലഭ്യമുള്ള പ്രദേശം.
വായാവി	കള്ളിമുൾച്ചെടികൾ വളരുന്ന തരിശ് ഭൂമി.

ധാരാളം വെള്ളം കിട്ടുന്ന മലിനജല സംസ്കരണം സാധ്യമായ മേഖലയാണ് ഭവന നിർമാണത്തിനേറ്റവും അനുയോജ്യമായ സ്ഥലം എന്ന് *മനുഷ്യാലയചന്ദ്രികയിൽ* പറയുന്നു. ഘടികാര മാതൃകയിൽ ജലപ്രവാഹമുള്ള പ്രദേശത്ത് ഭവനം നിർമിക്കണമെന്നു ഈ ഗ്രന്ഥം പറയുന്നു. പക്ഷേ, എന്താണ് ഇതുകൊണ്ട് ഉദ്ദേശിക്കുന്നതെന്ന് വ്യക്തമല്ല.

പാരിസ്ഥിതികമായ പ്രശ്നങ്ങൾ കൊണ്ടാണ് ചിലപ്രദേശങ്ങൾ നിർമാണത്തിനനുയോജ്യമല്ല എന്നുപറയുന്നത്. ഉദാഹരണമായി തീക്കനൽ, ചാരം, എല്ല്, മുടി മുതലായവ കാണുന്ന പ്രദേശം മൃതദേഹ സംസ്കാരം നടന്ന സ്ഥലങ്ങളാണ്. കീടങ്ങളും ഉറുമ്പും വീട് നശിപ്പിക്കും എന്നതുകൊണ്ടാണ് ഇവയുള്ള സ്ഥലം നിർമാണത്തിനനുയോജ്യമല്ല എന്നുപറയു

ന്നത്. ചതുപ്പു നിലങ്ങളിൽ മലിനജല സംസ്കരണം സാധ്യമല്ലാത്തതുകൊണ്ടാണ് ഭവന നിർമാണം ചതുപ്പുനിലങ്ങളിൽ പാടില്ല എന്നു പറയുന്നത്.

എല്ലാ വാസ്തുവിദ്യാ ഗ്രന്ഥങ്ങളും വീടുകൾ ഒരു പ്രത്യേകദിശയിൽ നിർമിക്കണമെന്നനുശാസിക്കുന്നുണ്ട്. സൂര്യപ്രകാശം ധാരാളം വീടിനുള്ളിൽ ലഭിക്കാനാണിത്. ഒരു വീടിനു ചുറ്റും നട്ടുവളർത്തേണ്ട വൃക്ഷങ്ങളെ അതീവ പ്രാധാന്യത്തോടുകൂടിയാണ് എല്ലാ വാസ്തുവിദ്യാഗ്രന്ഥങ്ങളും സമീപിക്കുന്നത്. ഓരോ പ്രദേശത്തിന്റെയും പ്രത്യേകതകൾക്കനുസരിച്ച് നട്ടുവളർത്തേണ്ട മൂന്ന് തരം മരങ്ങളെക്കുറിച്ച് *മനുഷ്യാലയ ചന്ദ്രിക* പറയുന്നുണ്ട്. അന്തസാര എന്ന ഒന്നാമത്തെ വിഭാഗം ഉറപ്പുള്ള മരങ്ങളാണ്. പ്ലാവ്, തേക്ക്, പുളിമരം എന്നിവ ഈ വിഭാഗത്തിൽപ്പെടുന്നു. 'ബഹിസാര' എന്ന രണ്ടാമത്തെ വിഭാഗത്തിൽ തെങ്ങ് പോലുള്ള പുറന്തോട് കട്ടിയുള്ള മരങ്ങളാണ്. കാതലില്ലാത്ത മരങ്ങളാണ് മൂന്നാമത്തെ വിഭാഗമായ 'നിസാര'യിൽപ്പെടുത്തിയിരിക്കുന്നത്. ഇതിൽ ഒന്നാമത്തെ വിഭാഗം വീടിനുതൊട്ടടുത്തായും മറ്റു രണ്ടു വിഭാഗങ്ങൾ അതിന് പിന്നിലായും നട്ടുവളർത്തേണ്ടതാണ്.

ഇന്ത്യൻ വാസ്തുവിദ്യയുടെ സമാനതകളില്ലാത്ത പ്രത്യേകതയാണ് വാസ്തുപുരുഷൻ എന്ന പുരാവൃത്ത കഥാപാത്രം. വീടുണ്ടാക്കാനുദ്ദേശിക്കുന്ന സ്ഥലം വാസ്തു പുരുഷന്റെ ശരീരമായാണ് കാണുന്നത്. അതുകൊണ്ടുതന്നെ വാസ്തുപുരുഷന്റെ ചില അവയവങ്ങളിൽ കൈവെക്കരുത് എന്ന് പറയുന്നുണ്ട്.

നടുമുറ്റങ്ങളോട് കൂടിയ വീടുകളെക്കുറിച്ചാണ് വാസ്തുശാസ്ത്രത്തിൽ പ്രധാനമായും പ്രതിപാദിക്കുന്നത്. വായുവും വെളിച്ചവും ധാരാളം വീടിനുള്ളിലേക്ക് കടക്കാൻ നടുമുറ്റം സഹായിക്കും. മുല്ല, തെച്ചി തുടങ്ങിയ സുഗന്ധം പരത്തുന്ന ചെടികൾ നടുമുറ്റത്ത് വളർത്താറുണ്ട്.

4

വാസ്തുവിദ്യാ ഗ്രന്ഥങ്ങൾ

മിർസാ ഗാലിബ്

തന്ത്രസമുച്ചയം

കേരളീയ പശ്ചാത്തലത്തിൽ വാസ്തുവിദ്യയെക്കുറിച്ച് രചിക്കപ്പെട്ട ഗ്രന്ഥമാണ് *തന്ത്രസമുച്ചയം.* ചേന്നാസ് നാരായണൻ നമ്പൂതിരിപ്പാട് രചിച്ച ഈ കൃതി കേരളീയ വാസ്തുവിദ്യയെക്കുറിച്ചുള്ള അടിസ്ഥാന ഗ്രന്ഥമായാണ് കണക്കാക്കിപ്പോരുന്നത് . മാനവിക്രമ സാമൂതിരി രാജാവിന്റെ ആസ്ഥാന എഴുത്തുകാരനായിരുന്നു നാരായണൻ നമ്പൂതിരി. 15-ാം നൂറ്റാണ്ടിലാണ് തന്ത്രസമുച്ചയ രചിച്ചത്. പേര് സൂചിപ്പിക്കുന്നതുപോലെ വിവിധ ദൈവങ്ങളുടെ തന്ത്രങ്ങളുടെ സമാഹരണമാണ് തന്ത്രസമുച്ചയം. വിഷ്ണു, ശിവൻ, സുബ്രഹ്മണ്യൻ, ദുർഗ, ശാസ്താവ്, ശങ്കരനാരായണൻ എന്നീ ദേവതകളുടെ ആരാധനയാണ് ഇതിലെ മുഖ്യപ്രമേയം. അമ്പലനിർമാണ വാസ്തുവിദ്യയും ഇതിൽ പ്രതിപാദ്യമാണ്. മൊത്തം 12 അധ്യായങ്ങളുള്ള ഈ കൃതിയുടെ 2-ാം അധ്യായം മാത്രമാണ് നിർമാണ സങ്കേതിക വിദ്യയെക്കുറിച്ച് പ്രതിപാദിക്കുന്നത്.

അമ്പല നിർമാണത്തിനാവശ്യമായ സ്ഥലം കണ്ടെത്തൽ തുടങ്ങി നിർമാണത്തിന്റെ ഓരോഘട്ടവും വിശദീകരിക്കുന്നത് രണ്ടാം അധ്യായത്തിലാണ്. ഉടമസ്ഥന്റെ ജാതി, ഭൂമിയുടെ കിടപ്പ്, ആ പ്രത്യേക സ്ഥലത്തുവച്ച് ദൈവ പൂജ നടത്തുന്നതുകൊണ്ടുള്ള ഗുണഗണങ്ങൾ എന്നിവ അടിസ്ഥാനമാക്കിയാണ് നിർമാണത്തിന് അനുയോജ്യമായ സ്ഥലം കണ്ടെത്തുന്നത്. അമ്പലനിർമാണം തുടങ്ങുന്നത് വിഗ്രഹം പ്രതിഷ്ഠിക്കാനുദ്ദേശിക്കുന്ന സ്ഥലത്ത് ഒരു ശില സ്ഥാപിക്കുന്നതോടെയാണ്. ഇതിനു മീതെ ഒരു വെങ്കലക്കുടം വയ്ക്കുന്നു. ഇതിനെ ഗർഭപാത്രം എന്നു പറയുന്നു. ഇതിനു മുകളിലായാണ് ഷഡാധാരങ്ങൾ എന്നറിയപ്പെടുന്ന ആറ് ഭാഗങ്ങൾ

സ്ഥാപിക്കുന്നത്. ആധാരശില, ധ്യാനപീഠം, നീതികലശം, ശിലാപത്മം, ശിലാകർമം, യോഗനാളം എന്നിവയാണ് ഷഡാധാരങ്ങൾ. പ്രാസാദത്തിന്റെ തൂണിന്റെ ഉയരമാണ് ആദ്യം തീരുമാനിക്കുന്നത്. ഈ തൂണിനെ അടിസ്ഥാമാക്കിയാണ് അമ്പലത്തിന്റെ മറ്റ് അളവുകൾ തീരുമാനിക്കുന്നത്.

നിർമാണത്തിനാവശ്യമായ ശിലകളുടെ തെരഞ്ഞെടുപ്പ് അമ്പല നിർമാണത്തിൽ പ്രധാനമാണ്. ശിലകളെ ആൺശില, പെൺശില, നപുംസകശില എന്നിങ്ങനെ മൂന്നായി തരം തിരിച്ചിരിക്കുന്നു. ആൺശില ബിംബ നിർമാണത്തിനും, പെൺശില പീഠനിർമാണത്തിനും നപുംസകശില പീഠത്തിന്റെ അടിയിലും ഉപയോഗിക്കുന്നു.

ശ്രീകോവിലും അതിനെ ചുറ്റിയുള്ള ഇടനാഴിയും അതിനു ചുറ്റുമുള്ള മതിലുമാണ് പ്രധാനഘടകങ്ങൾ. പാരമ്പര്യമായി ഉപഗോഗിച്ചു പോരുന്ന അളവുകളായ ആയ, വ്യയ, യോനി, തിതി, വാരം എന്നീ അളവുകളാണ് അമ്പല നിർമാണത്തിനുപയോഗിക്കുന്നത്.

ജാതി, ചണ്ഡം, വികൽപ്പം, ആഭാസം, വൃത്തം, ദീർഘവൃത്തം, ഗജപൃഷ്ഠം ചതുരശ്ര,അഷ്ടാശ്ര, ഷഡശ്ര എന്നിങ്ങനെ ആകൃതിയനുസരിച്ച് പത്ത് രിതീയിലുള്ള ദേവാലയ (പ്രാസാദം) നിർമാണത്തെക്കുറിച്ച് തന്ത്രസമുച്ചയം പ്രതിപാദിക്കുന്നുണ്ട്. ഇതിൽ 'ജാതി'മുതൽ 'ആഭാസം' വരെയുള്ളത് ദീർഘചതുരാകൃതിയിലും മറ്റുള്ളവ പേര് സൂചിപ്പിക്കുന്ന പോലെ തറയുമാണ്. അധിസ്ഥാനം, ഗോമുഖം, വേദിക, പ്രസാദവാരം, ഭിത്തിക, ഉത്തരം എന്നിങ്ങനെ ആറ് ഭാഗങ്ങളാണ് പ്രാസാദത്തിനുള്ളത്. ഇതിൽ ഓരോ ഭാഗത്തിനും പ്രത്യേകം അലങ്കാരങ്ങളുമുണ്ടായിരിക്കും.

അധിസ്ഥാനത്തിന്റെ ആലങ്കാരിക ഭാഗങ്ങൾ ഇവയാണ്: പാദുകം, ജഗതി, കുമുദം, കുമുദപട്ടിക, ഗല, ഗലപട്ടിക, വജന. പ്രാസാദത്തിന്റെ ആലങ്കാരിക ഭാഗങ്ങൾ ഘനദ്വാരം, തൊരണ, ശാലകൂടം, പഞ്ചരം, ജാലകം, കുംഭലത എന്നിവയാണ്.

പ്രാസാദത്തിന് ചുറ്റുമുള്ള നിർമിതികളെ കുറിച്ചാണ് തന്ത്രസമുച്ചയത്തിൽ പിന്നീട് പറയുന്നത്. മുഖമണ്ഡപം, പഞ്ചപ്രാകാരങ്ങൾ, ബലിപീഠം, ഗോപുരം, ധ്വജം എന്നീ അഞ്ച് ഭാഗങ്ങളാണ് പ്രാസാദത്തിന് പുറത്തുള്ളത്. ഇവയ്ക്കോരോന്നിനും ഇടയിലുള്ള അളവുകളും നിശ്ചയിക്കപ്പെട്ടിരിക്കുന്നു. ഇവ യഥാക്രമം ദണ്ഡ, മുഖായാമ എന്നറിയപ്പെടുന്നു.

ഏകകേന്ദ്രിതമായ അഞ്ച് ബഹിർമണ്ഡലങ്ങൾ ചേർന്നതാണ് പഞ്ചപ്രാകാരങ്ങൾ. ക്ഷേത്രത്തിന്റെ വിവിധ ഭാഗങ്ങളെ ഈ പഞ്ചപ്രാകാരങ്ങൾ ഉൾക്കൊള്ളുന്നു. അന്തർമണ്ഡലം, അന്തഹാരം, മധ്യഹാരം, ബാഹ്യഹാരം, പ്രാകാരം എന്നിങ്ങനെ പഞ്ചപ്രാകാരങ്ങൾക്ക് പേര് നൽകിയിരിക്കുന്നു.

ബിംബനിർമാണത്തെക്കുറിച്ചും തന്ത്രസമുച്ചയം വളരെ പ്രാധാന്യത്തോടെ വിവരിക്കുന്നുണ്ട്. ദശതാല ദേവീബിംബം, നവതാല ദേവബിംബം, പഞ്ചതാല ഗണപതി ബിംബം എന്നീ ബിംബങ്ങളെക്കുറിച്ച് ഈ കൃതി

പ്രതിപാദിക്കുന്നുണ്ട്. ബിംബനിർമാണത്തിനുപയോഗിക്കുന്ന അളവാണ് താലം. മരംകൊണ്ടും പഞ്ചലോഹംകൊണ്ടും വിഗ്രഹങ്ങളുണ്ടാക്കാറുണ്ടെങ്കിലും കല്ലാണ് വിഗ്രഹനിർമാണത്തിനുപയോഗിക്കുന്ന പ്രധാന വസ്തു. വിവിധതരം ശിവലിംഗത്തെക്കുറിച്ചും തന്ത്രസമുച്ചയത്തിൽ സൂചനയുണ്ട്.

കേരളത്തിലെ പരമ്പരാഗത വാസ്തുവിദ്യയെക്കുറിച്ചും അതിനുപയോഗിച്ചിരുന്ന അളവുസമ്പ്രദായത്തെക്കുറിച്ചുമുള്ള അറിവിന് തന്ത്രസമുച്ചയം സഹായകമാണ്.

മനുഷ്യാലയ ചന്ദ്രിക

വാസ്തുവിദ്യ സംബന്ധമായ നിരവധി പഠനങ്ങൾ സംസ്കൃതത്തിലുണ്ട്. അഥർവവേദമാണ് ഗണിതം, രേഖാചിത്രം, കല, ശിൽപ്പവിദ്യ എന്നിവയെക്കുറിച്ച് പ്രതിപാദിക്കുന്ന അടിസ്ഥാന വേദം. *അഥർവവേദ*ത്തിന്റെ ഭാഗമായ സ്താപത്യവേദത്തിൽ വാസ്തുവിദ്യയെക്കുറിച്ചുള്ള സൂചനയുണ്ട് *മത്സ്യപൂരാണം, നാട്യശാസ്ത്ര*ം, പത്മസംഹിത എന്നീ ഗ്രന്ഥങ്ങളിലും വാസ്തുവിദ്യയെക്കുറിച്ചുള്ള വിപുലമായ വിവരങ്ങളുണ്ട്. മൽസ്യപുരാണം, *നാട്യശാസ്ത്രം, പത്മസംഹിത* എന്നിവയിൽ, നാട്യമണ്ഡപം, ക്ഷേത്രം എന്നിവയുടെ നിർമാണത്തെക്കുറിച്ചും വിശദീകരിക്കുന്നു. ആറാം നൂറ്റാണ്ടിൽ രചിക്കപ്പെട്ട വരാഹമിഹിരന്റെ *ബൃഹത്സംഹിത, ഈശാനശിവഗുരുദേവ പദ്ധതി, കാമികാഗമ', സ്മരാങ്കണ. സൂത്രധാര മയാമത, മാനസാര* എന്നീ ഗ്രന്ഥങ്ങൾ വാസ്തുവിദ്യയെക്കുറിച്ച് വിശദമായി പ്രതിപാദിക്കുന്നുണ്ട്. എന്നാൽ ചേന്നാസ് നാരായണൻ നമ്പൂതിരിയുടെ *തന്ത്രസമുച്ചയം*, ശ്രീകുമാരന്റെ ശിൽപ്പരത്ന, തിരുമംഗലത്ത് നീലകണ്ഠൻ മൂസിന്റെ *മനുഷ്യാലയ ചന്ദ്രിക* എന്നീ സംസ്കൃത ഗ്രന്ഥങ്ങൾ കേരളീയ സാഹചര്യത്തിൽ വാസ്തുവിദ്യയെ നോക്കിക്കാണുന്നവയാണ്.

ഇവയിൽ കേരളീയവാസ്തുവിദ്യയിൽ കൂടുതൽ പ്രചാരം നേടിയത് *മനുഷ്യാലയ ചന്ദ്രിക* എന്ന ഗ്രന്ഥമാണ്.

സാധാരണ സംസ്കൃത രചയിതാക്കൾ ചെയ്തു പോരുന്ന ഗണേശസ്തുതിയോടുകൂടിയാണ് തിരുമംഗലത്ത് നീലകണ്ഠൻ നമ്പൂതിരി തന്റെ കൃതി ആരംഭിക്കുന്നത്. *മനുഷ്യാലയ ചന്ദ്രിക*യിലുള്ള സൂചനകളുടെ അടിസ്ഥാനത്തിൽ, തിരൂരിനടുത്തുള്ള തിരുമംഗലം എന്ന സ്ഥലത്താണ് നീലകണ്ഠൻ മൂസ് ജീവിച്ചിരുന്നത് എന്ന് വിശ്വസിക്കുന്നു.

*മനുഷ്യാലചന്ദ്രിക*യുടെ ഒന്നാം അധ്യായത്തിൽ തന്നെ നീലകണ്ഠൻ *തന്ത്രസമുച്ചയം* എന്ന കൃതിയോടുള്ള കടപ്പാട് രേഖപ്പെടുത്തുന്നുണ്ട്. ഇതിൽനിന്നും നീലകണ്ഠൻ ജീവിച്ചിരുന്നത് 15-ാം നൂറ്റാണ്ടിലാണ് എന്ന സാമാന്യ നിഗമനത്തിൽ എത്തിച്ചേരാവുന്നതാണ്. കേരളത്തിലെ പ്രമുഖസാഹിത്യ ചരിത്രകാരനായ ഉള്ളൂർ പരമേശ്വര അയ്യരുടെ അഭിപ്രായത്തിൽ *മനുഷ്യാലയചന്ദ്രിക* രചിച്ചത് 16-ാം നൂറ്റാണ്ടിലാണ്.

താമസിക്കാനുള്ള വീടുകളുടെ നിർമാണമാണ് *മനുഷ്യാലയചന്ദ്രി കയുടെ* ഉള്ളടക്കം. തന്റെ കാലഘട്ടത്തിൽ ലഭ്യമായിരുന്ന എല്ലാ ഗ്രന്ഥങ്ങളും നീലകണ്ഠൻ തന്റെ കൃതിക്കുവേണ്ടി പ്രയോജനപ്പെടുത്തിയിട്ടുണ്ട്.

ആഗമങ്ങൾ, സംഹിതകൾ എന്നിവയെല്ലാം ഇക്കൂട്ടത്തിൽപ്പെടുന്നു. അതു പോലെത്തന്നെ ആ കാലഘട്ടത്തിൽ നിലനിന്നു പോന്നിരുന്ന വിവിധ വാസ്തുവിദ്യാ സമ്പ്രദായങ്ങളിൽ അഗാധമായ അറിവ് നേടിയതിനുശേഷമാണ് നീലകണ്ഠൻ *മനുഷ്യാലയചന്ദ്രിക* രചിക്കുന്നത്.

ഏഴ് പ്രധാന അധ്യായങ്ങളാണ് *മനുഷ്യാലയചന്ദ്രിക*യിലുള്ളത്. നിർമാണവിദഗ്ധരെക്കുറിച്ചും ഏത് തരം ഭൂമി തെരഞ്ഞെടുക്കണമെന്നതിനെക്കുറിച്ചുമാണ് ഒന്നാമത്തെ അധ്യായത്തിൽ പ്രതിപാദിക്കുന്നത്. ഘടികാര ദിശയിൽ വെള്ളമൊഴുകുന്നതും നടക്കുമ്പോൾ നല്ലശബ്ദമുണ്ടാക്കുന്നതുമായ ഭൂമിയാണ് വീട് നിർമാണത്തിന് തെരഞ്ഞെടുക്കേണ്ടത്. മനുഷ്യരും പശുക്കളും ധാരാളം ഫലം നൽകുന്നതും പാലുള്ളതുമായ സസ്യങ്ങളുമുള്ള സ്ഥലം ഭവനനിർമാണത്തിന് ഉത്തമമാണെന്നാണ് *മനുഷ്യാലയചന്ദ്രിക*യിലെ വിധി. മണ്ണിന്റെ ഫലഭൂയിഷ്ഠത, വറ്റാത്ത നീരുറവ എന്നിവയും ഉത്തമഭൂമിയുടെ ലക്ഷണങ്ങളായി *മനുഷ്യാലയചന്ദ്രിക* കാണുന്നു

നിയതമായ രൂപമില്ലാത്തതും കൂടുതൽ ചെരുവുള്ളതുമായ പ്രദേശം വീട്നിർമാണത്തിന് പറ്റിയതല്ല. അതുപോലെത്തന്നെ അമ്പലങ്ങൾക്കരികിലും ഭൂതപ്രേതാദികൾ വസിക്കുന്ന സ്ഥലവും ഭവനനിർമാണത്തിനനുയോജ്യമല്ല. ഇന്ത്യൻ വാസ്തു വിദ്യയുടെ അടിസ്ഥാനവും സാമാന്യസങ്കൽപ്പവുമായ വാസ്തു പുരുഷനെക്കുറിച്ചും *മനുഷ്യാലയചന്ദ്രിക* പ്രതിപാദിക്കുന്നുണ്ട്.

രണ്ടാം അധ്യായത്തിൽ വാസ്തുപുരുഷൻ എന്ന സങ്കൽപ്പം അവതരിപ്പിക്കുന്നു. മൂന്നാം അധ്യായം പ്രധാനമായും പ്രതിപാദിക്കുന്നത് നിർമാണത്തിനുപയോഗിക്കുന്ന അളവുകളെക്കുറിച്ചാണ്. 24 മാത്രാങ്കുലങ്ങൾ ചേർന്ന് ഒരു ഹസ്തമുണ്ടാകുന്നു. ഇതാണ് അടിസ്ഥാന അളവ്. രൂപരേഖാനിർമാണം, യോനീസങ്കൽപ്പം, ആയ, വ്യയ എന്നീ ഘടകങ്ങൾ എന്നിവയും ഈ അധ്യായത്തിൽ ഉൾപ്പെടുത്തിയിരിക്കുന്നു.

വിവിധ തരത്തിലുള്ള വീടുകളുടെ വർഗീകരണമാണ് നാലാമത്തെ അധ്യായം. വിശുദ്ധഭിന്നശാല, ശ്ലിഷ്ടഭിന്നശാല, സംശ്ലിഷ്ടഭിന്നശാല എന്നിവയെക്കുറിച്ച് വിശദമായി വിവരിക്കുന്നുണ്ട്. വീടിന്റെ ഘടകങ്ങളെക്കുറിച്ചാണ് അഞ്ചാമധ്യായം. മലിനജലസംസ്കരണത്തെക്കുറിച്ച് ഈ അധ്യായത്തിൽ പരാമർശിക്കുന്നുണ്ട്. മലിനജലം സുഗമമായി പുറത്തേക്കൊഴുകുന്നതിനു വേണ്ടി, വീട് ഭൂമിയിൽ നിന്നും എട്ടോ, പന്ത്രണ്ടോ, പതിനാറോ അടി തറകെട്ടി ഉയർത്തി നിർമിക്കേണ്ടതാണ്.

വിവിധതരത്തിലുള്ള മേൽക്കൂരകളെക്കുറിച്ചാണ് ആറാം അധ്യായം. ചെറിയ വീടുകൾക്ക് ബാഹ്യോത്തരം മതിയാകും. വലിയ വീടുകൾക്ക്

ഉയർത്തിക്കെട്ടിയ ഉത്തരം ആവശ്യമാണ്. പരസ്പരം കൂട്ടിച്ചേർത്തിരിക്കുന്ന ബീമിനുമുകളിലാണ് ഈ രീതിയിൽ ഉത്തരം ഉയർത്തിക്കെട്ടേണ്ടത്. 8,16,24 തുടങ്ങിയ അംഗുലങ്ങളോ യോനികളോ ആണ് വലിയ വീടുകളുടെ നിർമാണത്തിന് നിർദേശിച്ചിരിക്കുന്നത്. പൂമുഖം, വാതിൽ കിണർ, തൊഴുത്ത് എന്നിവയെക്കുറിച്ചാണ് ഏഴാം അധ്യായം വിവരിക്കുന്നത്. ഇവ ഒരോന്നിനും നിയതമായ സ്ഥലം *മനുഷ്യാലയചന്ദ്രിക* നിർദേശിക്കുന്നുണ്ട്.

വാസ്തു വിദ്യയിൽ കേരളത്തെ ഏറ്റവും കൂടുതൽ സ്വാധീനിച്ച ഗ്രന്ഥമാണ് *മനുഷ്യാലയചന്ദ്രിക*. ഈ കൃതിക്കുണ്ടായ നിരവധി മലയാള വിവർത്തനങ്ങൾ, ഇതിന്റെ പ്രചാരത്തിന് തെളിവാണ്. കേരളീയർക്ക് സ്വീകാര്യമായ ആസൂത്രണം, മാതൃകകൾ എന്നിവയെക്കുറിച്ച് വ്യക്തമായ ധാരണ നൽകാൻ *മനുഷ്യാലയചന്ദ്രിക*യുടെ വിവർത്തനങ്ങൾക്ക് കഴിഞ്ഞിട്ടുണ്ട്.

www.ingramcontent.com/pod-product-compliance
Lightning Source LLC
LaVergne TN
LVHW090414051026
849518LV00006B/2342
* 9 7 8 8 1 2 6 2 0 4 0 1 4 *